गहन
रहस्य

इफिसकरांस पत्रावरील भाष्य

संस्करण २०१४

लेखक

डॉ. थॉमस् एल. कॉन्स्टेबल

अनुवादक

रेव्ह. अमित आर्यन

AUTHENTICITY
BOOK HOUSE

वितरक

सिटी ऑफ गेट्स
फाउंडेशन

गहन रहस्य

अनुक्रमणिका

अनुवादकाकडून :

ख्रिस्ती पुढाऱ्यांना वाचनाची सवय असणे ही त्यांच्या वैयक्तीक आत्मिक जीवनाच्या वाढीसाठी व त्यांच्या मंडळीच्या वाढीसाठी अत्यंत महत्त्वाची बाब आहे. परंतु, महाराष्ट्रातील बहुसंख्य पाळकांकडे, त्यांच्या स्वतःच्या व त्यांच्या मंडळीच्या बोलीभाषेमध्ये दर्जेदार साहीत्य उपलब्ध होत नसल्यामूळे, इच्छा असूनही ते पुरेश्या प्रमाणात वाचन करू शकत नाहीत. मागील काही वर्षांमधे मराठी भाषेमधे अत्यंत कमी अशी पुस्तके उपलब्ध होत आहेत. काही दर्जेदान लेखन होवूनही ते तळागाळापर्यंत पोहोंचत नाही, आणि पोहोचले तरीही सर्वसाधारण ख्रिस्ती व्यक्तीच्या जीवनात वाचनाच्या सवयीची किती उणीव आहे याची जाणीव व्हायला सुरूवात होते.

मराठी भाषेमधे ख्रिस्ती लिखाण फार कमी होते आणि म्हणून ज्यांना इंग्रजी भाषेची थोडीफर ओळख आहे ते पाळक व क्रयशक्ती असणारे काही विश्वासणारे इंग्रजी पुस्तकांना हात लावतात. या कारणास्तव *सिटी ऑफ गेट्स फाउंडेशनचा* हा प्रयत्न करत आहे की, आपणासाठी काही अभ्यासपूर्ण व पवित्रशास्त्राचे विवेचन करणारी काही पुस्तक भाषांतरीत करावी व आपल्यापर्यंत पेाहोंचवावीत.

महाराष्ट्रातील काही मोठी शहरे वगळता मराठवाडा व विदर्भासारख्या किंवा इतर भागात मराठी ख्रिस्ती लोकांसाठी कोणत्याही प्रकारचे मराठी साहीत्य पोहोचत नाही. क्वचितच वर्षातुन किंवा दोन वर्षातुन एखादे दुसरे पुस्तक मराठी लेखकाचे मराठी पुस्तक प्रकाशित होते.

तर *सिटी ऑफ गेट्स फाउंडेशनची* अशी मनसा, प्रयत्न व प्रार्थना आहे की, अनेक मराठी लेखक तयार व्हावे, त्यांना परमेश्वराने आत्म्याचे प्रकाशन द्यावे व त्यांचे लिखाण या मागासलेल्या भागांतील लोकांचे व इतरत्रही अनेकांचे जीवन बदलणारे ठरावे.

दरम्यान, काही उपयोगी साहीत्य इंग्रती भाषेतुन भाषांतरीत करून आपल्यापर्यंत पोहोचवीत आहोत, याचा उपयोग देवाच्या गौरवासाठी व्हावा हीच अपेक्षा. ऑथेंटीसीटी बुक हाऊस यांचे मी आभार मानतो की त्यांनी ही नवीन करारावरील भाष्यग्रंथ प्रकाशित करण्याच्या या दृष्टांताला होकार दिला.

कृपया, आपल्या सूचना व अभिप्राय कळवाव्या ही विनंती.

ख्रिस्तात आपला बंधु

रेव्ह. अमित आर्यन
सिनीयन पास्टर, सिटी ऑफ गेट्स चर्च

संपर्क कार्यालयः
अमित आर्यन ट्रांसलेशन मिनिस्ट्रीज्
ए-४, कासलीवाल रेसीडेन्सी, प्रताप नगर,
उस्मानपूरा औरंगाबाद, महाराष्ट्र ४३१ ००५
दूरध्वनीः ०२४० २३४१३४१ व ९८५०९९०१३०
EMAIL: Amit.Aryan@abhbooks.com; www.facebook.com\cityofgateschurch

प्रस्तावना

ऐतिहासिक पार्श्वभूमी

एकोणिसाव्या शतकामध्ये पवित्र शास्त्राविषयी विध्वंसक अशा टिकात्मक लेखणाचा प्रभाव पसरेपर्यंत, जवळपास प्रत्येक ख्रिस्ती व्यक्तीचा हाच विश्वास होता की, इफिसकरांस पत्र हे पौलाच्याद्वारेच लिहीलेले आहे.(१:१,३:१).[1] टीकाकारांनी पौलाच्या लेखकपणावर त्याच्या भाषा आणि लेखणाच्या शैलीची तुलना प्रामुख्याने कलस्सैकरांस पत्रासोबत करून व साहित्यीक ऐतिहासिक पुरावे तसेच सैद्धांतीक समानता यांच्याआधारे हा मुद्दा उपस्थित केला.

> ''सर्व आक्षेपांना लक्षपूर्वक विचारांत घेतल्यावर असे दिसते की, प्रस्तावित पुराव्यांची क्षमता ही इफिसकरांस पत्राच्या स्वतःच्या दाव्यांना व ते पौलांनेच लिहीले आहे याबद्दलच्या बाहेरील मजबुत प्रमाणांना, उलथुन टाकण्यास अपुरी पडते.''[2]

नवीन कराराच्या अतिपुरातणमतवादी विद्वानांची ही धारणा परंपरेला धरून आहे की, पौलाने इस. ६०-६२ च्या दरम्यान त्याच्या रोम येथील पहील्या तुरूंगवासात इफिसकरांस पत्रासहीत कलस्सै, फिलेमोन व फिलप्पैकरांस पत्र व तुरूंगातील इतर पत्रे लिहीली. (३:१; ४:१; ६:२० संदर्भ. प्रेषित २८: १६-३१). त्याकाळामध्ये पौल हा नजरकैदेत होता. तो रोमी सैनिकांच्या देखरेखीखाली आपल्या स्वतःच्या भाड्याच्या खोलीत राहत असे. त्याच्या कैदेते कोणत्याही आडकाठीशिवाय त्याला सुवार्ताप्रसाराची सेवा करण्याची तसेच पाहुण्यांना आपल्या घरी स्वीकारण्याची सवलत होती. (प्रेषित २८:१६,३,३१). दुसऱ्या वेळेस तेथे तुरूंगवासात असतांना त्याने तिमथ्याला २ रे पत्र

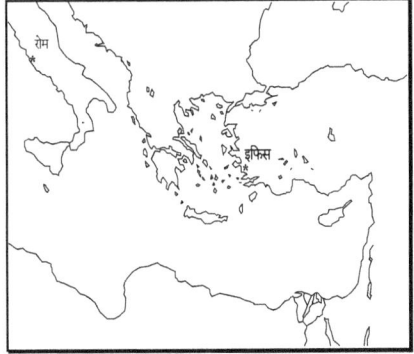

[1] हे पत्र पौलाने लिहीले असे मान्य किंवा अमान्य करणाऱ्या विद्वानांची तक्ता हॅरॉल्ड डब्लू. होएन्हर, *'इफिशीयन्स् : ॲन एक्सेजेटीकल कॉमेन्ट्री,* पान क्र. ९-२०

[2] डोनाल्ड गुथ्रे, न्यू टेस्टामेंट इन्ट्रॉडक्शन, २:१२७; डोनाल्ड ए. कार्सन अँड डग्लस् जे. मू, ॲन इन्ट्रॉडक्शन टू दी न्यू टेस्टामेंट, पान क्र. ४८०-८६

लिहीले तेव्हाप्रमाणे तो या वेळेस तेथील तुरूंगामधील कोठडीमध्ये साखळदंडाने बांधलेला नव्हता (२ तिमथी १:१६). काही भाषांतरकारांच्या मते, २ रे तिमथी ४:१२ ह्या संदर्भानुसार, पौल तुखिकाला इफिसास पाठवतो, त्यावरून असे भासते की त्याने इफिसकरांस पत्र लिहिले आपल्या दुसऱ्या तुरूंगवासाच्या दरम्यान केली असावे. (संदर्भ इफिस ६:२१-२२).
परंतु, इफिस व कलस्सै यांच्यामधील समानतेमुळे बहुतेक विद्वान असेच मानतात की पौलाने ही दोन्ही पत्रे एकाच कालावधीत लिहीली आहेत.

> ''जसा रोमकरांस पत्र व गलतीकरांस पत्र यांचा, तसाच इफिस व कलस्सैकरास पत्र यांचा संबंध आहे, दोन्ही पत्रांमध्ये मांडलेल्या विषयावर अलिप्तपणे व व्यक्तीनिरपेक्षपणे परंतु अधिक पुर्णतेप्रत नेणारे लिखाण आढळते.''[१]

रॉबर्टसन यांचा विश्वास होता कि, पौलाने इफिसकरास पत्राच्या अगोदर कलस्सैकरांस पत्र लिहीले. या दोन्हीहि सारख्याच वाटणाऱ्या पत्रांमध्ये एक अतिशय महत्वाचा वेगळेपणा म्हणजे कलस्सैकरांस पत्रामध्ये पौल ख्रिस्ताविषयीच्या एका चुकीच्या शिकवणीशी लढत होता. इफिसकरांस पत्र त्याने कोणत्याही घटनेमुळे किंवा एखाद्या विशिष्ट समस्येचे निराकरण करण्यासाठी लिहीलेले नाही.

पौलाला इफिस शहर व तेथील मंडळी चांगल्या प्रकारे परीचीत होती. त्याला मुख्य केंद्र म्हणून वापरून त्याने तेथूनच इतर ठीकाणीही सेवा केली होती. (प्रेषित १९:१ - २०:१). असे वाटते की त्याने हे पत्र इफिस येथील मंडळीला या उद्देशाने लिहीले की, तेथील ख्रिस्ती लोकांनी पुढे ते इतर मंडळ्यांमध्येही सुद्धा वितरीत करावे.[२] नवीनकरारांतील कमीतकमी तीन पुस्तके प्रथम इफिस येथे पोहोचली, तीमथ्याला लिहीलेले १ले व २रे पत्र, आणि प्रकटीकरण. (संदर्भ प्रकटी. २:१). योहानकृत शुभवर्तमान व योहानाची तीन पत्रेही बहुतेक येथे पाहोंचली असावीत. सरतेशेवटी तुखिक ही पत्रे घेवुन इफिसास गेला असे दिसते (इफिस ६:२१-२२).

उद्देश

पौल अनेक ठिकाणी मंडळीला, जे या पूर्वी गुप्त होते परंतु आता प्रकट झाले आहे, असे एक रहस्य म्हणून संबोधतो, विशेषतः मंडळीच्या या रहस्याचा उलगडा करावा असा प्रेषिताचा हे पत्र लिहीण्यामागील उद्देश आहे हे स्पष्ट होते. (व. १:९, व. ३:३-४ व ९, व. ५:३२, व. ६:१९) मंडळी हे ख्रिस्ताचे शरीर असून त्यामध्ये यहूदी व विश्वासणारे परराष्ट्रीय हे दोघेही एक आहेत, असे पौल जेव्हा विशेषरित्या सांगतो त्यावरून हे दिसते की, तो इफिसातल्या मंडळीमध्ये व जागतिक मंडळीमध्ये एकता निर्माण व्हावी या उद्देशाने ते लिहीत होता. प्रीतीचे महत्त्व यावरही पौलाचा विशेष भर आहे[३]. पौलाने लिहीलेल्या १३ पत्रांमधे त्याने 'प्रीती' विषयी केलेल्या उल्लेखांच्या तुलनेत त्याच्या २० टक्के पेक्षा जास्त उल्लेख त्याने

---

[१] ए. टी. रॉबर्टसन, वर्ड पिक्चर्स ऑफ न्यू टेस्टामेंट, ४:५१४

[२] [२] माझ्या नोंदी पाहा १:१

इफिसकरांस पत्रामधे केला आहे. यावरून असेहि दिसते की, तो मंडळीमध्ये ख्रिस्ती ऐक्य प्रचालीत करू इच्छीत होता.

> ‘इफिस येथील मंडळी आपली पहीली प्रीती सोडू लागली आहे असे कदाचित निदर्शनास आल्यामुळे त्यांनी देवावर व त्यांच्या सोबतीच्या देवाच्या पवित्रजनांवर अधिक खोल प्रीति करावी म्हणून पौलाने हे पत्र लिहीले.’[१]

> ‘जुन्या समाजाच्यामध्ये आपला नवा समाज तयार करण्यासाठी, देवाने येशू ख्रिस्ताच्या ऐतिहासिक कृत्यांच्या द्वारे काय केले व त्यासाठी आज त्याच्या आत्म्याच्या द्वारे तो काय करतो यावर ह्या पत्रात प्रकाश टाकण्यात आला आहे.’

भर

मंडळी आणि प्रीती यांच्या व्यतिरीक्त इफिसकरांस पत्रामध्ये पुढील बाबतीत विशेष भर देण्यात आला आहे : तारण होण्यासाठी योजना, आदेश, आणि पुरवठा करण्याबाबत देवाची कृती, ख्रिस्ती व्यक्तीने ज्ञानात वाढण्याचे महत्त्व, एखाद्या व्यक्तीने आपल्या विश्वासात निरंतर स्थिर राहून जगण्याविषयी, आणि आत्मिक युद्ध. इफिसकरांस पत्र हे पौलाच्या सर्वांत प्रिय अशा पत्रांपैकी एक होण्याचे कारण म्हणजे हे पत्र सैद्धांतिक दृष्टीने अतिशय महत्त्वाचे असूनही अतिशय व्यावहारीक आहे.

शैली

इफिसकरांस लिहीलेले लिखाण हे साधाराणतः पत्र या शैलीत मोडते तरीही पौलाने लिहीलेल्या इतर पत्रांप्रमाणे त्याच समान नमुन्यात ते लिहीलेले नाही. एखाद्या विशिष्ट परिस्थितीला प्रतिसाद म्हणून पौलाने इफिसकरांस पत्र लिहीले असावे असा कोणताही पुरावा नाही, हे एक ‘प्रासंगिक’ पत्र नाही. याबाबतीत हे पत्र रोमकरांस पत्राशी समान आहे. दोन्हीही पत्रे ही, एका वैयक्तीक संवादापेक्षा एखाद्या सार्वजनिक भाषणासारखी आहेत.

> ‘‘या ठिकाणी तो (लेखक) काही विशिष्ट विचारांवर मनन करून ते विकसित करत आहे आणि मग त्यांना तो एका पत्राच्या स्वरूपामध्ये गुंफत आहे.[२]’’

रूपरेषा

२. ख्रिस्ती व्यक्तीचे पाचारण १:३ - ३:२१

अ. वैयक्तिक पाचारण १:३ - २:१०

---

[१] पाहा होएन्हर, पान क्र. १०४-६

[२] जॉन आर. डब्लू स्टॉट, *दी मॅसेज् ऑफ इफिशीयन्स्*, पान क्र. २४

१.	ऐक्यामध्ये चालणे	४:१-१६
२.	पवित्रतेत चालणे	४:१७-३२
३.	प्रीतीमधे चालणे	५:१-६
४.	प्रकाशात चालणे	५: ७-१४
४.	ज्ञानात चालणे	५:१५ - ६:९

संदेश

इफिसकरांस पत्र आपल्याला देवाच्या विश्वनिर्मितीला एका उंच शिखरावरून पाहण्याची क्षमता देते. जेव्हा आपण या पुस्तकाचा अभ्यास करतो, तेव्हा आपल्याला एखाद्या उंच पर्वताच्या टोकावर चढण्यासारखे आहे, कारण त्यामुळे देवाने आपल्यासाठी काय निर्माण केले आहे याची आपल्याला त्या दृष्टीकोनातून जाणीव होते. 'साउंड ऑफ म्युझिक' या चित्रपटाच्या पहिल्या दृश्याची आढवण करा, तेथे त्या चित्रपटाची नायिका एका उंच पर्वतावरील हीरव्यागार पठारावर उभी राहून अवतीभवतीच्या दऱ्यांवरून पलीकडील डोंगरांकडे नजर फिरवतांना दिसते. तरीही, इफिरकरांस पत्र 'निर्मितीचे' जे चित्र आपल्यासमोर उभारते ते नैसर्गिक निर्मितीचे नव्हे तर देवाच्या विहंगम अशा योजनेत मंडळीचे महत्त्व व तिचे स्थान याविषयीचे ते चित्र आहे. मंडळी हा इफिसकरांस पत्राचा विषय आहे. मंडळीचा प्रारंभ पेंटेकॉस्टच्या दिवशी झाला आणि लोकांतरात घेतले जाण्याच्या दिवशी तिचा अंत होईल.

पौलाने लिहीलेल्या इतर पुस्ताकांपेक्षा या पुस्तकाला वेगळे करणारे एक वैशिष्ट्य म्हणजे या पुस्तकाचे वैश्विक चरित्र होय. इफिसकरांस पत्र हे अशा विषयांना हाताळते, ज्यांविषयीचा समतोल दृष्टीकोन

गहन रहस्य

मंडळीच्या इतिहासातील सर्व कालखंडातील प्रत्येक ख्रिस्ती मंडळीसाठी महत्त्वाचा आहे. इफिसकरांस पत्र हे करिंथकरांस लिहीलेल्या १ल्या पत्रासारखे नाही, ज्यामध्ये केवळ एका स्थानिक मंडळीच्या परिस्थितीला हाताळण्यात आले आहे. हे रोमकरांस पत्राशी अधिक मिळते जुळते आहे ज्यामध्ये अतिशय गहन प्रकटीकरणे आहेत जी स्थानिक मंडळीच्या व्यवस्थापनासंबंधीत मर्यादेच्या पलीकडील आहेत.

इफिसकरांस पत्र हे प्रभु येशूने आपल्या पृथ्वीवरील सेवाकार्याच्या दरम्यान उच्चारलेल्या सर्वात महात्त्वाच्या वाक्यांपैकी एका वाक्याचे अर्थप्रकाशन आहे. हे वाक्य मत्तय १६:१८ मध्ये आढळते, ''आणि मी आपली मंडळी रचीन, व तिच्यापुढे अधोलोकाच्या द्वारांचे काहीच चालणार नाही.'' अशाचप्रकारे, इतर पत्रेही प्रभु येशूने आपल्या पृथ्वीवरील सेवाकार्याच्या काळात दिलेल्या शिक्षणाला उलगडुन दर्शवतात. उदाहरणार्थ, याकोबाच्या पत्रात प्रभु येशूने दिलेल्या 'डोंगरावरील प्रवचनाला' विस्तृतपणे समजाऊन सांगितले आहे. येशूने वरच्या खोलीत दिलेल्या उपदेशाचे अर्थप्रकाशन योहानाने लिहिलेल्या पहिल्या पत्राच्या द्वारे होते. असेच, इफिसकरांस पत्रही येशूने मंडळीविषयी दिलेल्या शिक्षणाचा अर्थ उलगडून सांगते. होय, नवीन करारातील सर्वच पत्रे मंडळीशी निगडीत आहेतच. परंतु, इफिसकरांस पत्र आपल्याला या विषयावरील इतर सर्व प्रकाशनांच्या वर नेते आणि देवाच्या योजनेच्या दृष्टीकोनातून 'मंडळी' आपल्याला दाखवते. येशूने म्हटलेल्या वाक्यामध्ये आढळणाऱ्या या दोन्हीहि विचारांना - मंडळीला उभारणे व मंडळीचा लढा, पौलाने इफिसकरांस पत्रात विकसित केले आहे.

पौल इफिसकरांस पत्रातील पहिल्याच वचनात त्याच्या मुख्य शिक्षणाशी आपल्याला परिचय करून देतो. आपण वाचतो, ''जे पवित्र आणि ख्रिस्त येशुच्या ठायी विश्वासू आहेत..'' हा शब्दबंध आपल्याला मंडळीचे घटक कोण आहेत हे निदर्शनास आणतो व पत्रामध्ये पुढे काय लिहीलेले असणार याविषयी सूचित करतो. 'त्या पवित्रांना' हा शब्दबंध मंडळीत अस्तित्वात असणाऱ्या विविधता आणि भिन्नता यांना दाखवतो. तसेच, देव प्रत्येक विश्वासणाऱ्यांना वैयक्तिकरित्या आशिर्वादित करतो याविषयी पौलाला या इफिसकरांस पत्रात बरेच काही सांगायचे आहे (उदा. व. १:३ - व. २:१०). परंतु 'जे ख्रिस्त येशूच्या ठायी विश्वासू आहेत' हा शब्दबंध यावर जोर देतो की, त्या प्रत्येक व्यक्तींचा सार्वत्रिक मंडळीमध्ये ऐक्यात समावेश व्हावा. तसेच या पत्रामध्ये पौलाला विश्वासणाऱ्यांच्या सार्वत्रिक पाचारणाविषयीही बोलायचे आहे (उदा. व. २:११ - व. ३:१९). देवाने या युगातील विश्वासणाऱ्यांच्याद्वारे निर्माण केलेला एक जीव' म्हणजे मंडळी होय, आणि त्या विश्वाणाऱ्यांना देवाने ख्रिस्त येशूसोबत एका जीवंत संबंधामध्ये एक केले आहे. मानवी शरीराची आकृती, ज्यमध्ये एका मस्तकाच्याद्वारे त्याच्या वेगवेगळ्या अंगांना नियंत्रित केले जाते, हे मंडळीचे एक अतिशय समर्पक उदाहरण आहे (व. २:१४-१६).

इफिसकरांस पत्राच्या मुख्य शिक्षणाकडे पाहतांना आपल्या लक्षात येईल की, ते दोन भागात विभागलेले आहे. प्रथम, त्यामधे आपल्याला मंडळीच्या *सार्वकालीक स्वरूपा विषयीचे* प्रकाशन दिलेले आहे. दुसरे, मंडळीच्या *वर्तमान वर्तन* यांविषयीचे शिक्षण दिलेले आहे.

पहिल्याने आपण मंडळीच्या सार्वकालीक स्वरूपाविषयीच्या प्रकटीकरणाचा विचार करू. इफिसकरांस पत्र मंडळीच्या स्वरूपाविषयी तीन गोष्टी आपल्याला सांगते.

पहीली, हे पत्र आपल्याला मंडळी तयार करण्याची योजना कशी अस्तित्त्वात आली याविषयी म्हणजे तीच्या **संकल्पने** विषयी सांगते. अनादिकालापासुनच मंडळी देवाच्या योजनेमध्ये होती. यहुद्यांनी येशू ख्रिस्ताला आपला मशीहा म्हणून नाकारल्यामुळे व त्याचा मृत्यु झाला आणि मग त्या दिवशी देवाने ही भलतीच काहीतरी नवीन योजना आखली असे नाही. युगांविषयीचा अभ्यास करणाऱ्या काही विद्वानांनी मंडळीबद्दल असे म्हटले आहे की, ती देवाच्या सर्वकालीक योजनेतील एक प्रासंगिक भाग होता. परंतु याचा हा अर्थ होत नाही की, मंडळीची योजना देवाच्या मनात नंतर आलेली एक कल्पना आहे. मानवी इतिहासासाठी जसा इस्राएल हा देश देवाच्या योजनेचा भाग आहे, तशीच मंडळी ही सुद्धा त्याच्या योजनेचाच एक भाग आहे. देवाने केवळ तो भाग जुन्या करारामध्ये प्रकट केला नाही. योजनेचा हा भाग एक रहस्य होते, नवीन करारातील प्रकटीकरण जे पुर्वी प्रकाशित करण्यात आले नव्हते. असे असले तरीही, परंतू, ती नेहमीच देवाच्या योजनेचा एक भाग होती. आपल्याला हे जाणुन घेणे अतिशय महत्त्वपूर्ण आहे कारण, जेव्हा आपल्या लक्षात येईल की देवाने मंडळीला अस्तित्वात आणले आहे तेव्हा आपणास, सैतान मंडळीचा कधीही नाश करणार नाही, हा विश्वास ठेवण्यास आणखी सोपे जाईल.

इफिसकरांस पत्र आपल्याला मंडळीच्या स्वरूपाविषयी जी दुसरी गोष्ट प्रगट करते ती म्हणजे तीची **उभारणी**. देवाने जरी मंडळीला आपल्या योजनेत अगदी आदिकालापासून ठेवले असले तरीही तो आपल्या सार्वकालीक सामर्थ्याने तिची उभारणी या वर्तमानकाळात करत आहे. इफिसकरांस पत्रात, 'सामर्थ्य' या विषयावर अधिक भर देण्यात आला आहे - देवाचे प्रचंड सामर्थ्य. पौलाने ही प्रार्थना केली की, त्याच्या वाचकांनी देवाने ज्या सार्वकालिक सामर्थ्याने येशूला कबरेतून जीवंत केले (व. १:१८-१९) त्याविषयीच्या ज्ञानात वाढावे. पौलाने व. १:१९ मध्ये 'सामर्थ्य' या शब्दासाठी ग्रीक भाषेतील चार वेगवेगळ्या शब्दांचा उपयोग केला आहे. 'पुनरूत्थानाच्या' याच 'सामर्थ्याने' ख्रिस्ती व्यक्तीला वर उचलले, आणि त्याला किंवा तिला आता स्वर्गीय स्थानांमध्ये बसवले आहे (व. २:४-६). आणखी, मंडळीला उध्वस्त करू इच्छिणाऱ्या आपल्या आत्मिक शत्रुसोबत लढतांना हेच सामर्थ्य आपण ख्रिस्ती असल्यामूळे आपल्याला उपलब्ध होते. बहुतेक वेळेस ख्रिस्ती लोक अपयशी होतात, कारण त्यांना वाटते की मंडळी यशस्वी होवू शकत नाही. ते मंडळी उभारण्यासाठी उपलब्ध असलेल्या सामर्थ्याला आणि तिच्या शत्रूंना पराजित करण्यासाठी सध्या उपलब्ध असलेल्या त्या सार्वकालीक दैवी शक्तीचे महत्त्व ओळखण्यात अपयशी ठरतात.

या पत्रातुन मंडळीच्या स्वरूपाविषयी जी तिसरी गोष्ट आपण शिकतो ती म्हणजे, तीची **परीपुर्ती**. यामध्ये देखील सार्वकालीक दृष्टीकोन आहे. इफिसकरांस पत्र आपणांस प्रकट करते की, सार्वकालिक जीवनाच्या संपूर्ण भविष्य काळात मंडळी देवाच्या उद्देशांना पूर्ण करणार आहे (व. २:४-७, व. ३:८-१०). संपूर्ण जीवसृष्टीला मंडळीच्याद्वारे देवाच्या कृपेची अपार संपत्ती येणाऱ्या सर्व युगांमध्ये प्रदर्शित केली जाणार आहे (व. २:७). देवाच्या ज्ञानाची विपुलताही संपूर्ण सृष्टीला युगानयुग कळवली जाणार आहे (व. ३:१०).

सारांश, इफिसकरांस पत्रातून मानवी इतिहासाविषयी देवाच्या सार्वकालीक योजनेत मंडळीची भूमिका आपल्याला सांगण्यात आली आहे. मागील काळात, त्याने आपल्या सार्वकालीक योजनेमध्ये संकल्पन

तयार केले. वर्तमानकाळात, तो आपल्या सार्वकालिक सामर्थ्याने तिला उभारत आहे. त्याच्या सार्वकालीक उद्देशाच्या पूर्णतेमध्ये तो तीची परिपूर्ती करणार आहे.

या पत्रातील बहुतेक भाग आपल्याला मंडळीच्या सनातन स्वरूपाविषयी प्रकाशन देत असला तरीही, पौल मंडळीच्या सांप्रतकालीन वर्तणूकीविषयीही आपल्याला शिक्षण देत आहे. मंडळीच्या सार्वकालिक स्वरूपाचा संबंध तिच्या वर्तमानातील वर्तणुकीशी मोठ्या प्रमाणात संबंधीत आहे (व. ४:१). आपण या प्रकाशनालाही तीन मुख्य मुद्यांखाली विभागु शकतो.

मंडळीच्या ज्या पहील्या स्वरूपाचा परिणाम पौल जोर देवून आपल्यासमोर मांडतो तो तिच्या 'उभारणी'शी संबंधित आहे. मंडळी ही ख्रिस्ताचे एकत्रीत शरीर आहे, आणि म्हणून ख्रिस्ती लोकांनी तिचे ऐक्य टीकवून ठेवणे अतिशय महत्वाचे आहे (व. ४:१-३). इथे हे लक्षात घेणे गरजेचे आहे की, हे ऐक्य नामधारी ख्रिस्ती लोकांमध्ये प्रयत्नपुर्वक स्थापण्याविषयी नव्हे; तर हे ऐक्य खऱ्या ख्रिस्ती लोकांमध्ये असून ते टीकविण्याच्या महत्त्वाशी संबंधीत आहे. आम्ही ख्रिस्ताच्या शरीरामध्ये विभागणी होऊ नये याची विशेष काळजी घेतली पाहीजे. शलमोनाने लिहील्याप्रमाणे देव ज्या सात गोष्टींचा द्वेष करतो त्यापैकी एक म्हणजे भावाभावांमध्ये भांडण पसरविणे ही होय (निती. ६:१९).

मंडळीच्या स्वरूपाविषयीचा दुसरा महत्त्वाचा परिणाम ज्यावर होतो तो म्हणजे मंडळीची 'साक्ष'. पौलाने अतिशय आग्रहाने मंडळीला देवाविषयीची आपली कबुली किंवा साक्ष देण्याविषयी विनंती केली आहे(५:१५-१७). ख्रिस्ती लोक ही साक्ष आपले संपूर्ण जीवन देवासाठी पवित्र ठेवण्याच्या समर्पणाने तयार करतात आणि देवाचे गौरव व आदरासाठी आपले जीवन वेगळे करतात. यानंतर, पौल जीवनाच्या मुलभुत नातेसंबंधांविषयी येथे बोलत आहे - पती व पत्नी, आईवडील व मूले, धनी व चाकर. मंडळी जगासमोर आपली साक्ष केवळ आपल्या विश्वासाच्या सिद्धांतांच्या द्वारे नव्हे तर इतरांशी आपल्या दैनंदिन जीवनातील व्यसहारांमधील पवित्रतेच्याद्वारे म्हणजेच वेगळेपणाद्वारे देते.

तीसरी गोष्ट, मंडळीच्या सनातन स्वरूपामूळे जो आणखी एक परिणाम पौल आपल्याला सांगतो तो म्हणजे देवाच्या योजनेच्या आड येणाऱ्या शक्तींसोबत तीचे 'युद्ध' आहे. ख्रिस्ती लोकांनी स्वतःला आत्मिक हत्यारांनी सज्ज केले पाहिजे, सावध असले पाहिजे आणि या आत्मिक शक्तींविरूद्ध उभे राहीले पाहीजे(६:१०-११).

याचा सारांश हाच की, मंडळीच्या वाढीच्या प्रमाणात एकता टिकवण्याचा प्रयत्न केला पाहीजे. आपले संबंध जगासमोर साक्ष देतात म्हणून तिने आपल्या प्रत्येक संबंधाला पवित्र केले पाहीजे. आणि ती सैतानाच्या शक्तींसोबत युद्ध करते म्हणून आपल्या आध्यात्मिक शत्रुंच्या विरूद्ध स्थिर उभे राहायला पाहिजे. हे सर्व मुद्दे मत्तय १६:१८ मध्ये जे लिहीले आहे : *'मी आपली मंडळी रचीन, व तिच्यापुढे अधोलोकाच्या द्वारांचे काहीच चालणार नाही'* याचे स्पष्टीकरण करतात. मंडळी तीन प्रकारे रचना करून देवाला सहकार्य करते. पहीले, तिने स्वतः ऐक्यामध्ये टिकून राहणे. दुसरे, तिने आपल्या संबंधातील शुद्धीकरणाच्याद्वारे जगाला पवित्रतेचा व शुद्धीकरणाचा संदेश देणे; आणि तिसरे, देवाच्या संपूर्ण शस्त्रसामग्रीला परीधान करून तिने देवाच्या शत्रूंसोबत युद्ध करणे.

इफिसकरांस पत्राचे शिक्षण एका छोट्या संदेशरूपी वाक्यात लिहीण्याचा प्रयत्न केल्यास, मी ते अशा प्रकारे लिहीन : 'इफिसकरांस पत्र आपणांस प्रकट करते की, मंडळी ही देवाच्या सनातन योजनेचा भाग आहे, आणि तीच्या आत्मिक शत्रूंवर विजय मिळविण्याच्या वेळेस विश्वासणाऱ्यांच्या जीवनात कार्य करणाऱ्या देवाच्या सामर्थ्याच्याद्वारे तीची वाढ होते.'

या पत्रात आलेली पुढील ऐक्याचे आवाहन आपण विचारांत घेऊया. मी मागे सांगितल्याप्रमाणे पौलाने इफिसकरांस पत्राचे मुख्य प्रकटीकरण व. १:१ मध्येच सारांशात लिहीले आहे, 'त्या पवित्र जनांना जे ख्रिस्त येशुमध्ये आहेत'. याचप्रकारे, या पत्रात व. ४:१ मध्ये पौलाने एक कालातीत बोध केला आहे, ''ज्या बोलावण्याने तुम्हास बोलावले होते त्याला योग्य असे तुम्ही चालावे.''

पहिल्याने, ख्रिस्ती लोकांनी *देवाच्या सार्वकालिक योजनेच्या दृष्टीक्षेपात* चालले पाहीजे. याचा अर्थ हा आहे की, देवाचे जे सार्वकालिक उद्देश आहेत त्यांना आपण स्पष्टपणे लक्षात घेवून आजचे जीवन जगले पाहीजे. या सृष्टीच्या रचनेपूर्वी देवाने आपल्याला यासाठी निवडले की त्याने आपल्याला त्याच्या पुत्राच्या प्रतिमेप्रमाणे करावे (व. १:४, रोम ८:२९). आपणास 'त्याच्यात, म्हणजे ख्रिस्तात, सर्व प्रकारे वाढावे' हे सांगण्यात आले आहे (व. ४:१५). आपणा ज्या पातळीपर्यंत पवित्रेत व प्रीतीत जगत आहोत त्यापातळीपर्यंत आपण देवाच्या सार्वकालिक योजनेला अनुसरत आहोत. सभ्य समजले जावे म्हणून अथवा देव आपल्याला शासन करेल या भीतीने आपण पवित्र राहावे असे पौलाने आपल्याला सांगितले नाही. देवाच्या सार्वकालिक योजनेविषयी विचार करून आपल्याला जगायचे आहे आणि हे आठवणीत ठेवायचे आहे की, सार्वकालिक काळापासुनच आपल्या वैयक्तिक जीवनाचे विचार देवाच्या मनात होते. देवाच्या वचनांचे नियमितपणे वाचन करणे हे आपल्याला याची आठवण देण्याचा एक मार्ग ठरू शकते.

दुसरे, आपण देवाच्या योजनेमध्ये केवळ त्याच्या बळकट सामर्थ्याच्याद्वारेच चालु शकतो. देव आपल्या सामर्थ्याने आपणास त्याच्या योजनेमध्ये चालण्यास समर्थ करू शकतो. ''जो आम्हामध्ये फार अधिक करण्यास समर्थ आहे'' (व. ३:२०-२१). आमच्याकडे योग्यतेस चालण्याचे सामर्थ्य आहे. तरीही, आपण देवाच्या इच्छेमध्ये चालावे यासाठी आपल्यावर देवाच्या आत्म्याला नियंत्रण घेण्याची परवानगी देण्याची आवश्यकता आहे (व. ५:१८). यामध्ये आपण निरंतर त्या नियंत्रणाच्या आधीन होत राहाणे समाविष्ट आहे (रोम. ६:१३).

तिसरे, आपण देवाच्या आत्मिक शत्रूंना विरोध करीत चालले पाहीजे, व देवाच्या बळकट सामर्थ्याला परीधान करून, देवाच्या सनातन योजनेच्या दृष्टीक्षेपातही चालले पाहीजे. आपण 'आत्म्याने भरलेले व्हा' या कार्यहीन सूचनेचा व 'उभे राहा' या कृतिशील आज्ञेच्यामधे आपण संतुलन आणले पाहीजे. आपल्या अवतीभवती असलेले लोक हे आपले शत्रू नव्हेत तर त्यांच्या मागून कार्य करणारे अदृश्य आत्मिक व्यक्तिमत्त्वे हे आपले शत्रू आहेत. मागील काळांमध्ये, अनेक लोक दुरात्मे व अन्य आत्मिक शक्तींच्या अस्तित्त्वाविषयी थट्टा करत असत. आज, त्यांच्या अस्तित्त्वाविषयी आणि त्यांच्या जगावरील शक्तीशाली प्रभावाविषयी एक यथार्थ जागरूकता निर्माण झालेली दिसते. आपण आध्यात्मिक शत्रूंचा सामना आत्मिक

हत्यारांनीच केला पाहीजे : सत्य, नीतिमत्ता, सुवार्ता, देवावरील विश्वास, आपल्या गरजेशी संबंधित असे देवाचे वचन आणि प्रार्थना (व. ६:१४-१८).

शेवटी, आपण या पत्राचा संदेश स्वतःस लागु करून घेवुया.

या जगाला बदलण्याचे मंडळीच्या सामर्थ्याचे प्रमाण हे मंडळीच्या 'त्या जगताच्या' सहभागीतेच्या प्रमाणाशी सरळपणे संबंधित आहे. आजच्या जगामध्ये अनेक लोक मंडळीवर टिका करतात की, ती सहभाग घेत नाही कींवा फारच कमी बाबतीत लोकांच्या दैहिक गरजांच्या बाबतीत जागरूक असते. इफिसकरांस पत्र आपल्याला शिकवते की, लोकांची मदत करण्याचा सर्वात उत्तम मार्ग म्हणजे अदृश्य गोष्टींशी सामना करणे : एकता, प्रीति, पवित्रता, प्रार्थना आणि सुवार्ताप्रसार. आपण विरोध प्रदर्शन, उपोषण अथवा मोर्चे यापेक्षा प्रार्थनेद्वारे मंडळीचे कार्य अधिक चांगल्याप्रकारे करू. या जगाला मदत करण्याच्या मंडळीच्या सामर्थ्याचे प्रमाण हे मंडळीच्या 'त्या जगताच्या' सहभागीतेच्या प्रमाणाशी सरळपणे संबंधित आहे. मंडळीला हे ध्यानात ठेवण्याची गरज आहे की, देवाने जे उद्देश तीच्यासाठी ठेवलेले आहेत ते पूर्ण करण्यासाठी तिने आपले स्वर्गीय पाचारणाला निश्चित आठवणीत ठेवले पाहिजे.

> ''देवाच्या मंडळीने 'दुसऱ्या जगाची' बनणे थांबवले, तर ती देवाला कधीही मदत करू शकणार नाही. जेव्हा ती 'दुसऱ्या जगाची' असते तेव्हाच ती या जगाला मदत करते; आणि तसे करणे ती टाळू शकतच नाही.''[१]

उलटपक्षी, जेवढी मंडळी त्या स्वर्गीय जगताशी संबंधीत असेल तेवढी जास्त ती या जगामध्ये प्रभावी ठरू शकेल. जर देवाची त्याच्या मंडळीसाठी जी खरी योजना आहे ती पाहिली तर आपण लोकांच्या दैहीक समस्यांच्या बाबतीत कधीही निष्काळजी, बेजबाबदार किंवा संवेदनाहीन होणार नाही. काय आपला प्रभु क्लेशांच्याबाबत संवेदनाहीन होता, अन्यायाच्याबाबत निष्काळजी होता, किंवा रंजलेल्या गांजलेल्या लोकांच्यासाठी त्याच्या मनात करूणा नव्हती? नाही असे असणे मुळीच शक्य नाही! तर तो असे मस्तक आहे ज्यामध्ये आपल्याला वाढायचे आहे.[२२]

---

१ जी. कॅम्पबेल मॉर्गन, लिव्हींग मेसेज ऑफ दी बुक्स् ऑफ दी बायबल, २:१:१८३

२ तेथूनच घेतेलेले, २:१:१६७-८४

विवेचन

१. अभिवादन अध्याय १:१-२

आपल्या बहुतेक पत्रांमध्ये पौलाने पायाभूत सत्याने सुरूवात केली आणि शेवटी ते सत्य त्या पत्राच्या वाचकांनी आपल्या जीवनात कसे अमलात आणावे याविषयीच्या शिक्षणाने केला. ही शैली विशेषतः इफिसकरांस पत्रात दिसून येते, कारण पहिले तीन अध्याय सिद्धांत शिकवतात (शिक्षण) आणि शेवटले तीन अध्याय त्यांच्या आचरणाविषयी शिकवतात (लागुकरण). होय, पहिल्या तीन अध्यांयामध्येही काही ठीकाणी आचरणाविषयी लिहीले आहे आणि शेवटल्या तीन अध्यांयांमध्ये सिद्धांतही आहेत परंतु, साधारणतः पौलाची लिखाणाची पद्धत अशीच होती. रोमकरांस पत्रामध्ये, अध्याय १-११ मध्ये मुख्यतः सिद्धांत दिलेले आहेत आणि १२-१६ अध्यायांमध्ये त्यांच्या आचरणाविषयी शिक्षण देण्यात आले आहे.

अभिवादनात पौलाचा परिचय त्याच्या मुळ वाचकांना करून देण्यात आला आहे आणि त्याचा सलामही सांगण्यात आला आहे.

१:१ पौलाने या पत्रामध्ये दोन वेळेस स्वतःला लेखक म्हणून संबोधले आहे (व. ३:१). इफिसकरांस पत्राचा शब्दसंग्रह, शैली, आणि त्यामध्ये मांडलेल्या सिद्धांतामुळे अनेक समीक्षक हे पत्र पौल लिखित आहे याचा नाकार करतात, तरीही पहिल्या मंडळीने कोणत्याही विवादाशिवाय त्याचा स्विकार केला आहे.[१]

> ‘‘दुसऱ्या शतकाच्या मध्यात जेव्हा नवीन कराराच्या संग्रहाला ओळख मिळाली तेव्हा इफिसकरांस पत्र हे पौलाच्याद्वारे लिहीलेले आहे अशीच मान्यता होती. इस. ९५ मध्ये तो जेव्हा करींथ येथील मंडळीला लिहीतो तेव्हा त्यामधे क्लेमेंट ऑफ रोम या भाषाशैलीचा वापर आलेला आहे, म्हणजेच तोच लेखक आहे ही मान्यता पहील्या शतकातही होती हेच सिद्ध होते.’’[२]

नवीन कराराच्या लेखकांनी ‘प्रेषित’ हा शब्द (पाठवलेला) एकतर साधारणपणे किंवा एका विशिष्ट कारणावरून वापरलेला आहे. कधीकधी हा शब्द साधारणतः येशू ख्रिस्ताचा प्रतिनिधी म्हणून पाठवलेल्या व्यक्तीस लागु होतो (प्रेषित. १४:४ व १४, २ रे करींथ ८:२३, फिलिप्पै २:२५). आजच्या युगात आपण अशा व्यक्तीला ‘मिशनरी’ म्हणून संबोधतो. आणि विशेषतः या संदर्भाप्रमाणे हा शब्द १२ प्रेषितांना किंवा पौल, ज्याने पुनरूत्थित ख्रिस्ताला पाहिले होते, त्यालाही संबोधन म्हणून वापरण्यात आला आहे. प्रभु येशू ख्रिस्ताने पौलाला आदेश दिला आणि सुवार्तासंदेश घेवून पाठवले.

---

१ डब्लु. जी. कूम्मेल, इन्ट्रोडक्शन टू दी न्यू टेस्टामेंट, पान क्र. ३५७

२ अे. स्केव्हिंटण वूड, ‘‘ इफिशीयन्स्’’, इन इफिशीसन्स्-फिलेमोन, दी एक्स्पोझिटर्स बायबल कॉमेन्ट्री चा खंड ११ वा, पान क्र. ४

प्रांताची राजधानी होत, आणि आपल्या तिसऱ्या मिशनरी यात्रेच्या दरम्यान पौलाने येथे तीन वर्षे सेवाकार्य केले होते (प्रेषित २०:३१).

पौलाला हे प्रेषितपण आपल्या स्वतः निवडले नव्हते तर, देवाच्या निर्णयाने किंवा इच्छेने दमास्कसच्या वाटेवर असतांना ते त्याला प्राप्त झाले (प्रे. २६: १६-१८).

या पत्राचे मुळ वाचक हे 'पवित्र जन' (ग्री. हागीओइस, पवित्रजन), देवाने आपल्या उपयोगासाठी वेगळे केलेले लोक होते. ते लोक इफिस येथे राहत असत, हे शहर रोमी साम्राज्याच्या आशिया प्रांताची राजधानी होते, आणि आपल्या तिसऱ्या मिशनरी यात्रेच्या वेळेस पौलाने तेथे सेवाकार्य केले होते. 'इफिसातींल' किंवा 'इफिसमधील' हे शब्द पहील्या तीन अलेक्सांद्रिय (इजिप्शीयन) गुंडाळ्यांमध्ये आढळत नाहीत. हे शब्द गाळलेले असल्याने काही विद्वानांनी असा निष्कर्ष काढला आहे की, पौलाने हे पत्र बहुतेक आशिया प्रांतातील, उल्लेख न केलेल्या अशा अनेक स्थानिक मंडळ्यांनी आपसात ते फिरवुन वाचावे या हेतुने पाढवले असावे. या दृष्टीकोनाचे समर्थन करणारे असे निदर्शनास आणतात की, या पत्रामध्ये कोणत्याही व्यक्तीचा नामोल्लेख नसल्याने पौलाने हे पत्र इफिस येथील मंडळीसच नव्हे तर अनेक मंडळ्यांसाठी लिहीले होते. तरीही, हे पत्र इफिस येथील मंडळीलाच मूळ वाचक म्हणून लिहीलेले आहे याची कारणे खालील प्रमाणे आहेत : बहुतेक प्राचीन गुंडाळ्यामध्ये 'इफिसातींल' किंवा 'इफिसमधील' हे शब्द आढळतात. आणखी, कोणत्याही प्राचीन दस्तावेजात इतर कोणत्याही शहराचे नाव आढळत नाही, 'मधील' किंवा 'येथील' अशा अर्थाचे ग्रीक शब्दही आढळत नाहीत. आणखी पौलाने प्रेरित होवून लिहीलेल्या इतर प्रत्येक पत्रात ते कोणाला उद्देशुन लिहीले आहे याचा स्पष्ट उल्लेख आहे.

कदाचित पौलाने इफिसातींल विश्वासणाऱ्यांची वैयक्तीक नावे गाळली असावीत, कारण हे पत्र इतर मंडळ्यांमध्येही वाचले जाणार असल्याने त्यांना सलाम करण्याचा विचार त्याने रद्द केला असावा. आणखी एक कारण असेही असू शकते की, पौल 'इफिसातींल अनेक विश्वासणाऱ्यांना ओळखत होता आणि म्हणून जर तो एका व्यक्तीचे नाव या पत्रात घेईल तर त्याला इतर अनेकांची नावे लिहावी लागली असती.

बऱ्याच प्रमाणात शक्यता आहे की, पौलाला हे पत्र सर्व मंडळ्यांना उद्देशून लिहायचे होते. नवीन करारातील सर्वच लिखाण मंडळ्यांमध्ये फिरवले जात होते आणि हीच गोष्ट लक्षात घेवून पौलाने इफिसकरांस पत्र लिहीले असावे (कलस्सै ४:१६). आणि पौलाच्या सेवाकार्याच्या व रोमी साम्राज्याच्या दृष्टीने इफिस हे शहर महत्त्वाचे असल्याने त्याने अगदी सर्वात प्रथम तेथील मंडळीकडे ते पाठवणे साहजिक आहे.

सर्वच पवित्रजन 'विश्वासु' नसतात (२ तिमथी २:१३), परंतु, इफिसमधील लोक विश्वासयोग्य होते. जेव्हा पौलाने हे पत्र लिहीले तेव्हा ते त्याने शिकविलेल्या सर्व शिक्षणाला घट्ट पडकून होते (प्रेषित २०:२८-३२, प्रकटी २:१-७).

''ख्रिस्तामध्ये'' हा शब्द जे पवित्रजन आहेत त्यांना संबोधतो. या भुतलावर प्रत्येक विश्वासणाऱ्याची एक विशिष्ट जागा आहे. हे विश्वासणारे पवित्रजन इफिस या शहरात होते. तरीही, प्रभु येशूच्या तारणाच्या कार्यामुळे प्रत्येक ख्रिस्ती विश्वासणारा हा देवाच्या कुटुंबाच्या कक्षेतही राहातो, यालाच पौल ' ख्रिस्तामध्ये ' अशा शब्दावलीने दर्शवतो. ही पौलाची आवडती शब्दावली होय. व. १:१ ते

१:१४ मध्ये त्याने तिचा १४ वेळेस व या पत्रामध्ये एकुण २७ वेळेस या शब्दावलीचा उल्लेख केला आहे. नवीन करारामधे ही शब्दावली १३० वेळेस आली आहे. 'ख्रिस्तामध्ये' असणे म्हणजे काय याचे स्पष्टीकरण अध्याय १ ते अध्याय ३ मध्ये देण्यात आले आहे.

> ''अशाप्रकारे, ख्रिस्तामध्ये असणे म्हणजे हेच की, प्रभु येशू ख्रिस्त आपल्या स्वतःच्या जीवनाद्वारे विश्वासणाऱ्याला वेढतो व मिठी मारतो, आणि त्याच वेळेस त्याला बाहेरील सर्व हानीकारक प्रभावांपासून सोडवतो. तो प्रत्येक गरजेची पुर्तता करून विश्वासणाऱ्याचा सर्व संकटांपासून व शत्रूंपासून बचाव करतो. इफिसकरांस पत्रात 'ख्रिस्तामध्ये' असणे याचा अर्थ आपल्या परमोच्चबिंदुवर पाहोंचतो. याविषयीचे इफिसकरांस पत्रातील एक विशेष सत्य म्हणजे, आपल्या नवीन जीवनाच्या कक्षेची स्वर्गीय बाजु आणि तिची दैवी परिपूर्णता होय.[१]

> ''ख्रिस्तामध्ये, ही शब्दावली इफिसकरांस पत्रात एक वेगळाच सूर छेडते, या सुपिक अंकुरातून अरण्यातील एक भलामोठा वटवृक्ष जन्मास येतो.''[२]

१:२ आपल्या इतर सर्व पत्रांप्रमाणे पौल आपल्या वाचकांना देवाची 'कृपा' व त्याची 'शांती' याच्याद्वारे अभिवादन करतो. 'कृपा' (ग्रीक. कॅरीस) हा शब्द देवाच्या दैवी कृतीचा व त्याच्या अपक्षपाती अनुग्रहाचा दर्शक असून तो प्रत्येक पवित्रजनाचा अधिकाराचा वाटा आहे. 'शांती' (ग्री. आइरीन हिब्रु भाषेत शालोम) ही देवाच्या कृपेमुळे आपल्या जीवनात निर्माण झालेली परिस्थिती दर्शविते. आपला देवासोबत शांतीचा संबंध आहे, आणि आपण देवाच्या सर्व आशीर्वादांच्या पूर्णतेचा म्हणजेच शांतीचा अनुभव त्याच्या कृपेमुळे घेऊ शकतो (गणना ६:२५-२६).

> ''जर आपल्याला या संपूर्ण पत्रातून सांगितलेल्या सुवार्तेला मोजक्या शब्दात मांडायचे झाल्यास, 'कृपे द्वारे शांती' या तीन एकेरी शब्दांपेक्षा उत्तम दुसरी कोणतीही शब्दरचना करता येणार नाही.''[३]

२. ख्रिस्तीव्यक्तीचे पाचारण अध्याय १:३ - ३:२१

> '' ...पहीले तीन अध्याय हे *एक दीर्घ प्रार्थना* आहेत, आणि अध्याय ३ च्या शेवटच्या महान ईशवंदनेमध्ये तीने कळस गाढला आहे. पौलाच्या सर्व पत्रामध्ये यासारखे अन्य कुठेही

---

[१] ऑगस्ट व्हॅन रीन, *इफिशीयन्स् : द ग्लोरी ऑफ हीज् ग्रेस,* पान क्र. १७, हे पाहा, अे. जे. एम. वेड्डरबर्न,'' सम ऑब्झर्व्हेशन्स् ऑन पॉल्स् यूज ऑफ दी टर्म्स 'इन क्राईस्ट' ॲण्ड 'विथ क्राइस्ट', जर्नल फॉर दी स्टडी ऑफ दी न्यू टेस्टामेन्ट २५(ऑक्टो १९८५)८३.

[२] इ. के. सिम्पसन, कॉमेन्ट्री ऑन दी इपिस्टल टू दी इफिशीयन्स्, इन कॉमेन्ट्री ऑन दी इपिस्टल टू दी इफिशीयन्स् अँड दी कलोशीयन्स.

[३] स्टॉट, पान क्र. २८

दिसून येत नाही. ही प्रार्थनेची एक भावोत्कट भाषा आहे, ही भाषा युक्तिवादाची आणि विवादाची अथवा कानउघडणीचीही नाही.''[१]

२.१ वैयक्तीक पाचारण *अध्याय १:३ - २:१०*

आपल्या पुत्रमध्ये विश्वासणाऱ्यांसाठी ज्या आध्यात्मिक आशिर्वादांची योजना देवाने आखली आहे त्यांच्याविषयीचे प्रकाशन देवून पौलाने या पत्राच्या गाभ्याची सुरूवात केली आहे. 'देवाने ख्रिस्तामध्ये आपणाला दिलेल्या नवीन जीवनाचे वर्णन करणारा इफिसकरांस पत्राच्या सुरूवातीचा हा भाग (व. १:३ - २:१०) नैसर्गिकरित्या दोन भागात विभागला गेला आहे, त्यापैकी पहील्या भागात स्तुति तर दुसऱ्या भागात प्रार्थना आहे. 'स्तुति'च्या भागात पौल देवाचे गौरव करतो की, त्याने आपल्याला ख्रिस्तामध्ये प्रत्येक आत्मिक आशीर्वादाने आशीर्वादीत केले आहे (१:३-१४), त्याचप्रकारे 'प्रार्थने'च्या भागात तो देवाला अशी प्रार्थना करतो की या आशीर्वादाची पूर्णता आपल्या लक्षात यावी म्हणून आपले आत्मिक डोळे उघडले जावे(१:१५-२:१०).''[२]

१. उद्देश : गौरव *१: ३-१४*

ग्रीक भाषेमध्ये व. ३ ते व. १४ पर्यंतचा संपूर्ण शास्त्रभाग हा एकाच वाक्यात आहे. पौल देवाच्या पुरवठ्याविषयी मनन करीत असतांना पवित्र आत्म्याने त्याच्या विचारांना अशी चालना दिली आणि तो एका आशिर्वादानंतर दुसऱ्या आशिर्वादाचे एकापाठोपाठ एक असे लागोपाठ वर्णन करीत गेला. एखाद्या खजिन्याच्या पेटीला तो अत्यानंदाने उघडत असल्यासारखे हे होते, त्यातील मोलवान रत्नांना तो आपल्या हातांनी उचलून घेत होता, काहींना आपल्या हातांच्या बोटांतून घसरू देत होता आणि जशी त्याची दृष्टी त्यांच्यावर पडत होती तेव्हा तो काहीकाळ आश्चर्याने थबकुन जात असल्यासारखे हे आहे.

> ''प्रत्येक भाग देवाच्या स्तुतिच्या नोंदीने संपतो (व. ७,११,१४), आणि त्याने दरवेळेस त्रैक्याच्या वेगवेगळ्या व्यक्तीमत्त्वाकडे लक्ष केंद्रित केले आहे. सर्व पवित्रजनांच्या आत्मिक आशीर्वादांच्या सारांशाने सुरूवात केल्यानंतर (व. ३), पहील्या भागात (व. ४-६) पित्याने आपल्याला प्रारंभापूर्वीच निवडल्याबद्दल त्याची स्तुति केली आहे, दुसऱ्या भागात (व. ७-११) ऐतिहासीक भुतकाळात म्हणजेच क्रुसावर आपली खंडणी भरून सोडवणूक केल्याबद्दल पुत्राची स्तुति केली आहे, तर तिसऱ्या भागात, ज्या पवित्र आत्म्याने आपल्या वैयक्तीक भुतकाळत आपल्या परीवर्तनाच्या वेळेस आपल्यावर शिक्का मारला आहे त्याची स्तुति केली आहे.''[३]

[१] विलियम बार्क्ले, दी लेटर्स टू दी गलेशीयन्स अँड इफिशीयन्स, पान क्र. ७६

[२] स्टॉट, पान ३१

[३] दी एनइटी बायबल नोट १:३

''साधारणतः अभिवादनानंतर पौल आपल्या पत्राच्या वाचकांचे प्रस्तावनेपर आभारप्रदर्शन करतो. या पत्रामध्ये तो क्रम बदलतो आणि व. १५-२३ मध्ये आभार मानन्याच्या अगोदर, तो व. ३-१४ मध्ये देवाने विश्वासणाऱ्यासाठी जे केले आहे त्याबद्दल एक विजयगीत गात आहे.''[१]

''...इफिसकरांस पत्र १:३-१४ ही वचने नवीन करारांतील सर्वांत लांब स्तोत्र आहे आणि त्यांच्या रचनेमधे ते एक स्तुतिचे स्तोत्र आहे.''[२]

ख्रिस्तामधे विश्वासणाऱ्याचे स्थान १:३

'' हे वचन देवाच्या गुणगाणाची केवळ प्रस्तावनाच नव्हे तर त्यातील सर्वात महत्त्वाचे वाक्य आहे. खरे तर हे वाक्य संपूर्ण स्तुतिगायनाचा सारांश आहे.''[३]

देव धन्यवादित आहे कारण त्याने विश्वासणाऱ्यांना आशिर्वादीत केले आहे. परंतु, ख्रिस्ती व्यक्तीने देव जो पिता, त्याने हे आशिर्वाद दिल्यामुळे त्याची स्तुति किंवा प्रशंसा (ग्री. युलॉगेटॉस, च्याविषयी चांगले बोलणे) केली पाहीजे. पौल देवाविषयी दोन्हीप्रकारे विचार करत होता, विश्वासणाऱ्यांचा पिता ('आपला बाप' व. २), आणि त्याच्या पुत्राचा पिता (प्रभु येशू ख्रिस्ताचा पिता, व. ३). प्रेषिताने पुढे लक्षात आणून दिलेल्या सर्वच भागांमध्ये देवाने ***आधीपासूनच*** प्रत्येक विश्वासणाऱ्याला आशीर्वादीत केलेले आहे. हे आशीर्वाद त्याने सृष्टीच्या निर्मितीपूर्वीच त्याने दिलेले आहे, खालील वचनांनमध्ये ते आपल्याला दिसून येते. दैहिक आशीर्वादांच्या उलट 'आत्मिक' आशीर्वाद त्या हितकारक गोष्टी आहेत ज्या आपल्या आत्मिक जीवनाशी संबंधीत असतात. इस्राएलमध्ये, देवाचे वचनदत्त आशीर्वाद दैहीक होते, परंतु मंडळीमध्ये, ते मुख्यतः आत्मिक आहेत. देवाने आपल्याला अगोदरच या सर्व गोष्टी दिलेल्या असल्यामुळे, आपल्याला त्या मागण्याची गरज नाही, तर विश्वासाने त्यांना आपणासाठी उपयोगात आणावे व त्यांच्याबद्दल देवाचे आभार मानावे.

'' देवाच्या कुटुंबात तुमचा नव्याने जन्म झाल्यामुळे तुम्ही श्रीमंत असे जन्माला आला आहात.''[४]

''आकाशातील'' किंवा ''स्वर्गातील'' याचा संदर्भ त्या जागेविषयी आहे जेथून हे आशीर्वाद आलेले आहेत. स्वर्गीय स्थान ती जागा आहे जेथे पौलाच्या म्हणण्यानुसार एक विश्वासणारा आपल्या आत्मिक जीवनात सध्या त्या ठिकाणी आहे. शारीरिक दृष्टीने तर आपण या भुतलावर आहोत, आत्मिकरित्या आपण आताच ख्रिस्त येशूसोबत स्वर्गीय ठिकांणांमधे आहोत (व. २०, २:६,३:१०,६:१२) देवाने

---

[१] होएन्हर, पान क्र. १५३

[२] डैरेल, एल. बॉक, 'अ थिऑलॉजी ऑफ पॉल्स् प्रीझन इपिसल्स्,' इन अ बीब्लीकल थिऑलॉजी ऑफ न्यू टेस्टामेंट पान क्र. ३०९;

[३] होएन्हर, पान क्र. १६२

[४] वॉरेन डब्लु. विर्सबी, दी बालबल एक्पोझिशन कॉमेन्ट्री, २:९

गहन रहस्य

आपल्याला ख्रिस्तामध्ये एक केले आहे आणि त्या अर्थाने आज तो जेथे आहे तेथेच आपणही आहोत. जेव्हा आपला मृत्यु होईल तेव्हा आपला आतला मनुष्य ख्रिस्ताच्या उपस्थितीत जाईल (२ करींथ ५: ६-८). जेव्हा देव आपल्या शरीरांना पुनरूत्थित करेल, तेव्हा आपली मर्त्य शरीरे उठतील व त्याच्या उपस्थितीत आपल्या आतल्या मनुष्यत्त्वाशी जाऊन मिळतील. आपले जीवन आताच प्रभूसोबत आहे - आत्मिक रीतीने - आणि आपण स्वर्गीय ठिकाणांमध्ये आहोत. आपल्या सध्याच्या ख्रिस्तासोबतच्या ऐक्यामुळे आपण त्याठिकाणांमध्ये आहोत. आपण 'ख्रिस्तामध्ये' आहोत. 'ख्रिस्तामध्ये' आणि त्या अर्थाच्या शब्दरचना इफिसकरांस पत्रामध्ये ३६ वेळेस आल्या आहेत.[१]

तारण करणाऱ्या विश्वासाच्या द्वारे ख्रिस्तासोबत एक झाल्याने आपण 'स्वर्गीय' स्थानात आहोत. *क्युरॅनोस* (स्वर्गीय किंवा स्वर्ग) हा शब्द व. १:१०, व. ३:१५, व. ४:१० आणि व. ६:९ येथे तर *इपॉऑनिओस* (स्वर्गीय स्थान) हा शब्द व. १:३ व व. २०, व. २:६, व. ३:१०, आणि व. ६:१२ येथे आढळतो.

> ''*एन तोइस इपॉऑनिओस* (स्वर्गामध्ये किंवा स्वर्गीयस्थानांमध्ये) हे आजच्या युद्धाचे स्थान आहे ज्यामध्ये विश्वासणारे ख्रिस्तामध्ये असणाऱ्या आपल्या उपस्थितीमुळे सामील होतात. परंतु, होइ *इपॉऑनिओई* (स्वर्ग) ही ती जागा आहे जेथे ख्रिस्त उंचावलेला आहे व जेथे तो आता आहे व जेथून तो आपला सार्वभौम अधिकार या वर्तमान जगतावर गाजवतो.''[२]

> ''इफिसकरांस पत्रातील मुख्य विचार म्हणजे येशू ख्रिस्तामध्ये सर्व गोष्टींचे एकत्रीकरण''[३]

> ''*इफिस १:३* आपल्याला विश्वासणाऱ्यांवरील देवाच्या आशीर्वादांविषयी सांगतेः (अ) कधी : अनादीकालापासुन पुर्वीच (ब) कशाने : प्रत्येक आत्मिक आशीर्वादाने (भौतिक नव्हे) (क) कोठे : स्वर्गीय स्थानांमध्ये (ड) कसे : ख्रिस्तामध्ये.''[४] इफिस या शहराला आशिया प्रांताची बँक समजले जात असे, त्या काळाच्या जगातील सात आश्चर्यांपैकी एक, डायना देवीचे मंदिरहि इफिस येथेच होते, अशाप्रकारे हे शहर केवळ मुर्तिपुजेचे केंद्रस्थानच नव्हे तर एक आर्थिक उलाढालीची प्रमुख बाजारपेठ असे होते.

> ''पौलाचे हे इफिसकरांस पत्र डायना देवी प्रमाणेच काळजीपूर्वक रचलेले आहे, परंतु यामध्ये अधिक सौंदर्य व सम्पत्ती आहे.''[५]

---

[१] तक्त्यासाठी पाहा, होएन्हर, पान क्र. १७३-७४

[२] डब्लू. हॉल हॅरीस, दी हेवनलीज् रीकन्सीडर्ड : ऑरॅनोस अँड इपौरॅनोस इन इफिशीयन्स्'' बिब्लीओथेका सॅक्रा १४८:५८९(जाने-मार्च ९१):८९

[३] बार्क्ले, पान क्र. ७७

[४] हॅरॉल्ड डब्लु. होएन्हर, भइफिशीयन्स्' इन दी बायबल नॉलेज् कॉमेन्ट्री न्यु टेस्टामेंट, पान ६१६

[५] विर्सबी, २:१०

बापाची निवड अध्याय १:४-६

आपल्याकडे आलेले आत्मिक आशीर्वाद हे त्रैक्याच्या तीन्ही सदस्यांच्या कृतीचा परीणाम आहे. देव स्वतः या आशीर्वादांचा पाया आहे.

१:४ पहिला आशीर्वाद म्हणजे निवड होय. देवाने आपल्या सार्वभौमत्त्वाने काही लोकांचे तारण होण्यासाठी त्यांना पूर्वनियोजनाने 'निवडले' आहे (व. ११, रोम ८:३०, १ले थेस्सल. १:४, २रे थेस्सल. २:१३, तीत १:१) तारण हे पुर्णपणे देवाचे कार्य आहे, मनुष्याचे नव्हे (इफिस २:८-९). कॅल्व्हीनमतवादी सिद्धांताचे अतिशय मुलभुत मत म्हणजे दैवी निवड होय. जो याचा नाकार करतो तो कॅल्व्हीनमतवादी समजला जात नाही. निवडलेले जेव्हा येशू ख्रिस्तावर विश्वास ठेवतात तेव्हा त्यांना तारण प्राप्त होते (व. १३, २ थेस्सल. २:१३).

> ''आता दैवी निवडीचा सिद्धांत प्रत्येकालाच अवघड वाटतो. 'मी देवाची निवड केली नाही का?' असे अनेक लोक चिडून विचारतात; या प्रश्नाला आपण उत्तर द्यायलाच हवे, 'होय, नक्कीच तुम्ही निवडले, आणि तेही स्व-इच्छेने, आणि हे देवाने पहिल्याने तुम्हाला पूर्वीपासूनच निवडले असल्याने हे शक्य झाले.' 'मी ख्रिस्ताला अनुसरण्याचे ठरवले नाही काय?' आणखी कोणतरी विचारतो; यालाही आपण हेच उत्तर दिले पाहीजे, 'होय, हो नक्कीच तुम्हीच ठरवले, परंतु देवाने सर्वकालापासून तुम्हाला निवडण्याचे ठरवले होते म्हणूनच.''[१]

> ''या (निवडणुकी) मध्ये एक विरोधाभासपूर्ण विचार आहे, नवीन करार तो उलगडण्याचा प्रयत्न करत नाही आणि विचाराचे आपल्या सीमित बुद्धीला आकलण होवू शकत नाही. पौल देवाचे सार्वभौमत्त्व व मानवाची स्वतंत्र इच्छाशक्ती या दोहोवरही भर देतो.[२]

देवाने आपली निवड 'त्याच्यामध्ये' (ख्रिस्तामध्ये) केली, याचा अर्थ असा की, तो आमचा प्रतिनिधी आहे. जेव्हा आम्ही ख्रिस्तावर तारणारा म्हणून विश्वास ठेवला तेव्हा आम्ही मानवजातीतील खंडणीभरून सोडवलेल्या अशा एका वंशाचे सदस्य झालो ज्याचा अध्यक्ष ख्रिस्त आहे (व. १०,२२; रोम ५:१२-२१; कलस्सै १:१८). देवाने हे ठरवले आहे की, सर्व निवडलेले ख्रिस्ताच्या अधिकाराखाली असावेत. काही भाषांतरकारांनी असा निष्कर्ष काढला की, देवाने येशूची निवड केली, आणि आता त्याच्यावर विश्वास ठेवणारे प्रत्येकजण त्याच्याप्रमाणेच निवडलेले ठरतात (देवाने 'वैयक्तिकरित्या' निवडलेले नव्हे).[३] तरीहि, हे वचन आपल्याला सांगते की, देवाने ''आम्हाला'' ख्रिस्त येशूमध्ये राहण्यासाठी निवडले आहे.

---

[१] स्टॉट, पान क्र. ३७

[२] फ्रांसीस फॉल्कीस, *दी एपिस्टल ऑफ पॉल टू दी इफिशीयन्स,* पान क्र. ४६

[३] ई. जी. ग्रेगोरी ए. बॉईड, *गॉड ऑफ दी पॉसीबल*, पान क्र. ४६-४७

''ख्रिस्त हा देवाचा निवडलेला आहे (यशया ४२:१; ६६; मत्तय १२:१८) आणि त्याच्या निवडी शिवाय अविश्वासणाऱ्याची निवडीची पुर्तताही होणे अशक्य आहे हे जरी सत्य असेल तरीही त्याची निवड ही वेगळ्या स्वरूपाची होती. ख्रिस्त हा तारणारा होता तर विश्वासणारे हे खंडणीद्वारे मुक्त होण्यासाठी निवडलेले आहेत. अशातऱ्हेने, ख्रिस्ताची निवड ही ख्रिस्ती लोकांच्या निवडीशी समान्तर नाही, आणि म्हणून त्यांच्या निवडीला ख्रिस्ताच्या निवडीमध्ये सामील केले जाऊ शकत नाही.''[१]

आपली मने आपल्या पापांवर ठेवून अतिशय घाईघाईने त्या रूंद मार्गावरून जाणाऱ्यांचा अफाट समूह आहे आणि त्यापैकी एक त्या अरूंद दाराकडे लक्ष जाऊन, जो अरूंद मार्ग जीवनाकडे जातो त्याच्या प्रवेशद्वाराजवळ आरोळी करतो. अगदी स्पष्टपणे लिहीले आहे की, 'जो कोणी इच्छितो, त्याने यावे'. प्रत्येक व्यक्तीला आमंत्रित करण्यात आले आहे आणि कोणीही घुटमळण्याची गरज नाही. काही असेही म्हणु शकतात, ' ठीक आहे, मी कदाचित निवडलेल्यांपैकी नाही, म्हणून येण्याचा प्रयत्न करणे हे कदाचित निरूपयोगी ठरेल कारण माझ्यासाठी दार उघडलेच जाणार नाही.' परंतु देवाचे आमंत्रण तर निश्चितच प्रामाणिक आहे; आणि ते प्रत्येकासाठी आहे, ' ज्या कोणाची इच्छा आहे त्याने जीवनाचे पाणी प्यावे.'(प्रकटी. २२:१७) जर लोकांनी येण्यास नाकार दिला, जर त्यांनी आपले देवहीन, त्या खोल गड्डयात जाणारे मार्ग धरून ठेवले तर सार्वकालिक न्यायाच्या दिवशी ते स्वतः नाही तर इतर कोणाला त्यांच्यासाठी जबाबदार धरावे. संदेश देणाऱ्याने सर्वांना संदेश दिला आहे, सर्वांना आमंत्रण देण्यात आले आहे, त्या दारातून सर्वांनाच प्रवेश मिळू शकतो, परंतु अनेकांनी येण्यास नाकार दिला आणि त्यांच्या पापात त्यांचा नाश झाला. असे लोक आपल्या सार्वकालिक विनाशासाठी कधीच देवाला दोषी ठरवू शकणार नाही. दार उघडे होते, आमंत्रण देण्यात आलेले होते, त्यांनी ते नाकारले, आणि तो दुःखाने त्यांना असे म्हणतो, 'तुम्हाला जीवन असावे म्हणून तुम्ही माझ्याकडे वळला नाहीत' परंतु हे पाहा, जसे हे आमंत्रण पुकारले आहे.' ' माझ्या पापातून मी कसा मुक्त होवू शकतो हे जाणुन घेण्याची माझी इच्छा आहे, देवाच्या सान्निध्यासाठी कसे सिद्ध होता येईल.' आणि असा तो एक जवळ येवून ऐकतो, आणि देवाचा आत्मा त्याच्या हृदयावर व सदसद्वीवेकावर तो संदेश बिंबवितो व तो म्हणतो, 'मी आत जाईन; मी आमंत्रणाचा स्विकार करीन; मी त्या दारातून आत जाईन,' आणि तो धडपडतत्यातून आत जातो व ते दार त्याच्यामागे बंद होते. जेव्हा तो ते बंद झालेले दार पाहण्यासाठी मागे वळतो, त्या दाराच्या आतल्या भागावर हे शब्द लिहीलेले त्याला आढळतात, ' सृष्टीच्या निर्मीतीपूर्वी ख्रिस्तामध्ये निवडलेला.' तो म्हणतो, देवाने आपले हृदय या जगाच्या अस्तित्त्वात येण्यापूर्वी माझ्यावर केंद्रित केले होते काय? 'होय,' जोपर्यंत तो आत गेला नाही तोपर्यंत ते त्याला समजले नाही. तुमची इच्छा असेल तर तुम्ही त्या दारासमोरून त्याच्याकडे दुर्लक्ष करून जाऊ शकता, तुम्ही आपल्या पायांखाली देवाचे प्रेम तुडवू शकता, जर तुम्ही ठाम ठरवले असेल तर

[१] एल. जे. क्रॉफर्ड, भइफिशीयन्स् १:३-४ अँड दी नेजर ऑफ इलेक्शन,' दी मास्टर्स सेमिनरी जर्नल ११:१(स्प्रींग '००):८५

> त्याच्या कृपेलाही तुम्ही धिक्कारू शकता, पण तुम्ही त्या खोल खड्ड्यात पडाल आणि तुम्ही स्वतःच्या नाशासाठी स्वतःच जबाबदार ठराल.''[१]

> ''निवडीचा सिद्धांत पवित्र शास्त्रामध्ये एखादी भितीदायक गोष्ट म्हणून मांडलेला नाही तर नेहमीच विश्‍वासणाऱ्यांच्या आनंदासाठी तो मांडण्यात आला आहे.''[२]

आपल्या वैयक्तीक निवडीची वेळ ही देवाने सृष्टीची निर्मीती करण्यापूर्वीची वेळ होय (''जगाच्या स्थापनेपूर्वी''). ज्या उद्देशाने देवाने आपल्याला निवडले तो दोन पदरी आहेत. पहीला, आपण 'पवित्र' असावे (ग्री. हागीयस; हागीयोइस, 'पवित्र जन' व. १), ज्याच्या अर्थ वेगळे आणि देवाच्या उपयोगासाठी ठेवलेले असा होतो.[३] दुसरा, आपण 'निर्दोष' असावे (ग्री. ॲमोमाउस), म्हणजे कोणताही डाग नसलेला (व. ५:२७; फिलिप्पै २:१५; कलस्सै १:२२; इब्री ९:१४; १ पेत्र १:१९; २ पेत्र ३:१४; प्रकटी. १४:५). हा शब्द इतरत्र वधावयास नेमलेला वल्हांडणाचा कोकरा आणि प्रभु येशू संदर्भात आला आहे (इब्री ९:४; १ पेत्र १:१९).

'प्रीतीत' हा शब्द 'त्याने आमची निवड केली' (व. ४) किंवा 'आम्हाला पुर्वी नेमले' (व. ५) यांच्या अर्थाला विस्तृत केल्यापेक्षा बहुतेक आम्ही 'त्याच्यासमोर पवित्र व निर्दोष असावे' यालाच अधिक विषद करतो. सहसा, अर्थ विस्तृत करणाऱ्या सर्व शब्दावली अशा संदर्भांमधे कृतीशील शब्दांच्या नंतर येतात (व. ३, ६, ८-१०). आणखी, 'प्रीतीत' ही शब्दावली इफिसकरांस पत्रात इतर ठिकाणी दैवी पेक्षा मानवी पैलु मांडते (व. ३:१७; ४:२; १५-१६; ५:२). तसेच, प्रीतीला पवित्रतेशी व निर्दोष असण्याशी जोडणे हे अधिक योग्य आहे कारण त्याने एक समतोल साधता येतो. आपण देवावर प्रीती करावी व शुद्धही राहावे हे आपले कर्तव्य आहे.

> '' तर मुद्दा हा आहे की, जीवनाची पवित्रता ही केवळ प्रीतीद्वारे व प्रीतीतच पुर्ण केली जावु शकते ''(१ थेस्सल. ३:१२).''[३]

> ''...प्रभुच्या सर्वश्रेष्ठ निवड करण्यामधे जेवढी मोकळीक असेल, त्या निवडलेल्या व्यक्तीवर दैवी जीवन जगण्याचे तेवढेच मोठे कर्ज असेल.''[४]

१:५ पुर्वनेमणुक ही देवाने आपली निवड करण्याचे साधन आहे (रोम. ८:३०). देवाने आगाऊच आधीच्या काळीच आपल्यावर खूण करून निश्‍चित करून ठेवले (हा *पुरीसास* या शब्दाचा अर्थ आहे, याचे भाषांतर पुर्वनेमणूक असे करता येईल.) पुर्वनेमणूक ही त्या प्रक्रीयेच्या 'कोण' यापेक्षा 'कसे' या भागाकडे लक्ष देते. निवड ही लोकांवर भर देते तर पुर्वनेमणूक ही साधनावर भर देते (वचन ११, प्रेषित. ४:२५-२८; रोम. ८:२९-३०). देवाने निवडलेल्यांच्या भवितव्याच्या असा पुर्वनिर्धार केला की, आपण

---

[१] एच. ए. आरनसाइड, *इन दी हेव्हन्लीज्,* पान क्र. २७-२९.

[२] अल्फ्रेड मार्टीन, दी इपिस्टल टू दी इफिशीयन्स्' इन दी विक्लीफ बायबल कॉमेन्ट्री, पान क्र. १३०३

[३] पाहा बार्क्ले, पान क्र. ८९

[४] फॉल्कीज्, पान क्र. ४७

त्याचे पुर्ण विकसित असे 'पुत्र' असावे (रोम. ८:१५,२३; गलती ४:४-७).[१] "येशू ख्रिस्त" हा एक मध्यस्त आहे, ज्याने आपल्या मृत्युने हे "दत्तक-विधान" म्हणजे इतरांना स्वतःचे पुत्र असल्याचा अधिकार देणे हे शक्य केले. रोमी साम्राज्याच्या संस्कृती अनुसार, दत्तक घेतलेल्या मुलांना घरी जन्मलेल्या मुलांएवढेच अधिकार व विशेष सवलती मिळत असत. अशाचप्रकारे, आपले दत्तक घेतले जाणे हे देवाच्या सोबत कमी घनिष्ठतेचे संबंध दर्शविणारे नाही. देवाने आपणास 'दत्तक घेण्याचा पुर्वनेमणूक केली' कारण आपल्याला अशाप्रकारे आशिर्वाद देणे हे त्याला संतोषकारक वाटले.

> "तुम्ही दत्तक घेतल्याने देवाच्या कुटुंबात प्रवेश करत नाही. तुम्ही त्याच्या कुटुंबात नवा जन्म पावल्याने, पुनःउत्पत्तीच्याद्वारे प्रवेश करता (योहान ३:१-१८; १ पेत्र १:२२-२५). दत्तक-विधान ही देवाची अशी कृती आहे ज्याद्वारे त्याच्या कुटुंबात 'नुतन जन्मलेल्यां'ना तो आपल्या कुटुंबात प्रौढपणासारखा अधिकार देतो. तो असे का करतो? अशासाठी की, आपण त्वरीत आपला वारसा स्वाधीन करून घ्यावा व आध्यात्मिक धनसम्पत्तीचा आनंद घ्यावा!"[२]

काही कॅल्व्हीनमतवादी भाषांतरकारांनी असा निष्कर्ष काढला आहे की, देवाने तारण होण्यासाठी त्यांचे शेवटले भवितव्य पुर्वनिर्धारीत केले, आणि त्यामूळे हे देखील तर्कसंगत आहे की, निवड न झालेल्यांचा नाश होणे हे सुद्धा पुर्वनिर्धारीत होय.[३] त्यापैकी काही असेही म्हणतात की, लोकांच्या तारणाबद्दल आपण विनाकारण स्वतःला काळजीत पाडु नये कारण देवाने हेच पुर्वनिर्धारीत केले आहे. हा दृष्टीकोन, ज्याला 'दुहेरी पुर्वनिवड' असे म्हणतात, देवाच्या वचनाच्या स्पष्ट शिक्षणाच्या पलीकडे जातो. पवित्र शास्त्र कोठेही आपल्याला हे सांगत नाही की, देवाने न निवडलेल्यांचे भवितव्यही पुर्वनिर्धारीत केले आहे. याच्या उलट, वचनाचा जोर हा मानवी दृष्टीकोनातुन सांगायचे झाले तर शक्यतेवर जास्त आहे, जो कोणी येशू ख्रिस्तावर भरवसां ठेवतो आणि तो तारण प्राप्त करू शकतो (योहान ३:१६).[४]

> "आपण पुर्वनेमणुक ही अशी एक वाईट प्रक्रिया नाही ज्याद्वारे देव बऱ्याच लोकांना सार्वकालिक नाशासाठी नेमत आहे. याउलट, ज्याद्वारे बहुसंख्य लोकांचह तारणासाठी सोडवणूक होईल या प्रीतीपूर्ण उद्देशासाठी बाहेरून कार्य करण्यासारखे ते आहे."[५]

१:६ पुर्वनेमणूक व निवड याचा अंतिम उद्देश हाच आहे की, विश्वासणाऱ्यांना, आपली लायकी नसतांनाही देवाने मानवजातीवर केलेल्या अद्भुत कृपे विषयी स्तवन करण्यामध्ये सहभागी होता यावे (व.

---

[१] सिम्पसन, पान क्र. १६

[२] विर्सबी, २:११

[३] पाहा जॉन, *इन्स्टिट्यूटस् ऑफ दी ख्रिश्चन रिलीजन, ३:२१:५-७; ३:२३:१;* इत्यादी, त्याच्या दृष्टीकोनांच्या विरोधी मतांचे त्याने खंडन केले ते ३:२२-२५ मधे लिहीले आहे.

[४] पवित्र शास्त्र वचनांचे दैवी सार्वभौमत्व आणि मानवी स्वातंत्र्य यांच्यातील सुसंगतीविषयीची समस्या दोन कॅल्व्हीनमतवादी (जॉन फेनबर्ग आणि नॉर्मन गाइझलर) आणि दोन अर्मीनीयन (ब्रुस राइकेनबाक आणि क्लार्क पिनॉक) यांचे चार दृष्टीकोन, पाहा डेव्हिड अँड रँडॉल बेसिंगर, संपादित *प्रीडेस्टीनेशन अँड फ्री वील*

[५] लिऑन मॉरीस, एक्पोझिटोरी रीफ्लेक्शन्स् ऑन दी लेटर टू दी इफिशीयन्स्, पान क्र. १७-१८

१२,१४). ही कृपा 'विपुलपणे ओतण्यात' आली किंवा 'देण्यात' आली यासाठी की, निवड झालेल्यांमधे ती मिळण्यासाठी कोणतीही उत्तम लायकी नव्हती हे त्यांना दिसावे. याठिकाणी वर्णन केल्याप्रमाणे बापाचा 'प्रिय' (कलस्सै १:१३) असलेल्या येशू ख्रिस्ताद्वारे आपल्यापर्यंत ती आली आहे. देव आपल्या पुत्रावर प्रीती करतो म्हणुन जे विश्वासणारे ख्रिस्त येशूमध्ये आहेत त्यांनीही आनंद केला पाहिजे की, आता ते देखील, देवाच्या प्रीतीस पात्र आहेत ("जी आपणाला मुक्तपणे प्रदान करण्यात आली आहे").

पुत्राचे बलिदान १:७-१२

१:७ येथे 'त्याच्या' म्हणजे प्रिय पुत्र हा होय (व. ६). ख्रिस्ताने आपल्यासाठी जे केले आहे केवळ त्यामुळेच देव आपल्यावर त्याची कृपा करू शकतो.

सुटका या शब्दासाठी नव्या करारांतील शब्द

ग्रीक शब्द	अर्थ	संदर्भ
अगोरॅझो (क्रियापद)	विकत घेणे, बाजारात खरेदी करणे (गुलामाच्या बाजारात)	१ करींथ ६:२०; ७:२३; २ पेत्र २:१; प्रकटी ५:९; १४:३-४
एक्झॅगोरॅझो (क्रियापद)	विकत घेवुन बाहेर आणणे, बाजारातुन विकत घेवुन बाहेर नेणे	गलती ३:१३; ४:५; इफिस ५:१६; कलस्सै ४:५
लायट्रॉन (नाम)	खंडणी, मुक्त करण्याची किंमत	मत्तय २०:२८;मार्क १०:४५
लायट्रूमाय (क्रियापद)	खंडणी देणे, खंडणीची रक्कम देवून मुक्त करणे	लुक २४:२१; तीत २:१४; १ पेत्र १:१८
लायट्रोसिस (नाम)	खंडणी देवुन मुक्त करण्याची कृती	लुक २१:२८; २:३८; इब्री ९:१२
ॲपोलायट्रोसिस (नाम)	परत विकत घेणे, खंडणी देवुन मुक्त करणे	लुक २१:२८; रोम ३:२३; ८:२३; १ करींथ १:३०; कलस्सै १:१४ इफि १:७,१४; ४:३०; इब्री ९:१५; ११:३५

'सुटका' (ग्री. ॲपोलीट्रॉसीन) म्हणजे गुलामगिरीतुन मुक्त करणे (व. १४; ४:३०; लुक २१:२८; रोम ३:२४;८:२३; १ करींथ १:३०; कलस्सै १:१४; इब्री ९:१५). हे करण्यासाठी त्या गुलामाला पुन्हा विकत घेणे किंवा खंडणी भरून मोकळे करणे या दोन पद्धतींचा उपयोग होत असे. येशू ख्रिस्ताने आपल्याला पापाच्या गुलामीतुन मोकळे केले आहे(इब्री ९:१५), म्हणजेच त्याच्या गुलामगीरीतुन स्वतंत्र केले आहे (रोम ६). हे घडण्यासाठी रक्त, जे जीवनाचे प्रतिक आहे, त्याच्या शरीरातुन वाहावावे लागले (रोम ३:२४-२५; इब्री ९:१७).

पापांच्या गुलामगिरीतुन सुटका झाल्यानंतर त्वरीत होणारा परिणाम म्हणजे देवाने आमच्या [१]पापांची क्षमा करणे होय. (ग्री. पॅराप्तोमा, चुकीची पावले, अपराध).

> ''अशाप्रकारे, सुटकाप्राप्त झालेल्यांच्या कुटूंबात विश्वासणारा व्यक्ती स्विकारला जातो; तरीही, वेळोवेळी, त्या कुटूंबाच्या नातेसंबंधांमधे, इतरांनीही त्याला क्षमा करण्याची गरज पडणार आहे - कुटूंबात नव्हे तर बापाच्या आणि पुत्राच्या सहभागितेमधे स्थापित करण्यासाठी व पुर्नस्थापीत करण्याच्या उद्देशाने ते करावे लागणार आहे.(१ योहान १:९).''[२]

येशू ख्रिस्ताच्या मृत्युद्वारे आमच्या सुटकेची कामगिरी पुर्ण झाली. देव आमच्यासाठी ह्याही पातळीपर्यंत जायला तयार आहे. देवाची कृपा एवढी विपुल होती. येशू ख्रिस्तरूपी दान दिल्याने देवाच्या कृपेचा क्षय झाला नाही याउलट हे दान देवाच्या आम्हावरील अनुग्रह करण्याच्या आवाक्याचे एक प्रमाण आहे (व. ५).

१:८ देवाने आम्हाला विपुल कृपा दिली आहे (सढळपणे दिली आहे), केवळ गरज भागण्याएवढीच दिली नाही. हे उदाहरण आपल्याला ख्रिस्ताच्या मृत्युमुळे झालेल्या इतर अनेक लाभाच्या गोष्टींकडे इशारा करते ज्यांची यादी पौलाने इथे दिलेली नाही. आम्ही ख्रिस्त येशुवर आपला तारणारा म्हणुन विश्वास ठेवल्यामुळे दैवी कृपेच्याद्वारे आपल्याला दिल्या गेलेल्या ३३ प्रकारच्या सम्पत्तींची *चॅफर* यांनी चर्चा केली आहे.[३]

'ज्ञान' (ग्री. सोफिया) म्हणजे सर्वोच्च आणि सर्वोत्तम गोष्टी कोणत्या आहेत, आणि 'बुद्धी' किंवा 'समज' (ग्री. फ्रोनेसेइ)[४] हे त्यांना आत्मसात करण्याचे साधन आहे. पुन्हा एकदा, आपल्याला ठरवायचे आहे की, या वचनाचा शेवटला भाग हा ८ व्या वचनाच्या सुरूवातीच्या भागाला बदलतो अथवा ९व्या वचनाच्या सुरूवातीच्या भागाचा अर्थात यामुळे बदल होतो (व. ४). मी वर नमूद केल्याप्रमाणे, बहूतेक वेळेस अर्थ बदलणारी शब्दावली ही त्या उताऱ्यातील कृतीदर्शक शब्दांच्या नंतर येते. म्हणून येथे असे वाटते की, आम्ही त्याच्या विपुल कृपेला कसा प्रतिसाद देवु हे आधीपासुनच

---

[१] प्रार्थना' *इन्टरेस्ट* ५६:२(फेब्रू. १९९०):२०-२१, पाहा थॉमस् एल. कान्स्टेबल, *टॉल्कींग टू गॉडः व्हॉट दी बायबल टिचेस् अबाऊट प्रेअर'* पान क्र. १४९-५२

[२] लुईस स्पेरी चॅफेर, *दि इफिशीयन्स् लेटर, पान क्र. ४८*

[३] तसेच, सिस्टीमॅटीक थिऑलॉजी, ३:२३४-६५

[४] रीचर्ड सी. ट्रेंच, सिनॉनिम्स् ऑफ दी न्यु टेस्टामेंट, पान क्र. २६३-६७

ठाऊक असल्याने देवाने आपल्या त्याच असिमित ज्ञानाद्वारे आपली विपुल कृपा आम्हावर केली, असा विचार पौल इथे मांडण्याचा प्रयत्न करत आहे असे वाटते. ज्ञान व बुद्धी ही आमची नसुन देवाची आहेत.

१:९ एच.सी.एस.बी. च्या भाषांतरकारांनी ८ व्या वचनानंतर पुर्णविराम दिल्याने बहुदा या वचनामधे एका नव्या विचाराची सुरूवात होते असे त्यांना सूचित करायचे आहे असे वाटते. नव्या करारात 'गूज' किंवा 'रहस्य' हा शब्द, पुर्वी गुप्त ठेवण्यात आलेल्या परंतु आता दैवी प्रकाशनाच्याद्वारे प्रकट करण्यात आलेल्या, अशा सत्यासाठी उपयोगात आणला जातो (मत्तय १३:११; लुक ८:१०; रोम ११:२५;१६:२५-२६; इत्यादी).[१]

> ''प्राचीन ग्रीक भाषेत मुस्टेरिऑन या शब्दाचे दोन अर्थ होते. याचा मूळ अर्थ होतो की, ज्यापासुन याची सुरूवात झाली ती, आणि यामधून या शब्दाचा 'कोणत्याही प्रकारचे गुपित' असाही अर्थ काढता येवू लागला. जुन्या करारात या शब्दाचा वापर देवाने प्रकट केलेल्या गोष्टींसाठी केला गेला. (उदा. दानि. २:१९), आणि एखाद्या कथाकाराने सांगितलेली एखादी गुप्त गोष्ट (उपदेशक) म्हणुन या शब्दाचा ख्रिस्ती उपयोग हा नव्या कराराच्या काळातील परराष्ट्रीय लोकांमधे, सामान्यतः अस्तित्त्वात असणाऱ्या रहस्यमय पंथामधे प्रचलित अर्थातुन घेतलेला नाही.''[२]

इथे प्रकट केलेले 'गूज' (रहस्य) हेच आहे की, भविष्यात देव सर्वकाही येशू ख्रिस्ताच्या अधीनतेत करणार आहे (व. १०). देवाची 'कृपेची योजना' ही त्याच्या 'संतोषा'ची योजना आहे (व. ५). 'त्याच्यामध्ये' म्हणजे 'ख्रिस्तामध्ये'.

१:१० मराठी भाषांतरामध्ये ज्या शब्दाचा अर्थ 'व्यवस्था' असा करण्यात आला आहे, त्या ग्रीक शब्दाचा अर्थ (ओइकोनोमीया) प्रणाली, व्यवस्था किंवा प्रशासन असा होतो. या शब्दतील मुख्य विचार हा एखाद्या घरातील कार्यांचे व्यवस्थापन किंवा प्रशासन करणे असा होय.[३] ज्या ग्रीक शब्दाचा अर्थ 'काळ' असा केला गेला आहे, तो शब्द म्हणजे 'कैरॉस', ज्याचा अर्थ 'काळ लोटणे' (क्रोनोस) हा नसुन, एक विशिष्ट वेळ (काळ किंवा युग) असा होतो. ज्या युगाचा आपण विचार करत आहोत ते म्हणजे ख्रिस्ताचे पृथ्वीवरील सहस्त्र वर्षांचे राज्य होय, ज्यामधे सर्वकाही ख्रिस्ताच्या अधिपत्याखाली असेल (१ करींथ १५:२७; कलस्सै १:२०). एका अर्थाने आज जरी सर्वकाही ख्रिस्ताच्या अधिकाराखालीच आहे, तरी ख्रिस्ताच्या राज्याच्या वेळेस येशू ख्रिस्त हा अधिक उघडपणे, सर्व गोष्टींचा अधिपती म्हणुन ओळखला जाईल. प्रत्येकजण व सर्वकाही त्याच्या अधिकाराला कबुल करतील व प्रतिसाद देतील (यशया २:२-४; ११:१:१०).

> ''या वचनाचा उपयोग 'वैश्विकते'चा सिद्धांत, शेवटी सर्वच मनुष्यांचे तारण होईल, याचा मुख्य पाया म्हणुन केला जातो. यातुन हे नक्कीच दिसुन येते की,

---

[१] ३:३ वरील माझी नोंद वाचा

[२] फॉल्कीज्, पान क्र. ५१

[३] पाहा चार्ल्स सी रायरी, *डीस्पेन्सेशनालीझम् टूडे*, पान क्र. २२-४७; तसेच *डीस्पेन्सेशनालीझम्* पान २३-४३

> शेवटी सर्वकाही व अस्तित्त्वात असलेले जीव हे त्याच्या अधिकाराखाली येतील, परंतु समग्र पवित्र शास्त्राच्या प्रमाणातील समतोलाकडे दुर्लक्ष करून केवळ एका वचनाच्या आधारे विशिष्ट सिद्धांत पुढे रेटणे हे धोकादायक आहे, आणि या सिद्धांताच्या बाबतीत तर, शास्त्राच्या सुरूवातीपासुन ते शेवटापर्यंत, 'जीवन व मरण हे देवाच्या तारणाच्या स्विकृती वा अव्हेर यावरच अवलंबुन आहे' विधीवत प्रस्तुतीचा सन्मानच केलेला नाही''[१]

१:११ 'त्याच्यामध्ये' (व. १०) सुरू झालेला विचार बहुतेक या वचनामधे पुढे नेलेला दिसुन येतो.

या पत्रामध्ये पहिल्यांदाच पौलाने विश्वासणाऱ्यामध्ये स्पष्ट वेगळेपणा दर्शविला आहे. आतापर्यंत तो सर्व विश्वासणाऱ्यांविषयी बोलत होता, परंतु इथे तो वेगळेपणाने 'आम्ही' आणि 'तुम्ही' (व. १३) असा उल्लेख करतो. येथील 'आम्ही' हा उघडउघड यहुदी ख्रिस्ती लोकांना दर्शवितो, आणि 'तुम्ही' यहुदीतर ख्रिस्ती लोकांसाठी वापरला गेला आहे असे संदर्भवरून दिसते (वचन १२-१३). यावचनांमध्ये असलेल्या तुम्ही'ही' याच्या वापरावर लक्ष द्या, ११ व १३ या दोन्हीही वचनांमधे, या तुम्ही'ही' (तुम्ही सुद्धा, तुम्ही देखील) या शब्दाच्या उपयोगाने एक सातत्यही आहे त्यासोबतच त्यामुळे एक खंडही पडला आहे.

ज्या भाषांतरकारांनी 'एक्लेरोथेमेन' या ग्रीक शब्दाचा अर्थ 'वारसा मिळवला' असा केला, त्यांनी विश्वासणाऱ्यांच्या वारश्याची कल्पना मांडली. या शब्दाचा खरा अर्थ 'निवडलेले' (अक्षरशः नियुक्त किंवा अनेकांनी प्राप्त केलेला) असा होतो. देवाने यहुदी विश्वासणाऱ्यांना तारणासाठी *निवडले* कारण त्याच्या सार्वभौम योजनेत त्यांनी सहभागी होण्यासाठी त्यांची 'पुर्वनेमणूक' केली. पौल नंतर असे म्हणतो की, सध्याच्या देवाच्या योजनेत मंडळी सामील आहे, ज्यामधे यहुदी व यहुदीतर विश्वासणारे एकत्र आहेत (व. २:१४-२२). तरीही, देवाने प्रथम यहुद्यांना निवडले. (प्रेषित. ३:२६; रोम. १:१६).

देव सार्वभौम आहे, हे शास्त्रामध्ये सर्वात प्रभावीपणे व ठळकपणे मांडणारे असे हे वचन आहे (स्तोत्र ११५:३; निती. १६:९; दानिएल ४:३४-३५). देव 'सर्व काही' गोष्टींवर सार्वभौम आहे व 'जो आपल्या इच्छेच्या संकल्पाप्रमाणे सर्व काही चालवतो.' यामधे काही लोकांना तारणासाठी निवडणेही समाविष्ट आहे. 'योजना' (ग्री. प्रोथेसीन) म्हणजे देव ज्यांना पुर्ण करू इच्छीतो ते उद्देश. 'संकल्प' (ग्री. बोउले) म्हणजे देवाची उद्देशपुर्ण आखणी व कार्याविषयीचा विचार होय. 'इच्छा' (ग्री. थेलेमा) म्हणजे इच्छ असणे किंवा तयारी असणे. या वचनाद्वारे आलेला विचार म्हणजे देवाने आपला उद्देश पुर्ण करण्यासाठी काळजीपुर्वक सर्वोत्तम असा कृतीआराखडा तयार करून एक योजना केली.[२]

देव आपली योजना कशी सिद्धीस नेतो? देव स्वतःच थेट व एकटाच - स्वतःच, इतर कोणाचाही वापर न करता तो काही गोष्टी करतो. इतर काही उद्देश पुर्ण करण्यासाठी तो इतरांचा उपयोग करू शकतो, दुय्यम कारके, ज्यांमधे देवदुत आणि मानव हे आहेत. निर्विवादितपणे देव सार्वभौम आहे

---

[१] फॉल्कीज्, पान क्र. ५३

[२] बी. एफ. वेस्टकॉट, सेंट पॉल्स् इपिस्टल टू इफिशीयन्स्, पान क्र. १५, टी. के. ॲबॉट, अ क्रिटीकल एक्सेजेटीकल कॉमेंन्ट्री ऑन दी इपिस्टल्स् टु इफिशीयन्स् अँड टु दी कलोशीयन्स्,

(म्हणजे, सर्व गोष्टीवरील शेवटला अधिकारी). तो आपल्या योजनांना कसे घडवुन आणतो - दुय्यम कारकांसोबत कार्य करून, लोकांना निवड करण्याचे स्वातंत्र्य देवुन, आणि मग त्यांनी केलेल्या निवडीविषयी न्यायीपणाने त्यांना जबाबदार धरून - हे समजणे व समजावुन सांगणे अवघड आहे.[१] मला खात्री आहे की, या कोड्याचे समाधानकारक उत्तर मानवाच्या समजण्याच्या व समजावुन सांगण्याच्या शक्तीच्या पलीकडील आहे. तरीदेखील, पवित्र शास्त्रलेख आपल्याला दैवी सार्वभौमत्त्व व मानवी जबाबदारी या दोन्हींविषयी स्पष्टपणे शिकवते.[२]

१:१२ देवाने यहुद्यांना विश्वासणारे म्हणुन निवडले यासाठी की 'त्याच्या गौरवाची स्तुती व्हावी' (व. ६). ११ व्या वचनातील विचारांत मांडलेले 'आम्ही' हे यहुदी लोक आहेत हे या वचनावरून दिसते. यहुद्यांनी येशु ख्रिस्तावर 'सर्वप्रथम' 'विश्वास' (आशा) ठेवली (प्रेषित १:८; १३:४६; २८:२५; रोम १:१६; २:९-१०).

तारणामध्ये पुत्राचे कार्य हे होते : पाप्याला त्याच्या किंवा तीच्या पापांपासून मुक्त करणे, आणि काळांच्या पुर्णतिच्या वेळेस 'सर्व काही ख्रिस्तामध्ये' करण्याच्या देवाच्या योजनेची पुर्तता करणे. यामध्ये यहुद्यांचे तारण होणे समाविष्ट आहे.

पवित्र आत्म्याचा शिक्का *अध्याय १: १३-१४*

> ''देवाने विश्वासणाऱ्यांसाठी दिलेले आध्यात्मिक आशिर्वाद हे केवळ पित्याच्या सार्वभौम निवडीवर (व. ३-६) व पुत्राने दिलेल्या खंडणीवर अवलंबुन नसुन ते पवित्र आत्म्याच्या शिक्क्यावरही आधारीत आहे.''[३]

१:१३ जेव्हा पौलाने हे पत्र लिहीले तेव्हा ख्रिस्तामधे पहील्याने आशा ठेवणाऱ्या (व. १२) यहुद्यांच्या शिवाय, परराष्ट्रीयही तारणामध्ये आलेले होते. आपल्या निवडलेल्यांना विश्वासात आणण्यासाठी देव ज्या वाहनाचा उपयोग करतो ते म्हणजे, 'सत्याचा संदेश', ज्याचे नाव 'सुवार्ता'संदेश असे आहे, 'तारणा'ची शुभवार्ता. जेव्हा परराष्ट्रीयांनी ती ऐकली, त्यांनी तीच्याकडे लक्ष लावले व 'विश्वास' ठेवला. याचा परिणाम म्हणजे त्यांचे तारण झाले आणि त्यांचे 'पवित्र आत्म्या'द्वारे शिक्कामोर्तब झाले. इफिसकरांस पत्रात पवित्र आत्म्याविषयीचे जवळपास ५९ संदर्भ आहेत, ज्याचे प्रमाण नव्या करारातील एकुण संदर्भांपैकी २५ टक्के आहे. *ऑथोराईझ्ड व्हर्जनच्या* भाषांतरानुसार त्याची क्रमवार प्रक्रीया ही, *ऐकणे, विश्वास ठेवणे* आणि मग *शिक्का मारला जाणे* अशी आहे. तरीही, विश्वास ठेवण्याच्या वेळेसच शिक्का मारला जातो (प्रेषि. १९:२) व ते कृपेचे दुसरे किंवा नंतरचे कार्य नाही.

---

[१] पाहा चार स्पष्टीकरणांसाठी बेसिंजर अँड बेसिंजर

[२] पाहा पुर्वनिवड आणि निवडणूक यांतील स्पष्ट भेदासाठी न्यू स्कोफील्ड रेफरन्स बायबल, पान क्र.१२७३. देवाच्या सार्वभौम योजनेमधे प्रार्थनेची कामगिरी यविषयीच्या खूप उपयोगी लेखासाठी पाहा जॉन मन्रो, 'सार्वभौम देवाला प्रार्थना' *इन्टरेस्ट* ५६:२(फेब्रू. १९९०):२०-२१, पाहा थॉमस् एल. कान्स्टेबल, *टॉल्कींग टू गॉडः व्हॉट दी बायबल टिचेस् अबाऊट प्रेअर'* पान क्र. १४९-५२

[३] होएन्हर, 'इफिशीयनस्' पान क्र. ६१९

येथे विचाराधीन असलेल्या परराष्ट्रीयांनी विश्वास ठेवला, देवाने त्यांना 'ख्रिस्तात' मुद्रित केले. यामुळे सार्वकालिक शाश्वतीची खात्री लाभली.[१] पौलाने लिहीले त्या काळात, शिक्क्यांचा वापर शाश्वती किंवा सुरक्षितता (मत्तय २७:६६; इफिस ४:३०), अधिकृत करणे आणि परवाना (योहान ५:२७), खरेपणा (योहान ३:३३), व मालहीहक्क (१ करींथ १:२२; प्रकटी ७:२; ९:४) दर्शविण्यासाठी वापरात आणले जात असे. देव अंतर्यामात वस्ती करणारा 'पवित्र आत्मा' देवुन विश्वाणाऱ्या स्त्री अथवा पुरूषाला मुद्रित करतो, आणि तो आत्मा त्या ख्रिस्ती व्यक्तीला ख्रिस्तात ठेवतो. परराष्ट्रीय सुंतेलाच तारणाचा शिक्का समजत होते (रोम.४:११). प्रभु येशु ख्रिस्ताने अभिवचन दिले की, पवित्र आत्मा विश्वासणाऱ्यांमधे निरंतर राहणार होता (लुक २३:४९; योहान १४:१६;१५:२६;१६:१३; प्रेषित १:५). यामुळेच पौलाने त्याला 'पवित्र आत्म्याचे वचन' असे संबोधले आहे असे वाटते.

> ''ग्रीकमधील व्यावसायिक देवानघेवाणीत अॅराबॉन (प्रतिज्ञा, जमा, विसार, हमी) हा दैनंदीन व्यवहारचा एक सामान्य भाग होता. अॅराबॉन हा कशाच्याही विक्री किंमतीच्या रकमेचा आगाऊ दिले जाणारे पैसे होते, जे ही खात्री देणारे होत की, उरलेली रक्कम ठरलेल्या वेळेमधे पुर्ण देण्यात येईल''[२]

आत्मा, केवळ परराष्ट्रीय विश्वासणाऱ्यांवरच नव्हे तर सर्वच विश्वासणाऱ्यांवर शिक्का मारतो. जरी पौलाने या वचनांमध्ये विशेषतः परराष्ट्रीय विश्वासणाऱ्यानां संबोधले आहे, 'तुम्हीही' हा ११ व्या वचनातला शब्द हे दाखवितो की, तो त्यांच्या विषयी जे बोलला ते यहुदी विश्वासणाऱ्यांनाही लागु होते. पौलाने मांडलेले सर्व आशिर्वाद यहुदी व परराष्ट्रीय या दोहोंची स्वतःची मालमत्ता ठरतात.

१:१४ देव त्याच्या लेकरांना जे देणार आहे (आपला वारसा) त्याचा 'विसार' (बयाना) म्हणजे पवित्र आत्म्याचे आंतरीक वास्तव्य आहे. हा विसार केवळ एक अभिवचन नाही, तर आपल्या वारश्याचा पहीला भाग आहे, बयाना रक्कम अशी आहे (उत्पत्ती ३८:१७-२०). आणि तो (आत्मा) सध्या आपल्यात आहे यामुळे (तारणामुळे अगोदर पुर्ण झालेले कार्य) आपल्या खात्री होते की, तारणाचे जे कार्य पुर्ण व्हायचे आहे (आणखी 'काही काळाने व्हावयाचे कार्य') ते देखील नक्कीच पुर्ण होईल. मागणीची अंगठी ही अशाच प्रकारच्या प्रतिज्ञेचे प्रतिक आहे.[३]

> ' या ठीकाणी आपला वारश्याचा भाग हा देवासोबत आपले स्वर्गामधे जीवन होय '[४]

या वचनामध्ये सांगितलेली 'खंडणी भरून मिळविलेली सुटका' ही या ७ व्या वचनातल्या 'खंडणी भरून मिळविलेल्या सुटके'पेक्षा निराळी आहे (ग्री. अॅपोलिट्रोसीन). याठीकाणी पापाच्या दोषारोपातुन सुटका (व. ७) नव्हे तर पापाच्या उपस्थितीतुन सुटकेविषयी सांगितेले गेले आहे (रोम.

---

[१] पाहा एल्डोन वूडकॉक, 'दी सील ऑफ दी होली स्पीरीट' *बिब्लीओथेका सॅक्रा* १५५:६१८(एप्रिल-जून १९९८):१३९-६३; रॉबर्ट जी. ग्रोमॅकी, *साल्व्हेशन इज् फॉरएव्हर,* मायकल इटोन, नो कॉन्डमनेशनः अ न्यु थिऑलॉजी ऑफ अॅशुरन्स्.

[२] बार्क्ले, पान क्र. १०१

[३] पाहा रेने ए. लोपेज्, 'अ स्टडी ऑफ पौलाइन पॅसेजेस ऑन इन्हेरेटींग दी किंगडम,''बिब्लीओथेका सॅक्रा १६८:६७२ (ऑक्टो-डीसें ११):४४९-५०

[४] जोसेफ सी. डील्लो, दी रेन ऑफ दी सर्व्हंट किंग्स्, पान क्र. ९०

८:२३; फिलिप्पै. ३:२०-२१). सातव्या वचनामध्ये, न्यायी ठरवले जाणे याविषयी दृष्टीकोन मांडण्यात आला आहे, परंतु याठीकाणी गौरवात घेणे हा विषय मांडण्यात आला आहे, आणि हा आपल्या 'खंडणी भरून मिळविलेल्या सुटकेंचा अंतिम पाडाव आहे. आपण आपली सुटका तीन पायऱ्यांत मिळवतो : आपण ख्रिस्तात सुटका पावलो आहोत (१:७), जसा जसा पवित्र आत्मा आपल्याला ख्रिस्तासमान बदलत जातो आपली सुटका होत जाते (रोम. ८:१-४), आणि जेव्हा ख्रिस्त पुन्हा परत येईल तेव्हा आपली पापापासुन सुटका होवुन 'आपण जसा ख्रिस्त पापविरहीत आहे' तसे होवू. ''देवाचे स्वतःचे धन' म्हणजे विश्वासणारा होय, ज्याला 'त्याच्या गौरवासाठी स्तुतिसाठी' (व. ६,१२,१८) त्याने निवडले (व ३-६), सोडवले (व. ७-१२), आणि शिक्का मारला (व. १३-१४). दुसरा एक विचार असा आहे की, ११ व्या वचनातील वतन व १४ व्या वचनातील मालमत्ता म्हणजे मंडळी होय.[१] परंतु, येथील संदर्भ देवाला आनंद देणाऱ्या आशिर्वादांपेक्षा, प्रत्येक विश्वासणारा ख्रिस्ती व्यक्ती ज्या आशिर्वादांचा आनंद घेवु शकतो त्यांना मांडत आहे.

> 'या सुंदर शब्दावलीला उकलण्याची गरज आहे. देवाचे गौरव हे देवाच्या प्रकाशनात आहे, आणि त्याच्या कृपेचे गौरव, हे तो एक कृपावान देव असल्याचे त्याचे स्वतःचे स्वतःविषयीचे जाहीर प्रकटन आहे. ज्याच्या कृपेच्या गौरवाच्या स्तुतिसाठी जगणे म्हणजे, आपल्या शब्दांनी व कृत्यांनी आपण स्वतः त्याची उपासना करणे, आणि इतरांनाही ते (गौरव) पाहण्यास व त्याची स्तुति करण्यास चालना देणे.'[२]

पौलाने ज्या नऊ आध्यात्मिक आशिर्वादांचे वर्णन ३ ते १४ या वचनांमधे केले आहे ते अशाप्रकारे आहेत : निवड, पुर्वनेमणूक, दत्तक-विधान, कृपा, सुटका, क्षमा, ज्ञान, शिक्कामोर्तब, आणि वारसा. स्टॉट त्यांना तीनच गटांमधे विभागतो : भुतकाळातील निवड, वर्तमानकाळातील दत्तक-विधान, आणि भविष्यकाळातील एकत्रीकरण.[३] 'ख्रिस्तामधे' या शब्दावलीच्या वारंवार पुनरावृत्तीने आणि अश्याच समतुल्य शब्दावलींमुळे हा विचार प्रभावीपणे मांडला जातो की, आपल्या तारणाऱ्यासोबत होणाऱ्या एकीकरणाने हे सर्व आशिर्वाद आपल्यावर येतात (व. ३,४,६,७,१०,१२,१३). अशाचप्रकारे, 'त्याची इच्छा' या शब्दावलीच्या व त्याच अर्थाच्या इतर शब्दांच्या वारंवार पुनरावृत्तीने या सर्व आशिर्वादांसाठी सार्वभौम देव जबाबदार आहे, या विचारावर भर पडतो (व. ५,९,११). या वचनांमध्ये (व. ३ ते व. १४) प्रत्येक विश्वासणाऱ्याच्या आध्यात्मिक समृद्धीचे एक छोटे विवरण आहे. हा उतारा बँकेच्या विवरणपत्रासारखा आहे, कारण यामध्ये प्रत्येक ख्रिस्ती व्यक्तीच्या आध्यात्मिक मालमत्तेची यादी आहे.

> ''सर्वोच्च अशा विषयावर, देवाच्या गौरवाच्या स्तुतिवर आधारीत अनेक औपचारीक 'हालेलुया' देवाची स्तुति असो अश्या घोषणा आपण ऐकत आहोत; जशी त्यांची सुरूवात झाली त्याच वेगाने त्यांचा शेवटही होत

---

[१] उदाहरणार्थ; स्टॉट पान क्र. ४७

[२] तसेच पान क्र. ५०

[३] तसेच पान क्र. ३६

> आहे...खऱ्या किंवा खोटया ईश्वरज्ञानाची पारख एका साध्या निकषाद्वारे केली जाऊ शकते. ते कोणाला मोठे बनवतात देवाला किंवा मानवाला?''[१]

ऑगस्ट १९८९ मध्ये, आमच्या लग्नाच्या २५ व्या वाढदिवसानिमित्त मी आणि मेरी बर्मुडा बेटांवर सहलीसाठी गेलो. तेथील दी साउथहॅम्प्टन प्रिंसेस नावाच्या एका मोठया हॉटेलमध्ये आम्ही एका सर्वसाधारण खोलीचे आरक्षण केले. जेव्हा आम्ही तेथे पोहोंचलो तेव्हा त्यांनी आम्हाला अधिक प्रशस्त, अधिक महाग अशा खोलीमधे कोणतेही जास्त भाडे न आकारता ठेवले. आम्हाला जवळपास चार पटीने महाग असलेली खोली देण्यात आली याचे कारण साहजिक हेच होते की, आम्ही बऱ्याच महीन्यांपुर्वीच त्या हॉटेलमधे आरक्षण केलेले होते! सुरूवातीला आम्हाला हे ठाऊक नव्हते की आम्हाला पुढल्या श्रेणीची खोली देण्यात आली आहे. हीच ती सर्वसाधारण खोली आहे असेच आम्हाला वाटते होते परंतु, लवकरच आमच्या ध्यानात आले की ज्या सुविधा आमच्याकडे होत्या त्या अन्य पाहुण्यांकडे नव्हत्या. आम्ही त्या विशेष सुविधांविषयी विचारपुस केली आणि त्या कोणकोणत्या आहेत हे आम्हास समजले : टेरीक्लॉथचा आंघोळीचा कोट, खोलीमधेच छोटीशी तिजोरी, आम्हाला हवी तेवढी ताजी फळे, रोजचे वर्तमानपत्र, विषेश असा विश्रामकक्ष, व समुद्राच्या किनाऱ्यावर उपयोगात आणले जाणारे वेगवेगळ्याप्रकारचे साहीत्य आम्हाला मोफत देण्यात येत होते, इतर पाहुण्यांना त्यासाठी पैसे द्यावे लागत असत. आम्ही चौकशी केली नसती तर आम्हाला त्या विशेष सुविधांची माहीती झाली नसती, आणि आम्ही आमची संपुर्ण सुट्टी त्यांचा आनंद न घेताच घालवली असती. ख्रिस्ती या नात्याने आम्हाला देवु केलेल्या अनेक सुविधांना देवाने त्याच्या वचनामधे अनावृत्त केले आहे. परंतु, बहुतेक ख्रिस्ती लोकांना त्यांच्याविषयी माहीतीही नाही. परीणामी, ते त्यांचा उपयोग किंवा त्यांचे रसग्रहण न करताच आपल्या जीवनामध्ये तसेच जगतात.

२. माध्यम : ज्ञान अध्याय १: १५-२३

आपल्या वाचकांच्या ख्रिस्तामधील आशिर्वादांचे वर्णन केल्यानंतर, पौलाने ही प्रार्थना केली की, ते या उत्तम गोष्टींना आपल्या स्वतःच्या जीवनात समजवुन घेवुन त्यांचा उचित उपयोग करतील. जो आशिर्वाद देण्याकडून आता मध्यस्थी प्रार्थना करण्याकडे वळला आहे. ग्रीक भाषेमध्ये ज्याप्रमाणे वचन ३-१४ हे एकच वाक्य आहेत, तसेच वचन १५-२३ हेही एकच वाक्य आहे. बौद्धिक समज ही एक वेगळी बाब आहे, परंतु हे महत्त्वाचे आहे की आपण या ज्ञानाचा उपयोग देवासोबत एका जवळच्या संबंधामध्ये येण्यासाठी करावा. या प्रार्थनेमधे पौलाने ही मागणी केली:

> ''आज एक उत्तम दर्जाचे ख्रिस्ती जीवन जगण्यासाठी आपल्यासाठी हे अतिशय महत्त्वाचे आहे की, आपण पौलाचे उदाहरण आणि ख्रिस्ती प्रार्थना व ख्रिस्ती स्तुति यांना सोबत ठेवावे. तरीही, अनेकजण या संतुलनाला टिकवून ठेवू शकत नाही. देवाने आपल्याला अगोदरच ख्रिस्तामध्ये सर्व आध्यात्मिक आशिर्वाद दिलेले आहेत या गोष्टीपासुन साधारणतः अजाण असणारे काही ख्रिस्ती लोक फार तर नव्या आध्यात्मिक आशिर्वादांसाठी प्रार्थना करण्यापर्यंतच मजल मारतात. अन्य लोक या निर्विवाद सत्यावर एवढा भर देतात की,

[१] सिम्पसन्, पान क्र. ३६

ख्रिस्तामध्ये सर्वकाही त्यांचेच आहे आणि परीणामी हलगर्जीपणामुळे ख्रिस्ती विशेषाधिकरांना अधिक चांगल्याप्रकारे माहीती करून घेण्याची किंवा त्यांचा आपल्यार जीवनात अनुभव घेण्याची तळमळ किंवा भुक त्यांच्यामधे आहे असे वाटतच नाही."[१]

प्रशंसा *अध्याय १: १५-१६*

आपल्या पद्धतीप्रमाणे, पौलाने आपल्या वाचकाची, ते जी गोष्ट उत्तमप्रकारे करत होते, त्याबद्दल त्यांची प्रसंसा केली. व त्यानंतर त्याची त्यांच्यासाठी कोणत्या प्रार्थनाविनंत्या होत्या हे त्याने कळविले.

१:१५ त्यांच्या आध्यात्मिक आशिर्वादांकडे दृष्टी टाकल्यामुळे, पौलाला आपल्या मुळ वाचकांसाठी प्रार्थना करण्याची जणु काय गळ पडली असे दिसते. ते खरे विश्वासणारे होते म्हणुन पौल अशाप्रकारे त्यांच्यासाठी प्रार्थना करू शकला. जरी देवाने त्यांना विपुलपणे आशिर्वादीत केले होते, तरीही त्यांना देवासापासुन आणखी अधिक हवे होते. पौलाने केवळ माहीतीच न पुरविता, त्यांच्यासाठी मध्यस्थीही केली.

पाच ते सहा वर्षांअगोदर पौल वैयक्तीकरीत्या त्यांच्या 'विश्वास' व 'प्रीती' चा साक्षीदार झाला होता, परंतु नुकतेच त्यांच्या हल्लीच्या परीस्थीतीचे वर्तमान त्याच्या कानावर आले होते. त्यांच्या वाक्यांवरून असा अंदाज येतो की, 'तुम्ही' म्हणजे इफिसमधील मंडळी व तीच्या अवतीभवतीच्या मंडळ्याही यामध्ये सहभागी होत्या. 'विश्वास' हा विश्वासणाऱ्याच्या देवासोबतच्या, 'उर्ध्व' संबंधाचे
मंडळ्याही यामध्ये सहभागी होत्या. 'विश्वास' हा विश्वासणाऱ्याच्या देवासोबतच्या, 'उर्ध्व' संबंधाचे
दर्शक आहे. 'प्रीती' हे विश्वासणाऱ्याच्या इतर लोकांसोबतच्या व्यवस्थित संबंध असल्याचे प्रमाण आहे ते समांतर असे आहे (व. ६:२३; कलस्सै १:१४; २ थेसल्ल. १:३).

१:१६ त्याच्या वाचकांच्या या गुणवत्तेमुळे, त्यांच्या वर्तमान परीस्थितीसाठी देवाला 'आभार' द्यावे अशी, आणि त्यांच्या वर्तमान व भविष्याच्या गरजांसाठी विनंती करावी अशी पौलाला प्रेरणा झाली. तो म्हणला की, तो त्यांच्यासाठी पुन्हा पुन्हा प्रार्थना करत आहे.[२]

मागण्या १:१७-२३

१:१७ पौल 'देव' जो 'प्रभु येशु ख्रिस्ताचा' बाप या संकल्पनेकडे पुन्हा वळतो (व. ३; मत्तय ६:९). त्याने 'सर्व 'गौरव' हे 'बापा'चे आहे' ही संकल्पनाही त्यासोबत जोडली (व. ६,१२,१४; प्रेषित ७:२; १ करींथ २:८).

इफिसकरांना 'ओळखीचे ज्ञान व प्रकटीकरण यांचा आत्मा' मिळावा अशी मागणी पौलाने देवाकडे केली. याठीकाणी बहुतेक 'आत्मा' हा शब्द, पवित्र आत्म्याला न दर्शविता त्या ऐवजी, एक वृत्ती किंवा ह्रदयाची स्थिती दर्शवितो कारण ज्ञान व प्रकटीकरण हे त्या वृत्तीचे वर्णन करणारे शब्द आहेत

---

[१] स्टॉट, पान क्र. ५२

[२] पाहा डब्लू बी पोप, दि प्रेयर्स ऑफ सेंट पॉल

(१ करींथ ४:२१). त्यांना अगोदरच पवित्र आत्मा मिळालेला होता. ही वृत्ती आपल्यामधे पवित्र आत्म्याच्या सेवाकार्याद्वारे निर्माण होते (यशया ११:२), परंतु 'ज्ञान' (ग्री. *सोफिया*, व. ८, व. ३:१०) एखाद्याला वास्तवाचे यथार्थ आकलण करण्यासाठी सक्षम करते. 'प्रकटीकरण' म्हणजे विचाराधीन असलेल्या विषयावरून पडदा बाजुला होणे, येथे तो विषय म्हणजे, 'स्वतः देव' होय ('त्याच्या ओळखीच्या ज्ञानामध्ये'). 'प्रकटीकरणाच्याद्वारे ज्ञान' ही कल्पना इथे मांडण्यात आली आहे (एक हेन्डीयाडिस्). आत्म्याच्याद्वारे एक विशेष प्रकारची सक्षमता प्राप्त व्हावी जेणेकरून त्याच्या वाचकांना देवाची रहस्ये समजावीत[१] अशी प्रार्थना पौल करीत होता.

> ''विलीयम चिलींगवर्थ म्हणतातः 'प्रोटेस्टंट लोकांचा धर्म म्हणजे बायबल, व केवळ बायबल हाच होय'. हे सत्य आहे; परंतु बऱ्याच वेळेस आपण तसे गृहीत धरत नाही. चर्चमधील व्यासपीठावरून शास्त्रवचनांचे विवेचन ही धार्मिक जागृतीची पहीली गरज आहे. आमची आवड 'उपदेशकाचे विचार काय आहेत' हे जाणुन घेण्यापेक्षा 'देव काय म्हणतो' हे जाणुन घेण्यात आहे.''[२]

येथे जो उद्देश समोर आहे तो म्हणजे, वाचकांना देवाचे अधिक महत्तम असे 'ज्ञान' लाभावे. ज्या ग्रीक शब्दाचे (एपिग्नॉसिस्) भाषांतर 'ज्ञान' असे केले आहे, त्याचा अर्थ देवाविषयीचे केवळ काल्पनीक किंवा अमूर्त ज्ञान व त्याच्याविषयीची तथ्ये माहीती असणे हा नसुन देवाविषयीचे तंतोतंत, परीपुर्ण, अनुभव घेता येते ते ज्ञान असा आहे.[३] पौलाची आपल्या वाचकांसाठी ही इच्छा होती की, त्यांना देवाला आपल्या वैयक्तीक स्वर्गीय पिता म्हणून ओळखता यावे जेणेकरून ते देवाचे जवळचे मित्र बवतील (योहान १५:१४).

> 'पवित्रेत वाढण्यासाठी ज्ञानात वाढ होणे अत्यावश्यक आहे.[४]

> 'आपण ख्रिस्ती जीवनाचे विश्लेषण 'देवाला दररोज अधिकाधीक उत्तमप्रकारे ओळखणे' असे करू शकतो. काळासोबत जी मैत्री गाढ होत नाही ती काही काळातच संपुष्टात येते. असेच देव व आपणामधेही आहे.'[५]

> 'देवाला वैयक्तीकरीतीने ओळखणे म्हणजे तारण होय (योहान १७:३). त्याला अधिकाधीक ओळखणे हे शुद्धीकरण होय (फिलिप्पै. ३:१०). त्याला पुर्णपणे ओळखणे म्हणजे गौरवात घेतले जाणे होय. (१ करींथ १३:९-१२).'[६]

१:१८ देवाने त्यांच्या समजदारीला 'प्रकाशित' केल्याने त्यांना हे बृहत ज्ञान प्राप्त होणार होते. पवित्र शास्त्रात 'अंतःकरण' म्हणजे व्यक्तीमत्त्वाचे केंद्रस्थान होय, आतील संपुर्ण व्यक्ती, ज्यामधे मन व भावना

---

[१] होएन्हर, इफिशीयन्स्
[२] बार्क्ले, पान क्र. १०५
[३] ट्रेंच, पान क्र. २६८-६९
[४] स्टॉट, पान क्र. ५४
[५] बार्क्ले, पान क्र. १०५
[६] विर्सबी, २:१५

आहेत. 'अंतःचक्षु', एक सुस्पष्ट व संमिश्र असे रूपक, म्हणजे केवळ बुद्धीवादी समजदारी नव्हे तर देवाचे पुर्ण आकलण होय. पौलाने जीचा उपयोग केला, त्या इब्री विचारधारेमध्ये, संमिश्र (अनेक शब्दांच्या उपयोगाने बनलेला) रूपके विचाराला अधिक प्रभावी बनवित असत, इंग्रजी भाषेमधे असा उपयोग गोंधळात टाकणारा असु शकतो.[१]

पौलाने ही प्रार्थना करण्यामागे तीन कारणे होती. त्याच्या वाचकांनी, तीन तथ्ये 'ओळखावी' (*इऔडेनाई*) अशी त्याची इच्छा होती. पहीले कारण, त्यांनी त्यांची जी 'आशा' होती ती जाणावी कारण देवाने त्यांना निवडीच्याद्वारे तारणासाठी बोलाविले होते. प्रत्येक ख्रिस्ती व्यक्तीने त्याच्या किंवा तीच्या भुतकाळाच त्यांच्या तारणासाठी करण्यात आलेल्या 'पाचारणा'वर अवलंबुन असलेल्या त्याची किंवा तीची भविष्याची खात्रीची 'आशा' समजावी.

दुसरे, वाचकांना हे जाणणे आवश्यक आहे की, जेव्हा ते देवासोबत राहण्यासाठी वर घेतले जातील तेव्हा ते स्वतः देखील एक असे 'वतन' बनणार आहेत जे देवाला प्राप्त होईल. वचन १४ मध्ये पौल विश्वासणाऱ्यांच्या वतनाविषयी बोलला होता. इथे तो देवाच्या वतनाविषयी ('जे संतामध्ये आहे') बोलला आहे. हे वतन खुप मोलवान असणार आहे (त्याच्या वतनाची संम्पत्ती काय), कारण विश्वासणारे हे असे लोक आहेत की, देवाला आपल्या स्वतःच्या अतिमोलवान पुत्राच्या रक्ताच्याद्वारे (बलिदान) सोडवावे लागले आहे. ते 'गौरवी' (गौरवाची) असणार आहे, कारण जेव्हा आपण प्रभुला पाहु तेव्हा आपणास गौरवात जाण्याचा, शुद्धीकरणाचा आणि पापविमोचणाचा अनुभव येणार आहे (व. ६,१७ इतर अन्य गौरवी गोष्टी).

१:१९ तीसरी, पौलाची इच्छा होती की, इफिसकरांनी देवाचे ते महान 'सामर्थ्य' ('त्याच्या सामर्थ्याचे परम थोरपण काय आहे') जाणावे जे ख्रिस्ती लोकांवर परीणाम करते.

> ''जर देवाचे पाचारण प्रारंभाकडे लक्ष वेधते आणि देवाचे 'वतन' अंताकडे दृष्टी लावते तर निश्चितच देवाचे 'सामर्थ्य' या दोहोंमधील काळामधे कार्य करते''[२]

'सामर्थ्य' (ग्री. डायनामिस्) म्हणजे आध्यात्मिक-स्फोटक-सजीव शक्ती. 'करणीप्रमाणे', 'बळकट', आणि 'सामर्थ्य', व 'सामर्थ्यशाली' हे आणखी या 'शक्तीला' प्रदर्शित करतात. हे तीन शब्द त्याला शक्तीवान, देवामधे नेहमी उपस्थित असणारे, आणि विरोधावर मात करण्यास सक्षम असे अनुक्रमाने दर्शवितात. हे विश्वासणाऱ्यांसाठी उपलब्ध असलेले देवाचे सामर्थ्य आहे.

> 'आपल्याला त्याचे वतन बनवुन देवाने त्याची प्रीती दर्शविली आहे. एका अद्भुत भविष्याची प्रतिज्ञा देवुन त्याने आमच्या आशेला प्रज्वलीत केले आहे. आपल्या विश्वासाला आवाहन देणारे असे काही पौलाने आपल्यासमोर मांडले आहेः

---

[१] पाहा, डेरेक कीड्नर, *साऽल्म्स् १-७२, पान क्र. १५१*

[२] स्टॉट, पान क्र. ५७

'आम्हा विश्वासणाऱ्यांच्या ठायी त्याच्या सामर्थ्याचे परमथोरपण' (इफिस १:१९).'[१]

१:२० देवाने हे सामर्थ्य ख्रिस्तामध्ये तीन वेळेस प्रकट होवु दिले, आणि आपणास त्याचे (सामर्थ्य) अधिक चांगल्याप्रकारे आकलण व्हावे म्हणुन पौलाने ते आपल्यासाठी येथे मांडले आहे. देवाच्या सामर्थ्याने येशु ख्रिस्ताला मेलेल्यांतुन पुनर्जीवीत केले ('उठवले'), आणि त्याला उन्नत करून, 'देवाच्या' 'उजवीकडे' स्वर्गात बसवले आहे. येशु ख्रिस्ताचे वर्तमान राज्य, जे सध्या बापाच्या राजासनावरून या मंडळीवर आहे, ते दाविदाच्या राजासनावरून दाविदाच्या राज्यात होणारे राज्य असेल त्याप्रमाणे नाही. पहीले राज्य वर्तमान व स्वर्गीय होय, परंतु दुसरे भविष्यकाळातील असुन ते पृथ्वीवरील असेल.[२] तेच दैवी सामर्थ्य आपल्यासाठी आता उपलब्ध आहे, आणि देवाला संतोष देणारे जीवन जगण्यासाठी त्याची आपणाला नितांत आवश्यकता आहे (फिलिप्पै. ३:१०; कलस्सै १:११).

१:२१ ख्रिस्त वर घेतला गेल्याने त्याला : प्रत्येक अधिकारापेक्षा उंचावण्यात आले आहे (कलस्सै १:१६): मानवी आणि देवदुतांवरील (फिलिप्पै २: ८-११); वर्तमान आणि भविष्य(१ करींथ १५: २३-२८). यहुद्यांचा असा विश्वास होता की देवदुत मानवाच्या भवितव्याला नियंत्रीत करतात, परंतु पौलाने हे पाहीले की येशू ख्रिस्त ते करीत आहे. येथे मांडलेले 'सर्व सत्ता', 'अधिकार', 'सामर्थ्य' व 'धनीपण' हे बहुतेक दुष्ट दुतांच्या अधिपतींना दर्शवितात.[३]

१:२२ ख्रिस्तामध्ये देवाचे सामर्थ्य प्रकट होण्याची दुसरी गोष्ट म्हणजे बापाने 'सर्व गोष्टींना' ख्रिस्ताच्या 'अधीन' करणे हे होय. जेव्हा आदामाने पाप केले तेव्हा त्याने सृष्टीवरील आपले धनीपण गमावले, परंतु येशूने आपल्या आज्ञापालनाने सृष्टीवरील आपले धनीपण मिळविले आहे (१:१०; रोम. ५:१२-२१). त्याच्या सृष्टीवरील धनीपणाचा प्रत्यय आपल्याला त्यावेळेस येईले जेव्हा तो आपल्या सहस्त्रवर्षांच्या राज्याच्यावेळेस राज्य करणार आहे (स्तोत्र ८:६;१ करींथ १५:२७; इब्री २:६-८).[४]

देवाच्या ख्रिस्तामधील आपल्या सामर्थ्याचे तीसरे प्रकटीकरण म्हणजे 'पुत्राचे मंडळीवर मस्तक' अशी नेमणुक करणे होय (४:१५; ५:२३;कलस्सै. १:१८). त्याच्या धनीपणाचा हा भाग सध्या प्रमाणास येत आहे.

> 'मंडळीला व मंडळीच्या उन्नतीसाठी एक असा मस्तक देण्यात आला आहे, जो इतर सर्व गोष्टींवर मुख्य असा आहे. मंडळीला

[१] विर्सबी, २:१६

[२] पाहा क्लेऑन एल. रॉजर्स ज्युनि.,''द डेव्हीडीक कव्हेनंट इन ॲक्टस्-रीव्हलेशन'' *बिब्लीओथेका सॅक्रा* १५१:६०१(जाने-मार्च ९४)८१-८२

[३] होएन्हर, *इफिशीयन्स्* पान क्र. २७९

[४] पाहा डोनाल्ड आर. ग्लेन्न, ''साऽल्म्स् ८ ॲंड हीब्रूज्: अ केस स्टडी इन बिब्लीकल हरम्यूनिटीक्स् ॲंड बिब्लीकल थिऑलॉजी,'' इन *वाल्व्हुर्ड: एक ट्रीब्युट,* पान क्र. ४५

प्रत्येक विरोधावर विजय मिळविण्याचा अधिकार व सामर्थ्य आहे,
कारण तीचा पुढारी व मुख्य हा सर्वांचा प्रभु आहे'[१]

मॉरीस यांनी मात्र येथील 'मस्तक' हटवले, आणि ४:१५ मधे त्याला 'आरंभ' म्हणुन प्रस्तुत केले आहे.[२]

१:२३ मंडळी ही ख्रिस्ताचे शरीर (सर्व खरे विश्वासणारे) आहे आणि 'जो सर्वांनी सर्व काही भरतो त्याची परिपुर्ती आहे' सर्वप्रकारे सर्वकाही आहे, याप्रकारे : येशु ख्रिस्त स्वतः. मंडळी ख्रिस्ताची 'पुर्णता' आहे, बहुतेक या अर्थाने की, तो स्वतःसाठी मंडळीला स्वतःच्याच आशिर्वादाने भरतो *(ग्रीक भाषेतला 'मध्य' प्रयोग)* (४:१०-११). इतर दृष्टीकोन असा आहे की, मंडळी ख्रिस्ताला पुर्ण करते किंवा ख्रिस्त मंडळीला स्वतःने भरतो.[३] येशु ख्रिस्त जो सर्व गोष्टींना सर्व गोष्टींनी भरतो (म्हणजे आशिर्वादांनी), तो मंडळीला आशिर्वादांनी भरत आहे. मंडळी अस्तित्त्वात तोपर्यंत येवू शकली नाही जोपर्यंत येशू ख्रिस्त तीचे मस्तक होण्यासाठी स्वर्गात उचलला गेला नव्हता.[४]

विश्वासणाऱ्यांना सर्व आध्यात्मिक आशिर्वाद प्राप्त झालेले आहेत हे दाखवुन दिल्यानंतर (व. ३-१४), पौलाने प्रार्थना केली की, विश्वासणाऱ्यांना देवाची अधिक जवळुन ओळख व्हावी (व. १७). हे आवश्यक आहे यासाठी की आपणास आपल्या भुतकाळातील तारणासाठीच्या पाचाराणाचे आकलण व्हावे, ज्यामुळे आपणांस 'आशा' प्राप्त होते (व. १८), भविष्यातील वतन जे आपणाद्वारे देवासाठी तयार होते (व. १८), आणि आपल्यासाठी वर्तमानकाळात उपलब्ध असलेले देवाचे सामर्थ्य (व. १९). देवाने ख्रिस्ताच्या पुर्नुत्थानाच्या वेळेस व त्याचे स्वर्गारोहण झाले तेव्हा हे सामर्थ्य प्रकट केले (व. २०-२१). संपुर्ण सृष्टीचा मस्तक प्रभु येशुला करून तो भविष्यात पुन्हा ते प्रकट करणार आहे (व.२२). सध्या तो हे सामर्थ्य येशू ख्रिस्ताला मंडळीचे मस्तक केल्याने प्रकट करत आहे (व.२२-२३).

३. उद्देश : कृपा २:१-१०

पौलाने ख्रिस्ती व्यक्तीचे ख्रिस्तामधील वैयक्तीक पाचारणाविषयीचे त्याला लाभलेले प्रकाशन पुढे पुर्ण केले (१:३ - २:१०). पत्राच्या या भागाची सुरूवात तो आपल्या पाचारणाच्या उद्देशाच्या स्पष्टीकरणाने करतो (देवाचे गौरव, १:३-१४). त्यानंतर त्याने आपण ज्या माध्यामाने आपल्या पाचारणाचे आकलन (देवाच्या प्रकटीकरणाने पवित्र आत्म्याच्याद्वारे मिळणारे ज्ञान, १:१५-२३) करू शकतो त्याविषयीचे सविस्तर वर्णन केले. शेवटी, आपल्या पाचारणाच्या उद्देशाचे त्याने अगदी सुस्पष्ट विवरण दिले आहे (विनाअटीची देवाची कृपा, २:१-१०).

---

[१] फॉल्कीज्, पान क. ६५, पाहा स्टीफन बेडाले,'दि मिनींग ऑफ *केफाले* इन दि पौलाइन इपिसल्स,' *जर्नल ऑफ थिऑलॉजीकल स्टडीज् एनएस५ (१९५४)*:२११-१५

[२] मॉरीस, पान क्र. ३६

[३] पाहा आरनॉल्ड, जी. फ्रुच्येनबाऊम, 'इस्त्राएल अँड दी चर्च' *इन इश्युज् इन डीस्पेनसेशनालीझम्, पान क्र. ११७* स्टाट, पान क्र. ६१-६४.

[४] स्टॉट, पान क्र. ६९

या वचनामध्ये सुटकेचा विषय पुढे नेण्यात आला आहे (१:७). हा शास्त्रभाग पौलाने रोमकरांस पत्रामध्ये दिलेल्या स्पष्टीकरणाचे एक संक्षिप्त स्वरूप आहे. जे आपण पुर्वी देवाला मेलेले असे होतो (व. १-३), ते आता देवामधे जीवंत झालेले आहोत(व.४-१०).

> ''...पौलाने या शास्त्रभागात, मनुष्य स्वभावाने काय आहे आणि कृपेने तो कसा बनु शकतो, या तुलनात्मक तफावतीचे एक मनात ठसणारे असे चित्र आपणासमोर रंगवले आहे...''[1]

> ''ख्रिस्तामध्ये असलेल्या आपल्या आध्यात्मिक *मालमत्तेचे* वर्णन केल्यानंतर, पौल अशाच आणखी एका संबंधित सत्याकडे वळतो : ख्रिस्तामध्ये आपले आध्यात्मिक *स्थान*. प्रथम तो सर्वसाधारणपणे देवाने पाप्यांसाठी जे काही केले त्याचे स्पष्टीकरण देतो; मग देवाने विशेषकरून परराष्ट्रीय लोकांसाठी काय केले याविषयीचे स्पष्टीकरण तो देतो.''[2]

एकेकाळी देवाप्रती मृतवत २:१-३

ही वचने खरेतर पौल जो मुख्य मुद्दा मांडत आहे त्याच्या सुरूवातीची केवळ प्रस्तावणा आहेत. एखाद्या ख्रिस्ती व्यक्तीला देवाने निर्दोष ठरविण्यापुर्वी, तो कींवा ती अविश्वासात असतांनांच्या त्यांच्या स्थितीचे वर्णन ही वचने करतात. ग्रीक लिखाणामध्ये, १ ते ७ वचने ही एकच वाक्य आहेत. या वाक्याचा विषय 'देव' (व. ४) हा आहे. या वाक्यातील तीन महत्त्वाची क्रियापदे 'जिवंत केले' (व. ५), 'उठवले' (व.६) व 'बसवले' (व.६) ही आहेत. या वाक्यातील कर्म 'आपण' आहोत, आणि सर्वनामाच्या ठिकाणी येणारा शब्दबंध 'ख्रिस्ताबरोबर' हा 'आपणाला' दर्शवितो. तर मुख्य मुद्दा हाच आहे की, देवाने विश्वासणाऱ्यांना जिवंत केले, त्यांना उठवले, आणि ख्रिस्ताबरोबर बसवले आहे. मग याच्या तुलनेत, १ ते ७ वचनांमधील इतर सर्वकाही हे दुय्यम आहे.

२:१ विश्वाणाऱ्यांचा नव्याने जन्म होण्याअगोदर, ते आध्यात्मिकरीतीने 'मृत', देवापासुन विभक्त, आणि त्याच्यासोबत सहभागिता करण्यास असमर्थ होते (व. ४:१८; योहान १७:३). देवाविरूद्ध असलेल्या बंडखोरीच्या राज्यात आम्ही राहत होतो (व.२). 'अपराध' (चुकीचे पाऊल उचलणे, संदर्भ व. १:७;२:५) आणि 'पापे' (उचित वर्तणुकीपेक्षा कमी) हे शब्द देवाच्या विरूद्ध जाणुनबुजुन केलेल्या गुन्ह्यांचे वर्णन करतात.

''नैतिक-विकार चिकित्साविषयक प्रख्यात अशा तीन प्रणालींचा मागोवा आपण मागील अनेक शतकांपर्यंत घेवु शकतो. *पेलाजियानिझम्* हा मानवी स्वभावाने आता उपशम काळ घालववा यावर जोद देतो (म्हणजे मानव हा आता कोणत्याही विकाराने त्रस्त नसुन त्याला केवळ विसाव्याची आवश्यकता आहे) आणि मानवाला केवळ शिक्षणाची गरज आहे. *सेमी-पेलाजियानिझम्* हे स्विकार करते की, त्याचे आरोग्य नीट नाही, परंतु यालाही दुजोरा देते की अश्याप्रकारच्या विकाराची लक्षणे योग्य उपचार केल्यास, औषधे व काटेकोर जीवनशैलीने ते बरे होऊ शकतात. परंतु पवित्रशास्त्र आधारीत ख्रिस्तीविचारधारा त्या रोग्यांची नखे पाहुन लक्षपुर्वक तपासणी करते. तीचा शोध घेणारे रोगनिदाण अशी

[1] होएन्हर, *इफिशीयन्स्*, पान क्र. २९४-३०१, दृष्टीकोनांच्या विचारांकरीता

[2] विर्सबी, पान २:१७.

घोषणा करते की, आता लज्जेने आत प्रवेश केला आहे, आणि म्हणुन आता जीवंत रक्ताला त्या शरीरामधे टोचल्यावाचुन इतर कोणताही बरा करणारा उपचार नाही. तर सत्य हेच आहे की, एखादे जादुचे औषध किंवा असाच कोणताही इलाज या विकाराला बरे न करता उलट अधिक वाढवतो. पाप हा एक सजीव संसर्गजन्य व्याधी असुन, ते एक अतिशय सावकाशपणे निष्क्रीय करणारे विष आहे ज्यामूळे नैतिक मृत्यु होतो; हे काही अर्धवट विकासित असे संभाषण नसून ते संपुर्ण विनाशाचे एक मुळ-कथानक आहे''[१]

''अविश्वाणारा व्यक्ती हा आजारी नाही; तो तर मेलेला आहे! त्याला कृत्रिम श्वास देवुन शुद्धीवर आणण्याची आवश्यकता नाही; त्याला पुनरूत्थानाची म्हणजे मेलेल्यातुंन जीवंत करण्याची गरज आहे. सर्व हरवलेले पापी हे मेलेले आहेत, आणि एका पापी दुसऱ्या पाप्यापेक्षा किती प्रमाणांत सडला आहे, हाच त्यांच्यामधील एकमेव तुलनात्मक फरक आहे.''[२]

२:२ अविश्वासणारे ज्या तीन कक्षांमधे जगतात, त्यांचे वर्णनही प्रेषित पौलाने पुढे केले आहे. प्रथम, ती एक अशी जीवनशैली आहे ज्यामधे लोक 'जगाच्या' पद्धतींचे अनुसरण करतात. जीवनाच्या प्रत्येक क्षेत्रातुन देवाला नाहीसे करू इच्छिणाऱ्या तत्त्वज्ञानाची त्यांच्या जीवनशैलीवर पुर्ण पडक आहे (योहान १५:१८;२३).

''यहुदी त्यांच्या व्यवहारासंबंधी नियंमांना *हलाख* असे म्हणत, त्याचा अर्थ म्हणजे 'चालणे' (मार्क ७:५; प्रेषित २१:२१; इब्री १२:९)[३]

द्वितीय, तारण न झालेले लोक , या तत्त्वज्ञानाचा प्रसार करणाऱ्या व्यक्तीचे, म्हणजेच सैतानाचे अनुसरण करतात. 'अंतरिक्षातील राज्याचा अधिपती' असणाऱ्या सैतानाला देवाविरूद्ध ह्या बंडखोरीचे नेतृत्त्व करण्याचे तात्पुरते स्वातंत्र्य मिळालेले आहे (१ योहान ५:९; २ करींथ ४:४; प्रकटीकरण १२:९). आता कार्य करणारा 'आत्मा' हा शब्द बहुधा अंतरीक्षातील त्या 'शक्ती' किंवा 'राज्याला' (शब्दशः अधिकार) दर्शवित असावा, कारण हा शब्द त्याच्या पुर्वघटनेच्या अगदी जवळचा आहे.

''...सैतानाचा अधिकार 'अंतरीक्षामधे' आहे असे जेव्हा पौल लिहीले तेव्हा तो, '*अशुद्ध आत्मे हे हवेमधे राहतात*' हा जो सध्याचा समज आहे, त्याला तो दुजोरा देत नव्हता. तर तो आपल्याला मुख्यतः हे सांगु इच्छित होता की, या जगात एका दुष्ट शक्तीचे नियंत्रण आहे (व. १२), परंतु त्या शक्तीचे अस्तित्त्व हे भौतिक स्वरूपाचे नसुन आध्यात्मिक स्वरूपाचे आहे.''[४]

---

[१] सिम्पसन, पान क्र. ४६

[२] विर्सबी, २:१८;

[३] फॉल्कीज्, पान क्र. ६९

[४] वरीलप्रमाणेच

'आज्ञाभंग करणारे पुत्र' ही शब्दावली लोकांच्या आज्ञा मोडण्याच्या स्वभावाला दर्शविण्यासाठी केल्या गेला, जसा एखाद्या मुलामध्ये त्याच्या आईवडीलांचा स्वभाव असतो त्याप्रकारे अविश्वासणारे हे त्यांच्या बंडखोरीच्या बाबतीत सैतानासारख्या स्वभावासारखे होत.

२:३ तृतीय, अविश्वासणाऱ्यांना केवळ जगाच्या रहाटीचे तत्त्वज्ञान व सैतानाचे नियंत्रण चालवत नाही तर ते 'दैहीक वासनांच्या अनुरूप' असे वागतात. या ठीकाणी एका रूपकाप्रमाणे वापरलेली संज्ञा 'दैहीक' म्हणजे प्रत्येकामध्ये असलेला पापमय स्वभाव होय. हा आपल्यामधील मानवी पापमय स्वभाव आहे. अविश्वासणारा व्यक्ती स्वभावतःच तीच्या किंवा त्याच्या दैहीक वासना व विचारांच्या स्वाधीन होत असतो, परंतु विश्वाणाऱ्या व्यक्तीने असे करू नये किंवा असे करण्याची त्याला किंवा तीला गरज नाही. (रोम अ. ७ ते ८).

'क्रोधाचे पुत्र' आणि आज्ञाभंगाचे पुत्र' या दोन्ही शब्दावली अविश्वाणाऱ्यांना दर्शवितात. 'मुले'(ग्री. टेक्ना) हा शब्द लेकरे व त्यांचे आईवडील, यांच्यामधील जवळचे नाते प्रदर्शित करतो. 'मुले' (ग्री. हुइओइ) हा शब्द, आईवडीलांच्या स्वभावामध्ये असणाऱ्या व मुलाच्या जीवनातुन तो स्वभाव प्रकट होणाऱ्या गुणधर्मावर विशेष बल देतो. अविश्वाणाऱ्यांच्या देवाच्याविरूद्ध असणाऱ्या बंडखोरीमुळे त्यांचे देवाच्या क्रोधासोबत अगदी जवळचे नाते असते (रोम १:१८-२:२९; योहान ३:३६).

ह्या वचनामध्ये (१-३), जगाच्या व्यवस्थेच्या अधीन, सैतानाच्या नियंत्रणामधे, देहवासनांना पुर्ण करणारे, आणि देवाच्या क्रोधाचा सामना करण्यास नियुक्त अश्या आशाहीन अविश्वासणाऱ्या लोकांचे चित्रण केले आहे. जेव्हा एखादा अविश्वासणारा येशू ख्रिस्तावर विश्वास ठेवतो तेव्हा जग, सैतान, आणि देहवासना या तीन्ही गोष्टी त्यांचे किंवा तीचे शत्रु बनतात.

देवामधे सजीव केलेले २:४-१०

अविश्वासणाऱ्यांवरील देवाचा क्रोध (व. ३) हा विश्वासणाऱ्यांवरील देवाची कृपा ह्या दोन्हीही परस्पर विरोधी गोष्टी आहेत. देवाची काही निवडक अविश्वासणाऱ्यांवर असलेली विशेष कृपा त्यांना जीवन प्रदान करते (व. १-७), त्यांना उठवते (व. ६), आणि त्यांना ख्रिस्तासोबत स्वर्गीय ठिकांणांमधे बसवते (व. ६-१०).

२:४ पौलाने एका विश्वासणाऱ्या व एका अविश्वासणाऱ्या मधील एक विसंगती 'तरी' या शब्दाने दाखवली आहे. या शास्त्रभागाचा विषय 'देव' (व.१-७) हाच सर्व गोष्टींवर परीणाम करणारा आहे. 'कृपा' (ग्री. इलीयॉस, हा शब्द सेप्टुजींटच्या भाषांतरकर्त्यांनी इब्री भाषेतील *हेसेद्* म्हणजे एकनिष्ठ प्रीती यासाठी वापरला आहे) म्हणजे लायकी नसतांनाही केलेली दया. आपण पापी असतांना देखील देवाच्या 'महान प्रीती'ने (ग्री. अगापे) देवाच्या आवडीच्या वस्तुंमधेही सर्वोत्तम चांगुलपणा दाखवला.

२:५ अविश्वासणारे हे आपल्या 'अपराधांमध्ये' व पातकामध्ये 'मृत' झालेले आहेत (व.१). तरीही, देवाने विश्वास ठेवणाऱ्यांना नवीन जीवन दिले आहे. एका मृत व्यक्तीने एका जीवंत देवासोबत सहभागीता ठेवावी हे केवळ एकाच मार्गाने शक्य होवू शकते आणि तो म्हणजे देवाने त्याला किंवा तीला एक नवीन जीवन देणे होय (रोम. ४:१७). तारण ही देवाची अशी कृती आहे, जी त्याच्या 'कृपेत'

आहे. तारण झाल्याने एका नवीन जीवनाचा प्रारंभ व वाटचाल यांची सुरूवात होते. 'तारण झालेले आहे' हे वाक्य ग्रीक भाषेत चालु पुर्ण वर्तमानकाळातील आहे, ज्यामधुन आपल्याला 'एक निरंतर वाटचाल करणारी अशी स्थायी परीस्थीती' असे दिसते.

२:६ दुसरी गोष्ट ही की, देवाने आपल्याला ख्रिस्ताबरोबर 'उठवले' आहे. येथे हा शब्द आपला शारीरीक नव्हे तर आध्यात्मिक अनुभव दाखवितो. तो आपल्याला शारिरीकरीतीने सुद्धा उठवणार आहे, परंतु त्याने आपल्याला आध्यात्मिक रितीने आधीच एका नव्या प्रकारच्या जीवनासाठी उठवलेले आहे (कलस्सै ३:१-२). आपल्या प्रभुच्या पुनरूत्थान झालेल्या जीवनाप्रमाणेच आपलेही जीवन सामर्थ्यशाली आणि सार्वकालीक आहे.

तीसरी गोष्ट, देवाने आपल्याला ख्रिस्तासोबत 'स्वर्गात बसवले' आहे (१:२०). येथेच आपले स्वर्गीय नागरीकत्त्व व आपले शेवटले घर आहे (फिलिप्पै ३:२०). देवाने ख्रिस्ताच्या शरीरासाठी केलेले (म्हणजे तो मेला, पुन्हा जीवंत झाला, आणि स्वर्गात आपल्या जागेवर आता तो बसला आहे) कार्य देवाने विश्वासणाऱ्यासाठी आध्यात्मिकरितीने केले आहे. देवाने ख्रिस्तासाठी या सर्व गोष्टी शारिरीकरीत्या केल्या आहेत, हे तथ्य समोर असल्याने, त्याने याच सर्व गोष्टी आपल्यासाठी आध्यात्मिक रितीने केल्या आहेत असा विश्वास ठेवण्यास आपल्याला मदत होईल.

> ''कोणी एक व्यक्ती विश्वास ठेवतो तेव्हा त्याच्यासाठी घडविण्यात आलेले आध्यात्मिक आशिर्वाद जे त्याक्षणी त्याला प्राप्त होतात, त्यातील काहींना आपण 'मालमत्ता' व काहींना 'स्थान' यामध्ये विभागू शकतो. अश्याचप्रकारे, काही त्याच्य*ामध्ये,* आणि काही त्याच्या*साठी* घडविण्यात आले आहेत. हा फरक आपल्याला ५ व ६ या वचनांमधे दिसुन येतो''[१]

२:७ देवाचा अंतिम उद्देश त्याचे स्वतःचे गौरव व्हावे हा आहे. 'येणाऱ्या युगांत' यामध्ये भविष्यातील सर्वच युग सामील आहेत. देव विश्वासणाऱ्यांच्या तारणाला आपल्या 'कृपेच्या' संपत्तीचे व 'समृद्धीचे' प्रदर्शन करण्यासाठी उपयोग करणार आहे (व. १:७). विशेषकरून 'ख्रिस्तामध्ये' आपल्याला जे सर्व मिळाले आहे त्याद्वारे त्याची 'विश्वाणाऱ्यांच्याप्रतीची कृपा' ही याठीकाणी दाखवण्यात येत आहे. आपल्याला देवाची दया यावरून विशेषतः दिसून येते की, आपण आपल्या पापांमधे मृत असतांना त्याने आपल्यासाठी आपला प्राण दिला.

हे लक्षात घ्या की, १-७ ही वचने आपण भुतकाळात कोण होतो, ४-६ ही वचने आपण आता वर्तमानकाळात कोण आहोत आणि वचन ७ मधे आपण भविष्यकाळात काय होणार आहोत याचे वर्णन करतात.

---

[१] चैफेर, '*दी इफिशीयन्स...*' पान क्र. ७३

२:८ व. ८ व ९, यामधे 'आपल्या कृपेची अपार समृद्धी दाखवावी' (व.७) या शब्दावलीचा अर्थ समजावुन सांगितला आहे आणि व. ५ मधील कंसामधे दिलेल्या वाक्याला अधिक स्पष्ट केले आहे.

देवाची 'कृपा' ही आपल्या तारणाचा पाया आहे (लायकी नसतांना केलेला अनुग्रह आणि दैवी समर्थता; रोम ३:२२,२५; गलती २:२६; १ पेत्र १:५). ज्या साधनाद्वारे आपण तारण प्राप्त करतो ते म्हणजे 'विश्वास' होय ('ख्रिस्तामधे विश्वास ठेवणे'). विश्वास म्हणजे देवासमोर योग्यता मिळवणारी कृती व जीच्या मोबदल्यात देव आपल्याला तारणाचे बक्षीस देतो अशी कामगिरीही नव्हे. जेव्हा एखादा व्यक्ती इतरांकडुन दिल्या जाणाऱ्या बक्षीसाला स्विकारण्यासाठी आपले हात पुढे करतो, तेव्हा हात पुढे केल्याने तो ते बक्षीस मिळविण्यासाठी कोणतीही योग्यता निर्माण करत नाही. ते बक्षीस देणाऱ्या व्यक्तीला ते दिल्याबद्दलचे जसे श्रेय मिळते, तसे श्रेय स्विकारणाऱ्याला मिळत नाही. अशाचप्रकारे, विश्वास हा देखील बक्षीस मिळावे किंवा योग्यता वाढवावी अशी कृती नव्हे.[१]

> 'हे' आणि 'हे' याचा संदर्भ कशासोबत आहे? याठीकाणी 'हे' हा शब्द एक नपुंसक सर्वनाम आहे आणि ते 'कृपा' किंवा 'विश्वास' यापैकी कोणत्याही शब्दाला स्वाभावीकरीत्या दर्शवित नाही, कारण वरील दोन्हीही शब्द ग्रीक भाषेमध्ये स्त्रीलींगी आहेत. कदाचित, याअगोदर आलेल्या, तारणाला (व. १:१५;३:१) समजावुन सांगणाऱ्या संपर्ण उताऱ्याला त्या सर्वनामांद्वारे संबोधित करण्यात येत असावे असे येथे दिसते. तारण 'हे देवाचे दान आहे.'[२]

> ''आपण श्वास घेतो कारण आपल्यामध्ये जीवन फुंकण्यात आले आहे; जर आपण विश्वास येईल असे ऐकतो तर ते आपले कान उघडण्यात आले आहेत म्हणुनच ते शक्य आहे. आपण वरून जन्म पावलो आहोत. आध्यात्मिक जीवनाचे स्वरूप हे स्वतः निकराचा प्रयत्न करून मिळविलेली सुट किंवा कठोरपणे स्वतःच स्वतःला फटके मारणे असे नव्हे, तर ती आध्यात्मिक अपंग असणाऱ्यांवर भरभरून वाहुवून दिलेली खळाळून वाहणाऱ्या दैवी करूणेच्या झऱ्यातुन मिळणारी महानता आहे.''[३]

२:९ तारण हे 'कर्मां'मुळे मिळत नाही, कारण ते कृपेवर आधारीत आहे आणि ते प्राप्त होण्याचे साधन म्हणजे विश्वास हे आहे. त्याने किंवा तीने काही केल्यामुळे त्यांना तारण मिळाले आहे अशी 'कोणी' आढ्यता बाळगु शकणार नाही. तारणाची कामगिरी पुर्ण केल्याबद्दल सर्व गौरव देवालाच जाणार आहे.

---

[१] पाहा मॉरीस, पान १०४, आणि रेने ए. लोपेज्, 'इज फेथ अ गिफ्ट फ्रॉम गॉड ऑर अ ह्यूमन एक्झरसाईझ' *बिब्लीओथेका सॅक्रा,* १६४:६५५ (जुलै-सप्टेंबर २००७):२५९-७६

[२] पाहा रॉय एल. आल्ड्रीक, 'दी गिफ्ट ऑफ गॉड' *बिब्लीओथेका सॅक्रा* १२२:४८७(जुलै-सप्टेंबर १९६५):२४८:५३; आणि गॅरी एल. नेबेकर, 'इज फेथ अ गिफ्ट ऑफ गॉड' इफिशीयन्स् २:८ रीकन्सीडर्ड'' *ग्रेस इव्हँजेलीकल सोसायटी न्युज* ४:७ (जुलै १९८९):१,४

[३] सिम्पसन, पान क्र. ५५

"आपले तारण चांगल्या कर्मांनी नसल्यामुळे आपल्या वाईट कर्मांनी आपण ते गमावू शकत नाही"[१]

२:१० तारण हे मानवाकडुन किंवा कर्मांमुळे का होवु शकत नाही याचे कारण पौल याठीकाणी देतो. तारण हे आपल्या हाताचे सर्वोत्तम कार्य व्हावे यापेक्षा तारण पावलेला विश्वासणारा हा देवाने निर्माण केलेली सर्वोत्तम हस्तकृती असावा हे अधिक उत्तम आहे. 'हस्तकृती' (ग्री. पोईमी, इंग्रजी. 'पोएम'; कविता; रोम १:२०) म्हणजे कलाकृती, एक उच्चश्रेणीची हस्तकृती. द जेरूसलेम बायबल भाषांतरः 'कलेची कृती'). एका कुशल कारागीराप्रमाणे, देवाने आपल्याला ख्रिस्त येशूमध्ये तयार केले आहे. ज्या शब्दाचे (ग्री. क्टीझो) भाषांतर या ठीकाणी 'निर्माण' असे केले आहे, तो शब्द केवळ देवाचे कार्य दर्शविणारा असा आहे, आणि केवळ देव एकटाच एखादे कार्य करू शकतो हे तो शब्द दर्शवितो.

तारण विकसीत होईल अशी मूळे म्हणजे 'सत्कर्मे' नव्हेत, तर आम्हाला देवाच्या इच्छेप्रमाणे द्यावयाची अशी ती फळे आहेत. देवाने आम्हाला आमच्या सत्कर्मांमुळे तारण दिलेले नाही (व. ८-९), तर त्याने सत्कर्मे करण्यासाठी आमचे तारण केले आहे (व. १०). देव आम्हाला सत्मर्के करण्यासाठी विश्वासाच्याद्वारे वाचवीतो. ही त्याच्या दैवी सक्षम करण्याऱ्या सामर्थ्याद्वारे आपण चांगली कृत्ये करावी अशी त्याची योजना आहे. त्याने अशी योजना केली की, आपले तारण होण्यापुर्वी, एखादा पदयात्री एका निश्चित मार्गाने चालतो तसे आपण त्या सत्कर्मांमध्ये 'आपला आयुष्यक्रम घालवावा' (१:४). सरतेशेवटी केवळ देवच आपल्या सत्कृत्यांसाठी जबाबदार आहे असे हे वचन प्रकट करते (रोम. ९:२३; फिलीप्पै २:१३). पौलाने सत्कर्मांमधे चालणे ही कल्पना अध्याय ४-६ यांमधे आणखी विकसीत केली आहे.

> "...विश्वासणारे जसे विश्वासाने चालतील तेव्हा त्याने त्यांच्यामधे व त्यांच्याद्वारे पुर्ण करण्यात येणाऱ्या चांगल्या कार्यांचा एक मार्ग सज्ज केला आहे. याचा अर्थ हा नव्हे की देवासाठी एखादे कार्य करणे; याउलट, विश्वासणाऱ्यांमध्ये व त्यांच्याद्वारे देवाने त्याचे कार्य करून घेणे हे होय."[२]

तरीही, देवाने आम्हाला पापांच्या दंडातुन व त्याच्या शक्तीतुन स्वतंत्र केले आहे याकारणाने ख्रिस्ती व्यक्ती देवाने ठरवलेल्या 'सत्कर्मां'च्या मार्गानेच 'आयुष्यक्रम' चालवतील, असे हे वचन आपल्याला सांगत नाही. आपण त्याच्या दृष्टीने उत्तम अशी कर्मे करावी, यासाठी देवाने आम्हाला वाचविले आहे परंतु आपले तारण ज्या उद्देशासाठी करण्यात आले आहे त्याचा हा केवळ एक भाग आहे. उदा., आम्हाला स्वर्गात नेण्यासाठी सुद्धा (योहान १४:१-३) आमचे तारण करण्यात आले आहे. त्याने आम्हाला अशी खात्री दिली आहे की त्याच्या पुत्रावर विश्वास ठेवणारे सर्वजण स्वर्गात पोहोंचतील (आमचे गौरव होणे, योहान १०:२८-२९). मात्र त्याने आम्हाला ही खात्री दिली नाही की, जे सर्व येशू ख्रिस्तावर विश्वास ठेवतील ते सर्व चांगली कर्मे करत राहतील (आमचे वाढत जाणारे शुद्धीकरण). ते आमच्या आज्ञाधारकपणावर अवलंबुन आहे (४:१; तीत. ३:८).

---

[१] विर्सबी, २:१९

[२] होएन्हर, 'इफिशीयन्स्' पान क्र. ६२४

देवाची इच्छा आहे की सर्वांचे तारण व्हावे (१ तिमथी २:४; २ पेत्र ३:९), परंतु काही लोकांचा नाश होईल यामुळे देवाच्या इच्छा किंवा सामर्थ्याविषयी आपण सांशक होवु शकत नाही. आम्हाला विश्वास ठेवण्याचा अथवा न ठेवण्याचा (योहान ३:३६), यासंबंधी निवड करण्याची त्याने आपणांला मोकळीक दिलेले आहे. याचप्रमाणे, देवाने तारण दिलेले आहे जेणेकरून त्याची मुले त्याच्या आज्ञांचे पालन करू शकतील व चांगली कामे करू शकतील, परंतु तो त्यांना ती करण्यासाठी सक्ती करत नाही (तीत. २:११-१२).

> ''एखादा व्यक्ती प्रभुत्त्वाविषयीचा सर्व विवाद हा अगदी आधिकारीकपणे 'कृपेची परीणामकारकता' या विषयाशी जोडू शकतो. याविषयीच्या चर्चेमधे येणारे सर्व मुद्दे शेवटी येथे येतातः देवाची तारण करणारी कृपा अटळपणे अपेक्षित परीणाम साधते काय? जर सर्व बाजुकडील लोक जर या एका प्रश्नावर एकमत होतील तर, हा वाद संपुष्टात येवु शकतो.''[१]

देवाने त्याच्या तारणाऱ्या कृपेने जे काही साधेल असे म्हटले आहे, ते सर्व काही ती अटळपणे साधेल आणि त्यामध्ये विश्वासणाऱ्याचे न्यायी ठरणे, पद ठरवणारे शुद्धीकरण व गौरवात घेतले जाणे हे सामील आहे. परंतु, देवाने सांगितल्याप्रमाणे ज्या गोष्टी त्याच्या लोकांनी केलेल्या निवडीवर अवलंबुन आहेत त्या गोष्टी ती कृपा ते अटळपणे साधु शकत नाही. देव कोणत्या गोष्टी करणार आहे व देव कोणत्या गोष्टी होतांना पाहु इच्छितो' या दोन्हींमधे अंतर करण्याविषयी आपण सावधगिरी बाळगली पाहीजे. त्याच्या इच्छा ह्या त्याच्या विधिलिखीत गोष्टी नव्हेत.[२]

'देवाचे सार्वभौमत्त्व' याचा सिद्धांत म्हणजे देवाला या विश्वातील अंतिम अधिकार आहे. घडणाऱ्या सर्व गोष्टींवर नियंत्रण करण्यासाठी लागणारे सामर्थ्य त्याच्याकडे आहे, हे यावरून सुचित होते. मग देवाची इच्छा आहे ते सर्व काही तो नक्कीच घडवुन आणणार आहे, असा याचा अर्थ होत नाही. जर असे असते तर, कोणालाच नरकामध्ये टाकले जाणार नाही, आणि प्रत्येक व्यक्तीने त्याच्या आज्ञांचे पालन पुर्णपणे केले असते.

देवाने इस्त्राएली लोकांना चांगल्या कामामध्ये टिकुन राहण्यासाठी जोरजबरदस्ती केली नाही आणि त्याचप्रकारे तो ख्रिस्ती लोंकानीही चांगली कामे करत त्यामध्ये टिकुन राहावे अशी बळजबरी करत नाही.

इस्त्राएली लोक देवाने त्यांच्यासाठी अगोदर ठरवलेल्या चांगल्या कामांमधे चालण्यास अपयशी ठरले याचा अर्थ हा नाही की देवाच्या कृपेची परिणामकारकता अयशस्वी ठरली. अश्याचप्रकारे ख्रिस्ती लोकांचे अपयश म्हणजे देवाच्या कृपेचे अयशस्वी होणे नव्हे.

पौलाने पत्राच्या या भागामध्ये (२:१-१०) हे विश्वास ठेवण्याच्या अगोदर विश्वासणारे कसे होते व नंतर ते कसे होतात याविषयीच्या फरक विषद करतो. या परीवर्तणाचे सर्व गौरव देवाला जाते. त्याने

---

[१] जॉन मॅकआर्थर, *फेथ वर्क,* पान क्र. ६१

[२] पाहा झाने. सी. हॉड्जेस्, *अॅब्सोल्युटली फ्री* पान क्र. ७३-७४

लोकांसाठी तारण पुरवले आहे. आपण तारण मिळण्यासाठी योग्य ठरावे म्हणुन चांगली कर्मे करण्याची आवश्यकता नाही तर आम्हाला तारण मिळाले आहे म्हणुन आम्ही चांगली कृत्ये केली पाहीजे. देवाची विश्वासणाऱ्यासाठी ही योजना आहे.

२.२ सार्वत्रिक पाचारण अध्याय २: ११ ते ३:१९

आपल्याला केवळ वैयक्तीकरीत्या तारणाचा अनुभव मिळाला आहे हा नवीन आध्यात्मिक जीवनाचा अर्थ नाही. यासोबतच देव प्रत्येक ख्रिस्ती व्यक्तीला इतर प्रत्येक ख्रिस्ती व्यक्तीसोबत एकीकरणामध्ये आणतो. ख्रिस्तामध्ये आम्हाला इतर विश्वाणाऱ्यांसोबत ऐक्यभाव आहे आणि तसाच देवासोबतही तोच ऐक्यभाव आहे. पौलाने पुढे ख्रिस्तामधे असण्याच्या सार्वत्रिक पैलु समजावुन सांगितला आहे.

> ''या पत्राचा एक मोठा भर आणि पौलाने तुरूंगातुन लिहीलेल्या पत्रांचा साधारण विषय हा ख्रिस्ताच्या शरीरात असणाऱ्यांचे सांघिक स्वरूप हा आहे. विश्वासणाऱ्यांचा विश्वास हा खाजगी स्वरूपाचा नाही. त्याचे नातेसंबंध हे सांघिक स्वरूपाचे असुन ते एकमेकांसाठी जबाबदार आहेत.''[१]

१. वर्तमानकाळातील सेवाकार्य अध्याय २:११-१२

प्रेषिताने येथे प्रथम ख्रिस्तामध्ये सर्व विश्वासणाऱ्यांच्या एकीकरणाची यथार्थता प्रस्तुत केली आहे (व.११-१३). नंतर, यामध्ये कोणत्या गोष्टी अंतर्भुत आहेत हे समजावुन सागतो (व.१४-१८). शेवटी या एकीकरणाचे परीणाम त्याने मांडले आहेत (व.१९-२२).

परराष्ट्रीय विश्वासणाऱ्यांचे यहुदी विश्वाणाऱ्यांसोबतच्या एकीकरणाबाबतचे वास्तव २:११-१३

२:११ आमचे परीवर्तन व्हावे यासाठी देवाने काय केले आहे याकडे पाहतांना, परराष्ट्रीय विश्वासणाऱ्यांनी काही गोष्टी ध्यानात ठेवणे गरजेचे आहे. पौलाने याठीकाणी 'देह' हा शब्द रूपक या अर्थाने (म्हणजे पापी मानवी स्वभाव किंवा आम्ही जे सर्व आदामामधे आहोत) न वापरता वास्तविक अर्थाने वापरला आहे (म्हणजे शरीर). वधस्तंभापुर्वी यहुदी व परराष्ट्रीय विश्वासणाऱ्यांमधे फार मोठ्या तफावती होत्या.

> ''एक शब्द जो परराष्ट्रीयांना व्यवस्थितपणे मांडतो तो म्हणजे 'विरहीत' हा होय. ते बऱ्याच बाबतीत 'बाहेरचे' होते.''[२]

२:१२ पौलाने येथे अशा पाच विशेषाधिकारांची यादी मांडली आहे जे वधस्तंभाच्या अगोदर यहुदी विश्वासणाऱ्यांकडे होते परंतु परराष्ट्रीय विश्वासणाऱ्यांकडे नव्हते. *पहीला*, परराष्ट्रीय विश्वासणारे तारणकर्त्या

[१] बॉक, पान क्र. ३०८

[२] विर्सबी, २:२२

'ख्रिस्त' विरहित होते. यहुद्यांप्रमाणे त्यांना तारणाऱ्यामध्ये असलेली राष्ट्रीय एकीकरणासारखी किंवा इतर अशी कोणतीही आशा नव्हती.

दुसरा, देवाने त्यांना इस्त्राएलमध्ये एक लोक म्हणुन नागरीकत्त्वाच्या अधिकारातुन 'वंचित' केलेले आहे. एकटा परराष्ट्रीय वैयक्तीकरीत्या इस्त्राएल राष्ट्राचा सदस्य बनु शकत होता, परंतु त्यांच्या संपुर्ण लोकांना किंवा देशाला, म्हणजे परराष्ट्रीयांना देवाने इस्त्राएलमध्ये व त्यांच्याद्वारे जे करण्याचे योजीले होते त्यामध्ये कोणताही सहभाग नव्हता. या अर्थाने परराष्ट्रीय हे इस्त्राएलच्या बाहेरील होते. *तीसरा,* इस्त्राएल देशाला देवाने त्याच्या *वचनात,* म्हणजे पवित्र शास्त्रात दिलेल्या करारांमध्ये (अब्राहाम, मोशे व दाविदासोबतचे करार) त्यांना प्रत्यक्षपणे कोणताही वाटा नव्हता. मॉरीस, जे सहस्त्रवर्षांच्या राज्यकारभाराच्या मताचे विरोधक आहेत, त्यांचा असा विश्वास होता की, एकवचनी 'वचन' याचा संदर्भ 'देवाने मशीहाला पाठवण्याच्या वचनाशी' आहे.[१] कदाचित, 'वचन' हा शब्द एकवचनी असणे याचा जोर केवळ दिलेले वचन यावर असावा कारण पवित्र शास्त्रात आलेल्या सर्व करारांमधे हे पायाभुत आहे. *चौथे,* लोकांचा वंश या नात्याने, इस्त्राएलप्रमाणे, देवाने वचने दिलेले परराष्ट्रीयांकडे ते 'आशेने' अवलोकन करू शकतील असे कोणतेही सांघिक भविष्य नव्हते. *पाचवे,* ते देवापासुन विभक्त किंवा देवविरहीत असे होते. याच्या विरूद्ध, देवाने स्वतः इस्त्राएला हात पुढे करून ओढुन घेतलेले आहे.

> ''यहुदी व्यक्ती परराष्ट्रीय व्यक्तींना अतिशय तुच्छ समजत असत. यहुदी असे म्हणत की, देवाने परराष्ट्रीय लोकांना नरकाच्या अग्नीमध्ये सरपण म्हणुन जाळण्यासाठी निर्माण केले आहे. ते म्हणत असत, देवाने अस्तित्त्वात आणलेल्या अन्य सर्व राष्ट्रापेक्षा केवळ इस्त्राएलवरच तो प्रीती करतो. जसे आपण अत्यंत विषारी सापांचे डोके ठेचतो तसे परराष्ट्रीयांना ठार करायला हवे. ते असे म्हणत की, एका परराष्ट्रीय स्त्रीला तीच्या सर्वांत कठीण परीस्थीतीमध्ये म्हणजे प्रसववेदनांमधेही सहकार्य करू नये, कारण तसे करणे म्हणजे एका परराष्ट्रीय व्यक्तीला या जगात आणण्यासारख्या घोर अपराधामध्ये सहकार्य करणे होय. ख्रिस्त येईपर्यंत, परराष्ट्रीय लोक यहुद्यांसाठी तिरस्कृत होते. त्यांच्यामधील आडभिंत यथार्थ होती. जर कोणी यहुदी मुलगा कोणा यहुदीतर मुलीसोबत किंवा कोणी यहुदी मुलगी कोणा परराष्ट्रीय मुलासोबत विवाह करत असे तेव्हा तीची किंवा त्याची प्रेतयात्रा काढण्यात येत असे कारण असे करणे हे मृत्यु झाल्यासारखे गणल्या जात होते.''[२]

आजही, काही कट्टर यहुदी परक्यांचा द्वेष करतात. हा परराष्ट्रीयांचा द्वेष काही प्रमाणात मंडळीमधेही आलेला होता. यहुदी ख्रिस्ती परराष्ट्रीय ख्रिस्ती व्यक्तीला उपमर्द करणाऱ्या नजरेने पाहत असत.

---

[१] मॉरीस, पान क्र. ६२

[२] बार्क्ले, पान क्र. १२५, योना

२:१३ 'परंतु' आणखी एका मोठया विरोधाभासाकडे लक्ष वेधते (व. ४). येशु ख्रिस्ताच्या मृत्युमूळे ('रक्तामुळे') देवाने अगोदर कधीही नव्हे अशाप्रकारे परराष्ट्रीयांना स्वतःच्या व यहुद्यांच्या 'जवळ' 'आणले'. यहुदी धर्मगुरू, परराष्ट्रीयांविषयी असे शिकवत असत की, जे मोशेने दिलेल्या विशेषाधिकारांपासुन वंचित आहेत असे परके लोक केवळ 'यहुदी' बनण्याद्वारेच 'जवळ' आणले जावु शकतात.[१] पाप मृत्यु देणारे व विभक्त करणारे आहे. परंतु, ख्रिस्ताच्या आज्ञापालनाद्वारे जीवन व इतर लोकांसोबत समेट झाला आहे, यामधे देव व परराष्ट्रीय लोक आहेत. ख्रिस्ताचे खरे मानवीपण नाकारणाऱ्यांना दुरूस्त करावे या हेतुने बहुतेक पौलाने ख्रिस्ताच्या रक्ताला थोडक्यात लिहीले असावे.[२]

जुन्या करारात सोडविण्यात आलेले देवाचे लोक व नव्या करारातील सोडविण्यात आलेले देवाचे लोक या दोहोंची ही साहजिक अशी दिसणारी ही सातत्यता आहे. परंतु, पौल येथे या दोनीही गटांमधील काही तफावतींकडे आपले लक्ष वेधतो.[३] करारांवर आधारीत सिद्धांत या दोनीही गटांच्या समानतेवर जोर देतो तर युगांतवाद या दोनीही गटांच्या निराळेपणावर भर देतो. बरेच करार-आधारीत सिद्धांत मानणारे लोक या निराळेपणाला नाकारतात.

परराष्ट्रीय विश्वासणाऱ्यांचे यहुदी विश्वासणाऱ्यांसोबतच्या एकीकरणाचे महत्त्व अध्याय २: १४-१८

येशु ख्रिस्ताच्या मृत्युमुळे परराष्ट्रीय व यहुदी विश्वासणाऱ्यामधे शांती, आणि देव व परराष्ट्रीय विश्वासणाऱ्यांमधे समेट झाला आहे.

२:१४ हे वचन समजण्यासाठी, आपल्याला पौलाच्या मनात असलेली 'आडभिंत' कोणती हे शोधुन काढणे आवश्यक आहे. कदाचित, हेरोद राजाने यहुद्यांसाठी बांधलेल्या मंदीराच्या आंगणात असलेली भींत, जी यहुदी लोकांचे आंगण व परराष्ट्रीय लोकांचे आंगण वेगवेगळे करत असे ती अपेक्षित असावी.[४] परंतु ही शक्यता वाटत नाही, कारण हे पत्र लिहीले जात असतांना ती भिंत त्यावेळेसही उभी होती आणि यहुदी व परराष्ट्रीय लोकांना विभक्त करत होती. बहुदा, त्याच्या मनात मंदीरातील पवित्रस्थान व परम पवित्रस्थानाला विभागणारा पडदाही असेल. परंतु, तो पडदा - तो काही भिंत नव्हता, व तो यहुदी व परराष्ट्रीय लोकांना वेगळे करणारा नव्हता तर संपुर्ण *मानवजातीला देवापासुन विभक्त* करणारा असा होता. म्हणुन हा अंदाज बहुतेक खरा ठरतो की, पौलाच्या विचारांत एखाद्या भौतिक अडखळणापेक्षा एक आध्यात्मिक अडसर होता जो अब्राहामाच्या काळापासुन यहुदी व परराष्ट्रीय लोकांना विभक्त करत होता. इफिसकरांस पत्राच्या वैशिष्ट्याप्रमाणे पौलाचा आध्यात्मिक गोष्टींवर जो भर आहे, त्याच्याशी हा विचार सुसंगत असा आहे.

> ''ही नवी संस्था (मंडळी) वांशिक वेगळेपण नाहीसे करत नाही, तर समेट दर्शवते, तारणामुळे होणाऱ्या फायद्यांमध्ये आणि यहुदी व परराष्ट्रीय लोकांच्या

---

[१] मूळ संदर्भासाठी, पाहा ॲबॉट्ट, पान क. ६०

[२] रॉबर्टसन, ४:५२६

[३] पाहा कार्ल बी. हॉक, 'दी न्यु मॅन इन इफिशीयन्स् २' इन डीस्पेनसेशनालीझम्, इस्त्राएल अँड दि चर्च , पान क्र. ९८-१२६

[४] मॉरीस, पान क्र. ६५, संदर्भ फ्लाव्हीयस जोसेफ, *अँटीक्वीटीज् ऑफ दी ज्युज्,* १५:११:५ तसेच, *द वॉर्स ऑफ दी ज्युज्* ५:५:२

> एकीकरणात तयार झालेल्या एका नवीन जीवंत समाजाद्वारे उदयास येणाऱ्या शांतीमध्ये भाग घेण्यासाठी प्रत्येक विश्वासणारा हा एकसारख्या योग्यतेचा ठरतो."[१]

या वचनातुन आपल्याला या गोष्टीविषयीचा भक्कम पुरावा मिळतो की, प्रभु येशुच्या मृत्युनंतर आपल्या पुर्वीच्या व्यवहारापेक्षा वेगळा असा व्यवहार देवाने मानवजातीसोबत एका वेगळ्या पातळीवर सुरू केला. त्याने आता प्राथमिकतेने यहुद्यांच्यामधुन व यहुदीमतांतुन कार्य करणे थांबवले आहे (काही काळापर्यंत, रोम ११). याच्या उलट, यहुदी व परराष्ट्रीय यांच्यासोबत तो एकाच आधारावर व्यवहार करू लागला आणि तो म्हणजे, त्याच्या पुत्रावर विश्वास ठेवणे. दुसऱ्या शब्दांमधे, मानवजातीसोबतच्या त्याच्या व्यवहारामध्ये त्याने एक नवे युग किंवा नवी व्यवस्था सुरू केली.

> ''वचन १४ मधे जेव्हा ख्रिस्त हा आमची शांती आहे असे सांगितले जाते तेव्हा, त्याचा अर्थ होतो की, येशू ख्रिस्त हा केवळ एका व्यक्ती आणि देव यांच्या तुटलेल्या नातेसंबंधाला पुनःस्थापित करत नाही तर दोन व्यक्तींमधील नातेसंबंधही पुन्हा स्थापित करतो. आता लोक एक नवा समाज तयार करतात, देवाचे घराणे, आणि याचीच तुलना देवाचे विशेष कार्य, त्याच्या पवित्र मंदीराशी केलेली आहे.''[२]

२:१५ यहुदी व परराष्ट्रीय यांच्यामधील 'वैर' येशूचे शरीर ('त्याचा देह') वधस्तंभी दिल्याने संपले. येशू ख्रिस्त मरण पावला तेव्हा त्याने मोशेच्या नियमशास्त्राप्रमाणे असलेल्या सर्व अटी पुर्ण केल्यामुळे असे घडले. त्याने आपला प्राण दिला तेव्हा, देवाने यहुद्यांच्या जीवनावर अधिकार करणाऱ्या मोशेच्या नियमशास्त्राला समाप्त केले. 'नाहीसे' हा जो शब्द येथे आहे (ग्री. कटारेसास) त्याचा अर्थ 'निष्क्रीय करणे' असा होतो. आपल्या लोकांच्या जीवनाला नियंत्रित करण्यासाठी मोशेचे नियमशास्त्र देवाने दिलेले प्रमाण राहीले नाही (रोम १०:४, इ.). यहुदी व परराष्ट्रीय लोकांमधील वैर मोशेच्या नियमशास्त्रामुळे होते. इतरांपासुन वेगळे राहण्यासंबंधीचे व खाण्याविषयीचे निराळे नियम यासारख्या इतर गोष्टींमुळे यहुदी व इतरांमधे वैरभावाचे वातावरण निर्माण झाले होते. काही भाषांतरांमधे, नियमशास्त्र हे वैर आहे असा समज निर्माण होतो. खरे पाहीले तर यहुदी व परराष्ट्रीय यांच्यामधे वैर निर्माण होण्यासाठी नियमशास्त्र कारणीभूत होते. येशू ख्रिस्ताने मोशेचे नियमशास्त्र रद्द करून ते वैर, व त्यामुळे आलेला वैरभाव हाही नाहीसा केला.[३]

यहुदी व परराष्ट्रीयांमधील वैर संपविण्यामागे येशू ख्रिस्ताचे दोन उद्देश होते. पहीला, त्याला यहुदी व परराष्ट्रीय या दोन गटांतुन एक 'नवा मानव', म्हणजे मंडळी (व. ६) 'निर्माण' करायची होती (व. ११). येथे 'नवा मानव' हा वैयक्तीक विश्वासणारा नसुन मंडळी, जी येशू ख्रिस्ताचे शरीर ती होय (१:२२-२३; १ करींथ १२:१२-१३; कलस्सै ३:१०-११; इब्री १२:२३). मंडळीमधे, देव

---

[१] बॉक, पान क्र. ३१४

[२] तसेच,'दी न्यु मॅन अॅज कम्युनिटी इन कलोशीयन्स् अँड इफिशीयन्स्' इन इंटीग्रीटी ऑफ हार्ट, स्कीलफुलनेस ऑफ हँडस् पान क्र. १६१

[३] पाहा हॅल हार्लेस, 'दि सेसेशन ऑफ दी मोझेक कव्हेनंट' *बिब्लीओथेका सॅक्रा* १६०:६३९ (जुलै-सप्टेंबर २००३):३४९-६६

यहुद्यांना जसे हाताळत होता तसे परराष्ट्रीयांना हाताळत नाही, तसेच जसा तो परराष्ट्रीयांना हाताळत होता तसा यहुद्यांना हाताळत नाही. यहुदी हे परराष्ट्रीय होत नाहीत आणि परराष्ट्रीय हे यहुदी होत नाहीत. उलट, देवाने एक संपुर्ण नवी ओळख असलेला 'नवा मानव' (ग्री. कायनॉन, ताजे): मंडळी निर्माण केली. मंडळीच्या अर्थशास्त्रामधे, विश्वास ठेवणारे यहुदी ख्रिस्ती बनतात आणि विश्वास ठेवणारे परराष्ट्रीय ख्रिस्ती बनतात. आता देव विश्वासणारा यहुदी आणि विश्वास ठेवणारा परराष्ट्रीय या दोहोंसोबत एक सारखाच व्यवहार करतो : ख्रिस्ती व्यक्ती म्हणुन.[१]

२:१६ येशू ख्रिस्ताचा यहुदी व परराष्ट्रीय यांच्यामधील वैमनस्य दुर करण्यामागील दुसरा उद्देश म्हणजे यहुदी व परराष्ट्रीय विश्वासणाऱ्यांनां आपणा स्वतःकडे, मंडळी म्हटलेल्या एका शरीरामधे आणावे (समेट). जुन्या करारामध्ये कोठेही यहुदी व परराष्ट्रीय यांना एका शरीरामध्ये असल्याचे म्हटलेले नाही. विरोधाभास असा आहे की, वधस्तंभाने एकप्रकारे येशू ख्रिस्ताला नाहीसे केले आणि येशू ख्रिस्ताने यहुदी व परराष्ट्रीय यांच्यातील वैर 'वधस्तंभाच्याने (द्वारे) नाहीसे केले'. यहुदी व परराष्ट्रीयांनी केवळ आपसातच समेट अनुभवला नाही (व. १४-१५) तर क्रुसाच्याद्वारे त्यांनी देवासोबतही समेटाचा अनुभव घेतला(व. १६).

> ''यहुद्यांच्या दृष्टीकोनातुन, एक अत्यंत अनपेक्षित व अचानक आलेले प्रकाशन म्हणजे, यहुदी व परराष्ट्रीय यांच्यामधील आडभिंतीला पाडुण टाकणे, नियमशास्त्राने आलेले वैर काढुन ते वधस्तंभावर खिळणे, हे होय. त्याच्यासारखा इतर कोणताही सदृश्य नाही. त्याविषयी कोठेही, शिक्षणामधे किंवा त्याकाळाच्या आत्म्याच्या चळवळीमधे एखादी अप्रत्यक्ष सुचनाही नाही.''[२]

२:१७ येशू ख्रिस्त हा केवळ आपली शांतीच नव्हे तर (व. १४), त्याने 'शांतीची सुवार्ता'ही गाजवली. आपल्या स्वर्गारोहणानंतरही (प्रेषित. १:१-२,८) त्याने नेमलेल्या प्रेषितांच्याद्वारे, यहुदी व परराष्ट्रीय (व. १२-१३) या दोघांनाही तो हा शांतीचा संदेश असलेली सुवार्ता गाजवतच राहीला.

२:१८ वधस्तंभामुळे, यहुदी व परराष्ट्रीय या दोन्हीही विश्वासणाऱ्यांचा 'प्रवेश' देवाजवळ होवु शकतो ('पिता'). पुर्वी देवाजवळ केवळ यहुद्यांतुनच प्रवेश होता, परंतु आता तो 'ख्रिस्ताद्वारे' (त्याच्याद्वारे) आणि पवित्र आत्म्यातुन होतो. ख्रिस्ताच्या मृत्युमुळे आता सर्व विश्वासणाऱ्यांना पित्याजवळ सरळ प्रवेश आहे (३:१२;रोम ५:२). पवित्र आत्मा यहुदी व परराष्ट्रीय या दोन्हीही ('आम्हा उभयतांना') ख्रिस्ती लोकांना देवाजवळ जाण्याचा सारखीच मुभा आहे. इथे लक्ष देण्यासारखे आहे की, देवत्त्वाचे तीनही सदस्य या ठीकाणी आलेले आहेत.

सुरूवातीच्या मंडळीमधे असा वाद होता की, परराष्ट्रीय विश्वासणाऱ्यांनी देवाकडे यहुद्यांमधुनच यावे किंवा ते परराष्ट्रीय म्हणुनही देवाजवळ येवु शकतात (प्रेषित १५:१-५; गलती १-२). पौलाने या समस्येचे येथे पुन्हा एकदा उत्तर दिले आहे (प्रेषित १५:६-२१; गलती ३-४). देवाने यहुदी व परराष्ट्रीय विश्वासणाऱ्यांना मंडळीमधे 'एक' केले आहे (व.१४). त्याने एक नवी स्वतंत्र ओळख असलेली

---

[१] पाहा फ्रुचेनबाऊम, पान क्र. ११८

[२] अल्फ्रेड इडरशाईम, स्केचेस् ऑफ ज्युयीश सोशल लाइफ इल द डेज् ऑफ क्राईस्ट, पान क्र. २९

अशी, मंडळी इतर दोघांपासुन निर्माण केली आणि ते इतर दोघे म्हणजे यहुदी विश्वाणारे व परराष्ट्रीय विश्वासणारे हे होत (व.१५). त्या शरीरामध्ये या दोन्ही प्रकारच्या विश्वाणाऱ्यांना आपसात व देवासोबत समेटाचा अनुभव येतो (व. १५-१६), आणि या उभयतांना देवाजवळ त्याच्या आत्म्याच्याद्वारे प्रवेश करता येतो (व. १८).[१]

परराष्ट्रीय विश्वासणाऱ्यांचा यहुदी विश्वाणाऱ्यांसोबतच्या एकीकरणाचे परिणाम २:१९-२२

२:१९ या एकीकरणामुळे, मागील युगांतील विश्वास ठेवणाऱ्यांच्या तुलनेत हे ख्रिस्ती लोक 'परके व बाहेरील असे राहीले नाहीत'. ते 'पवित्र जनांच्या सोबतचे नागरीक' आहेत, म्हणजे पेन्टेकॉस्टच्या अगोदर विश्वास ठेवणाऱ्यासोबतचे आहेत. इतर ठिकाणीही पौलाने स्थानिक मंडळीला एका कुटुंब असे संबोधले आहे (१ तिमथी ३:१५), परंतु याठिकाणी 'घरचे' म्हणजे सर्व युगांतील विश्वासणारे होत.[२]

२:२० तिसरी गोष्ट, पौलाने मंडळीची तुलना 'मंदीर' अशी केली आहे (व.२१). ते प्रेषित व संदेष्टे यांच्या पायावर उभारलेले आहे. स्पष्टपणे येथे नव्या करारातील संदेष्ट्यांविषयी बोलले जात आहे कारण 'संदेष्टे' हा शब्द 'प्रेषित' या शब्दानंतर आला आहे (३:५; ४:११). या लोकांनी मंडळीची घडण केली कारण यांच्याकरवीच देवाने मंडळीचे प्रकाशन व स्थापना केली.

> ''जर संदेष्टे आणि प्रेषित यांच्या शिक्षणावर मंडळी रचलेली आहे तर मंडळी अस्तित्त्वात येण्याची सुरूवात होण्याअगोदर तो अधिकार त्यांच्याकडे असणे आवश्यक आहे.''[३]

> ''व्यावहारीक दृष्टया, याचा अर्थ हा होतो की, नव्या करारातील शास्त्रवचनांवर मंडळीची स्थापना करण्यात आली आहे.''[४]

ज्यावेळेस पौलाने हे लिखाण केले त्यावेळेस, कोनशिला ही एखाद्या इमारतीच्या बांधकामातील एक अतिशय महत्त्वाचा भाग होती. हा तो दगड असे ज्याच्याद्वारे बांधणारा इतर प्रत्येक कोपऱ्याच्या दगडाला, एका चौकोणाकारामध्ये आणत असे आणि त्या त्यात पायामध्ये टाकले जाणारे दगडही असत.[५]

---

[१] पाहा ब्रुस डब्लु. फाँग, 'अॅड्रेसींग द इश्यु ऑफ रेशीयल रीकन्सीलीऐशन अॅकॉर्डींग टू दी प्रिंसीपल ऑफ इफिशीयन्स् २:११-२२' जर्नल ऑफ दी इव्हँजेलीकल थिऑलॉजीकल सोसायटी ३८:४ (डीसेंबर १९९५:५६५-८०).

[२] पाहा होएन्हर, इफिशीयन्स्, पान क्र. ३९५-९६

[३] कॅल्व्हीन, १:७:२. 'मंडळी' येथे म्हणजे ख्रिस्ती लोकांची सहभागीता, विशेषतः येथे रोमन कॅथोलिक चर्च.

[४] स्टॉट, पान १०७

[५] होएन्हर, 'इफिशीयन्स्', पान क्र. ६२७

"पुर्वेकडील देशामध्ये तो दगड इमारतीच्या पायापेक्षाही महत्त्वाचा असा समजल्या जात असे."[१]

(कॅल्हीन लिहीतो : "जेथे कोठे आपल्याला देवाचे वचन निर्भेळ अश्याप्रकारे प्रचार केल्या जाते व अंगिकारल्या जाते आणि ख्रिस्ताच्या परंपरेअनुसार प्रभुभोजन दिले जाते, निःसांशकपणे, देवाची मंडळी तेथे अस्तित्त्वात आहे."[२] त्याचा विश्वास होता की, या दोन घटकांमुळेच एक खरी मंडळी अस्तित्त्वात असते.)

२:२१ पौलाने मंडळीला एका बांधल्या जात असलेल्या इमारतीच्या चित्रासारखे ('जोडुन रचली जात असतांना') दाखविले आहे ज्यामधे देव नवीन विश्वासणाऱ्यांची निरंतर त्यात भर घालत आहे (४:१५-१६; मत्तय १६:१८; १ पेत्र २:५). एक एक दगड हा एका वैयक्तीत विश्वासणाऱ्याला दर्शवितो, ज्यामध्ये यहुदी व परराष्ट्रीय विश्वासणारे दोघेही आहेत. जुन्या कराराच्या दिवसांप्रमाणे, आज देव पृथ्वीच्या पाठीवर एखाद्या मंदिरात राहत नाही. तो त्याच्या मंडळीच्या आत राहतो, जे एक आध्यात्मिक (पवित्र) 'मंदिर' असुन ते संपुर्ण पृथ्वीवर पसरलेले आहे. त्याचा आरंभ हा पेन्टेकॉस्टच्या दिवशी झाला आणि स्वर्गारोहणापर्यंत त्याची वाढ होत राहणार आहे (१ थेस्स. ४:१३-१८). प्राचीन काळामध्ये ज्याप्रकारे एखाद्या देवाच्या नावाचे मंदीर त्यात असलेल्या 'देवाला' गौरव देत असे तश्याच प्रकारे 'एक खरा देव' मंडळीच्याद्वारे गौरविल्या जात आहे.

पौलाने 'मंदीरा'चे उदाहरण येथे अतिशय खुबीने वापरले असावे कारण इफिस येथील ख्रिस्ती लोकांच्या जवळच त्या शहरातील अत्यंत प्रसिद्ध असे अर्तमी देवीचे मंदीर होते. हे मंदीर अथेन्स येथील पार्थेनॉनपेक्षा चार पटीने मोठे होते. या मंदीरात असलेल्या अर्तमी (डायना) देवीच्या प्रतिमेला प्रत्येकी ६० फुट उंचीच्या एकशे सत्तावीस पांढऱ्याशुभ्र खांबांनी वेढलेले होते.[३] प्राचीन काळातील सात आश्चार्यांपैकी एक असे हे मंदीर होते असे अनेक इतिहास विश्लेषक आजही मानतात (प्रेषित १९:२३-४१).

२:२२ पवित्र आत्मा जागतिक मंडळीमधे निवास करतो. तो प्रत्येक विश्वाणाऱ्यामध्येही वास्तव्य करतो (योहान १४:१७; रोम ५:५; ८:९,११; १ करींथ २:१२; गलती ३:२,४:६; १ योहान ३:२४; ४:१३). पौलाने प्रत्येक स्वतंत्र विश्वाणाऱ्याची तुलना ही 'देवाचे मंदीर' म्हणुन इतरत्र केलेली आहे (१ करींथ ६:१९). तसेच त्याने स्थानिक ख्रिस्ती समुहालाही 'मंदीर' असे संबोधले आहे (१ करींथ ३:१६; २ करींथ ६:१६). तरीही, त्याने असे प्रकट केले आहे की, सर्व ख्रिस्ती लोक एका महान 'पवित्र मंदीराचे' अंग आहेत, आणि ती जागतिक मंडळी आहे.

---

[१] वूड, पान क्र. ४२
[२] कॅल्व्हीन, ४:१:९
[३] प्लायनी, *हीस्टोरीया नॅच्युलालीस,* पान क्र. ३६२१ आणि ९६

> ''इस्त्राएलकडे एक अशी इमारत होती ज्यामधे स्वतः देवाला वास्तव्य करण्यात प्रसन्नता होत असेः तर मंडळी ही अशी इमारत आहे ज्यामध्ये देव प्रसन्नतेने वास्तव्य करत आहे.''[१]

> ''आता त्याची उपस्थिती कोण्या एका ठिकाणी नाहीतर विखुरलेली आहे. आता त्याची उपस्थिती एका पडद्याच्या अडकलेले नसुन ते अवतरीत झाले आहे.''[२]

> ''पवित्र जनांच्या प्रभुभोजनाकडे ही सहभागीता आपली दृष्टी कशी वेधुन घेते! आपल्याला अशी सहभागीता कोठे आढळेल? पुर्वेकडुन व पश्चिमेकडुन गोळा करण्यात आलेले, पुर्वीच्या काळातील कुलपतींपासुन ते या शेवटल्या काळातील आळश्यांपर्यंत, राजांच्या दरबारापासुन ते भिकाऱ्यांच्या वस्तींपर्यंत, हातावरील तान्ह्या बाळापासुन ते शंभर वर्षे वयाच्या म्हाताऱ्याकोताऱ्यांपर्यंत, सन्माननीय थोर लोकांपासुन ते फाटके कपडे घातलेल्या व्यक्तींपर्यंत, उच्चशिक्षितांच्या पातळ्यापासुन ते अज्ञान्यापर्यंत, परूषी व कंत्राटदार, अतिशय चाणाक्ष व मंद बुद्धीचे लोक, आदरणीय समाज व गुन्हेगारी करणारे - या वेगवेगळ्या विसंगत अशा घटकांमधुन आलेल्या लोकांना एकत्र एकाच उद्देशात बांधण्यासाठी, त्यांना सर्वकाळांकरीता 'अल्फा ओमगाच्या चकाकत्या प्रतिमेसारखे', जो त्यांचा व त्यांच्या देवाचा सोबतीचा भार वाहणारा असा आहे, जो दाविदाचा पुत्र व दाविदाचा प्रभु एकाच वेळी आहे, अशा त्या एकसमान दिसणाऱ्या नवीन जीवनाने शिक्का मारण्यासाठी कीती मोठया प्रमाणात सामर्थ्याची गरज भासणार आहे''[३]

विश्वासणाऱ्यांसाठी असलेल्या देवाच्या योजणेमध्ये येशू ख्रिस्ताच्या मृत्यु, पुनरूत्थान आणि वर घेतले जाणे यानंतर एका स्वतंत्र अशी ओळख असलेली निर्माण करणे ठरलेले होते (मत्तय १६:१८). आणि ते प्रतिष्ठाण म्हणजे मंडळी होय. मंडळी म्हणजे इस्त्राएल देश पुढे अव्याहतपणे चालत राहावा आणि त्याचे आधुनिकीकरण एका नवीन नावाने व्हावे असे नसुन ती एक नवी उत्पत्ती होय (व.१५). मंडळीमध्ये यहुदी व परराष्ट्रीय विश्वासणारे सारख्याच अधिकार व समान हक्कांचे भागीदार आहेत. वैयक्तिक आशिर्वादांसोबतच (व. १-१०) या युगामधे या नवीन शरीरामधे विश्वासणाऱ्यांना असलेली सदस्यता ही एक मोठा आशिर्वाद आहे. इफिसकरांस पत्राच्या या भागामधे पौलाने देवाला त्या सर्व आशिर्वादांसाठी गौरव दिलेले आहे.

> ''ख्रिस्ताच्या आदरासाठी आणि सुवार्तेच्या प्रसारासाठी याव्यतिरीक्त आणखी काही अत्यावश्यक असेल तर मला आश्चर्य वाटेल - मंडळीसाठी देवाचे उद्देश काय आहेत आणि ख्रिस्ताने तीच्यासाठी अगोदरच काय मिळवले आहे या दोन

---

[१] चॅफेर, '*दी इफिशीयन्स...*' पान क्र. ९३

[२] बॉक, 'अ थिऑलॉजी...' पान क्र. ३१४

[३] स्टॉट, पान क्र. १११-११२

गोष्टींच्याद्वारे तीची ओळख या जगासमोर असावी - आणि तो उद्देश व ती मिळकत म्हणजे एकच नवी मानवता, मानवी समाजासाठी एक नवा आदर्श, आपल्या पित्यावर व एकमेकांवर प्रीती करणाऱ्या व समेट झालेल्या बंधुंचे व भगिनींचे कुटुंब, आणि देवाच्या आत्म्याच्या निवासाची दृश्यस्वरूपात दिसणारी जागा. असे प्रकट झाल्यावरच संपुर्ण जग ख्रिस्तावर एक शांती स्थापन करणारा म्हणुन विश्वास ठेवेल. आणि यानंतरच देवाला ते गौरव मिळेल ते त्याच्या नावाला योग्य असे आहे.''

२. भुतकाळातील अज्ञान अध्याय ३:१-१३

पौल पुन्हा आपल्या वाचकांसाठी प्रार्थना सुरू करतो (व. १,१४), आणि तो त्यांना मंडळीविषयी अधिक सांगण्यासाठी स्वतःला पुन्हा थांबवतो. मंडळी जी एक रहस्य आहे, तीच्या विषयीची एक पार्श्वभुमी तो या भागात जे काही सांगतो त्याने आपल्याला समजते.

३:१ पौलाने पहील्या दोन अध्यायांमध्ये यहुदी व परराष्ट्रीय विश्वासणाऱ्यांसाठी देवाचे आशिर्वाद जे आता त्यांची मालमत्ता आहे त्याविषयी वर्णन केले आहे आणि म्हणुन 'यासाठी की' ही शब्दावली आपल्याला येथे दिसते. देवाने आपल्याना एवढ्या महान आशिर्वादांनी भरले आहे, म्हणुन पौलाने त्याच्या वाचकांसाठी अशी प्रार्थना केली की त्यांनी देवाची त्यांच्यावरील प्रीती किती मोठी आहे हे त्यांना पुर्णपणे समजावे (व. १४-२१).

परराष्ट्रीय विश्वासणाऱ्यांसाठी तो स्वतःला ख्रिस्ताचा 'बंदीवान' असे संबाधतो, आणि यामुळे विषयांतर करून तो तसा का आहे याचे स्पष्टीकरण देतो. जेव्हा पौलाने हे पत्र लिहीले तेव्हा तो रोम येथे नजरकैदेमध्ये होता. तो परराष्ट्रींयामध्ये ख्रिस्ताची सेवा करतो म्हणुन यहुद्यांच्या जमावाने त्याला यरूशलेमेत घेरले होते आणि या कारणास्तव ही नजरकैद त्याला झाली होती (प्रेषित २१:२१,१८; २ तीमथी १:११-१२). याप्रकारे पौलाने त्या कैदेला देवाची त्याच्यासाठी हीच इच्छा आहे असे समजले.

३:२ या वचनासोबत ग्रीक भाषेतील आणखी एक लांब वाक्य सुरू होते आणि त्या वाक्याचा शेवट १३ व्या वचनात होतो. 'असेल की' म्हणजे नक्कीच तुमच्या कानावर आले असेल (४:२१). इफिसकरांनी खात्रीने पौलाच्या सेवाकार्याविषयी ऐकले होते.

कोण्या दुसऱ्या व्यक्तीच्या व्यवसायाचे किंवा कार्याचे (१ करींथ ९:१७; कलस्सै १:२५) व्यवस्थापन पाहणे या अर्थाने 'कारभार' किंवा 'व्यवस्था' (ग्री. ओइकोनोमीया, युगे, ९, १:१०) हा शब्द येथे येतो. पौल 'देव हा वेगवेगळया व्यवस्थापकांच्याद्वारे आपली कृपा संपुर्ण इतिहासामधे वाटतो', अश्या दृष्टीकोनातुन येथे पाहत होता. पौलाची जबाबदारी ही होती की त्याने सपुंर्ण लोकांपर्यंत देवाची कृपा पोहोंचवावी, परंतु विशेषतः परराष्ट्रीय लोकांपर्यंत ती न्यावी (व. ८,२:७).

''इतिहासात देवाची तत्त्वे कधीही बदलत नाहीत, परंतु मावनजातीसोबत व्यवहार करण्याची त्याची पद्धत बदलते. संत ऑगस्टीनने असे लिहीले आहे -'युगांना वेगवेगळे करा आणि वचनांची सुसुत्रता समजावुन घ्या''[१]

३:३ पौलासाठी नेमलेले कार्य हेच होते की, अगोदर न दिलेले असे 'प्रकटीकरण' मिळवावे (म्हणजे, गूज किंवा रहस्य), आणि ते म्हणजे विशेषतः यहुदी व पराष्ट्रीय हे मंडळीमध्ये समान भागीदार आहेत हे होय (२:१६;३:६). पौलाने याआधी या पत्रामध्ये या रहस्याविषयी लिहीले आहे(१:९;२:११-२२).[२]

नव्या करारात 'रहस्या'बद्दलचे संदर्भ

(अगोदर ठाउक नसलेल्या परंतु आता प्रकट करण्यात आलेल्या गोष्टी)

मत्तय १३:११	स्वर्गाच्या राज्याची रहस्ये
लुक ८:१०	देवाच्या राज्याची रहस्ये
रोम. ११:२५	इस्त्राएल ह्रदयाची कठीणता अनुभवत आहे
रोम. १६:२५-२६	येशू ख्रिस्ताद्वारे तारणाची योजना
१ करींथ ४:१	नव्या कराराचे प्रकटीकरण
१ करींथ १५:५१	स्वर्गारोहण किंवा पुनरूत्थान
इफिस. १:९	देवाची इच्छा
इफिस ३:२-३	देवाच्या कृपेची व्यवस्था
इफिस ३:४	ख्रिस्त
इफिस ३:९	मंडळी
इफिस ५:३२	ख्रिस्त व मंडळी
कलस्सै १:२६	ख्रिस्त आम्हामधे, गौरवाची आशा
कलस्सै १:२७	ख्रिस्त आम्हामधे
कलस्सै २:२	ख्रिस्त
कलस्सै ४:३	ख्रिस्त
२ थेस्सल. २:७	अनितीच्या सध्या कार्यरत असणाऱ्या शक्तीचे रहस्य
१ तीमथ्य ३:९	विश्वासाचे रहस्य
१ तीमथ्य ३:१६	सुभक्तीचे रहस्य
प्रकटी. १:२०	सात तारे(देवदुत)
प्रकटी. १०:७	महासंकटाच्या काळाचे सविस्तर वर्णन
प्रकटी. १८:५	मोठी बाबेल

३:४ पौलाने अगोदर या विषयी लिहीलेल्या लिखाणावरून त्याचे या रहस्याची किती समज होती हे दिसुन येते.

[१] विर्सबी, २:२७

[२] द बायबल नॉलेज कॉमेंट्री : न्यु टेस्टामेंट, मधुन घेतेलेले, पान क्र. ४८, पाहा होएन्हार यांचे इफिशीयन्स् पान क्र. ४२८:३४

३:५ हे रहस्य नव्या करारातील 'प्रेषित व संदेष्टे' यांना देवाने प्रकट करे पर्यंत अज्ञात होते. 'संदेष्टे' हा कदाचित 'प्रेषित' यांची अधिक विशेषकरून माहीती देणारा शब्द असु शकतो (व.२:२०). याचा अर्थ होतो की जुन्या करारात देवाने मंडळीविषयीचे प्रकाशन प्रकट केले नाही.

येथे विचाराधीन असलेले रहस्य नेमक आहे तरी कोणते? पारंपारीक युगवादी, जे 'वाढत जाणाऱ्या युगवाद्यांपेक्षा आणि करारांवर भर देणाऱ्या विद्वानांच्यापेक्षा निराळे आहेत, ख्रिस्ताचे शरीर, मंडळी विषयीचे हे रहस्य आहे असे मानतात.[१] येथे मी 'पारंपारीक युगवादी' म्हणजे नॉर्मेटीव्ह युगवाद्यांविषयी बोलत आहे ज्यांना काही प्रोग्रेसिव्ह युगवाद्यांनी आणखी दोन विभागात विभागले आहे - क्लासिकल (चिरसंमत) आणि रिव्हाइज्ड (सुधारणावादी) युगवादी.

> "पौल हे रहस्य येथे सिमीत न ठेवता ते समजावुन सांगत आहे (त्याने दिलेल्या यहुदी व परराष्ट्रीय यांच्या समानतेविषयीच्या संदर्भात). संकल्पना ही आहे की, या संपुर्ण युगाचे त्यातील योजनेसहीत जुन्या करारात प्रकटीकरण दिलेले नव्हते, परंतु या रहस्यामध्ये एक नवी योजना आणि प्रकटीकरणाची एक नवी दिशा या सध्याच्या काळासाठी दिलेली आहे."[२]

> "मंडळीच्या कमीतकमी चार विशेष गुणांना रहस्य म्हटलेले आहे - १) शरीराची संकल्पना, इफिसकरांस पत्र ३:१-१२ या वचनांमध्ये यहुदी व परराष्ट्रीय विश्वासणारे हे एका शरीरामध्ये एकत्रित करण्यात येतील याला एक रहस्य म्हटले आहे. २) प्रत्येक विश्वाणाऱ्यांमध्ये ख्रिस्त वस्ती करतो हा सिद्धांत, ज्याला 'तुम्हामध्ये ख्रिस्त' असे म्हटल्या जाते, कलस्सै १:२४-२७ याठीकाणी 'एक रहस्य' म्हणण्यात आला आहे (कलस्सै २:१०-१९; ३:४, ११). ३) मंडळी जी ख्रिस्ताची वधु आहे, हे एक रहस्य इफिसकरांस पत्र ५:२२-३२ याठीकाणी आढळते. ४) लोकांतर हेही एक रहस्य आहे, जे १ करींथ १५:५०-५८ मधे दिलेले आहे. ही चार रहस्ये त्या चार विशेषगुणांना दाखवितात ज्यामुळे मंडळी ही इस्त्राएलपेक्षा वेगळी ठरते."[३]

सहस्त्रवर्षराज्याची संकल्पना न मानणारे, करार सहस्त्रवर्षराज्याच्या पुर्वी पुर्ण होतील असे मानणारे, आणि पुरोगामी युगवादी असे म्हणतात की मंडळी ही रहस्य नसुन मंडळीतील यहुदी व परराष्ट्रीय यांचे ऐक्य हे रहस्य होय.[४] त्यांच्यापैकी काही लोक जुन्या करारातही मंडळीचे चित्र पाहतात.[५]

---

[१] उदा. वरीलप्रमाणेच, पान क्र. ९८-१००, चार्ल्स सी. रायरी, *डीस्पेन्सेशलालीझम्,* पान क्र. १३३-३४, गॅरी डब्लु. डेरीकसन, 'दी न्यु टेस्टामेंट चर्च अॅज अ मिस्ट्री,' *बिब्लीओथेका सॅक्रा, १६६:६६४* (ऑक्टोबर-डीसेंबर २००९):४३६-४५.

[२] जे. ड्वाईट पेंटेकॉस्ट, थिंग्ज् टु कम' पान क्र. १३७, हेही पाहा चार्ल्स सी. रायरी, 'द मिस्ट्री इन दी इफिशीयन्स् ३ ' बिब्लीओथेका सक्रा १२३:४८९ (जानेवारी- मार्च १९६६):२५

[३] फ्रुच्येनबाऊम, पान क्र. ११७:१८

[४] उदा. मॉरीस, पान क्र. ८७-८९,९३.

[५] मुद्या खोडुन टाकण्यासाठी पाहा, चॅफेर, *दी इफिशीयन्स्...* पान क्र. १००-१०२

> "(इफिस ३:९) येथे ज्या रहस्याच्या व्यवस्थेचा संदर्भ आहे तो यहुदी व परराष्ट्रीय यांचा येशू ख्रिस्तासोबत आणि एकमेकांसोबतच्या संबंधांविषयीचा आहे. हे संबंध मंडळीच्या निराळेपणाचा गुण आहे."[१]

> "६व्या वचनामधील रहस्याला आपणा अश्या संक्षिप्त स्वरूपामध्ये मांडु शकतो - ते रहस्य म्हणजे परराष्ट्रीय लोकांचे इस्त्राएलसोबतची अशी समानतेची भागीदारी होय, जी येशु ख्रिस्ताच्या वधस्तंभावर दिल्या गेल्याने व त्याच्या पुनः जीवंत होण्याद्वारे पुर्ण झालेल्या, मशीहाद्वारे होणाऱ्या, तसेच दोघामध्येही असणाऱ्या प्रेषितांच्या सुवार्तेच्या घोषणेद्वारे अमलात येणाऱ्या तारणाच्यामूळे तयार होते. परराष्ट्रीय आणि इस्त्राएल यांना मंडळीमध्ये एक करण्याचे जे सत्य आहे, त्याला याआधीच 'त्याच्या इच्छेनुरूप स्वसंकल्पाचे रहस्य' असे प्रकट केलेले आहे (१:९-१४; विशेषतः व. १२-१३) आणि २:११-२२ पर्यंत त्याला सविस्तर समजावुन सांगितलेले आहे, हे सत्य या पत्रातील सर्व शिक्षणाच्या पार्श्वभुमीतील हाच मध्यवर्ती विषय आहे."[२]

अनुवादकांचे हे दोन गट मंडळीकडे वेगवेगळया दृष्टीने पाहतात. पारंपारीक युगवादी असे समजतात की, देवाच्या राज्याच्या कार्यक्रमात मंडळी ही एक ज्यास्त माहीती देणारी किंवा मुद्दाम टाकलेली योजना आहे. त्यांच्यापैकी काही मंडळीला 'राज्याचे रहस्यमय स्वरूप' असे म्हणतात. पृथ्वीवर देवाचा इस्त्राएल देशासोबतच्या व्यवहारामधील हा एक छोटासा स्वरबदल असे पाहतात. परीणामी मंडळी ही एक नवी स्वतंत्र अशी योजना आहे व जुन्या कराराच्या याजकीय कार्यशैलीचे केवळ सातत्य टीकवणे नाही.[३]

सहस्त्रवर्षाच्या राज्याचे समर्थन न करणारे, सहस्त्रवर्षांच्या राज्याच्या आधी करार पुर्ण होतील असे मानणारे आणि सातत्याने वाढत जाणारे युग मानणारे लोक हे सर्व मंडळीकडे वेगवेगळ्या दृष्टीकोनातुन पाहतात. ते विश्वास ठेवतात की, मंडळी ही देवाच्या राज्याच्या या पृथ्वीवरील कार्यक्रमाच्या इतिहासातील उलगड्यात एक पुढील पायरी आहे. देवाच्या या सातत्याने पुढे जाणाऱ्या, त्याच्या राज्याच्या कार्यक्रमाच्या व्यवस्थेच्या उलगड्यामुळेच त्याला 'प्रोग्रेसिव्ह डीस्पेन्सेशन' अशी संज्ञा पडली आहे. या पृथ्वीवर देवाच्या अधिकाराच्या भुतकाळातील, वर्तमानकाळातील व भविष्याकाळातील सलगता यावर ते जोर देतात. जे युगवादी नाहीत ते मंडळीला 'नवीन इस्त्राएल' म्हणून पाहतात. पारंपरावादी युगवादी हे इस्त्राएल व मंडळी यांच्या विलगतेवर म्हणजेच त्यांची व्यवस्था भुतकाळात व भविष्याकाळातही निराळी आहे यांवर भर देतात.

जुन्या करारात हे रहस्य कोणत्याही प्रकारे उलगडण्यात आले होते का, किंवा हे प्रकाशन पुर्णपणे नवीन असे असुन पौलाच्या दिवसांमधे आले आहे? परंपरागत युगवादी असे मानतात की, एक स्वतंत्र ओळख असलेली मंडळी किंवा यहुदी व परराष्ट्रीय यांच्या मंडळीतील समानता ही पुर्वी कोठेही

---

[१] क्रेग ए. ब्लाइसींग, 'डीस्पेनसेशनालिस्ट इन बिब्लीकल थिऑलॉजी' इन *प्रोग्रेसीव्ह डीस्पेनसेशनालिझ्म,* पान १२१

[२] रॉबर्ट एल. सॉसी, 'दी चर्च अॅज दी मिस्ट्री ऑफ गॉड' इन डिस्पेनसेशनालिझ्म, इस्त्राएल अँड दी चर्च, पान क्र. १३६-३७

[३] पाहा, रायरी, डिस्पेन्सेशनालीझ्म टुडे, पान क्र. १३३-३४, त्यांचेच, डिस्पेनसेशलालिझ्म पान क्र. १२४-२५, जॉन फ. वाल्हुर्ड, दी मिलेनीयल किंगडम, पान क्र. २३२-३७, अँड जेम्स् एम. स्टीफ्लर, *द इपिस्टल टू दि रोमन्स्, पान क्र. २५४.*

प्रकट करण्यात आलेली नव्हती.[१] ते यासाठी 'रहस्य' या शब्दाकडे आपले लक्ष वेधतात. नव्या करारातील 'रहस्य' (ग्री. मिस्टेरीऑन) हा शब्द 'असे सत्य जे आधी गुप्त होते परंतु आता प्रकट झाले आहे' 'एक असे सत्य जे विशेष प्रकटीकरणाशिवाय अज्ञातच राहीले असते''[२] या अर्थाने वापरला जातो. 'जसे' या शब्दाचा अर्थ, देवाने अगोदर ते प्रकट केले आहे असा होत नाही, तर पौलाच्या दिवसांमधे देवाने ते अधिक स्पष्टपणे व पुर्णपणे प्रकट केले आहे, असा होतो. येथील संदर्भ पाहता (व. ९, २:१६) व कलस्सै १:२६ याला अधिक सुस्पष्ट करतात. देवाने जुन्या करारात मंडळीचे प्रकाशन उघडउघड दिलेले नाही.

> ''ही रहस्ये जुन्या करारामधे कोठेही उल्लेखलेही नाहीत,' हा सर्वसाधारण समज बदलायला हवा. प्रकटीकरणांच्या पुर्णतेविषयी किंवा स्पष्टतेबाबत ती रहस्ये तेथे विकसीत झालेली दिसत नाहीत. परंतु, नव्या करारातील काही रहस्यांना जुन्या करारातील भविष्यवचनामध्ये व तसल्या अन्य वचनांमध्ये त्यांची प्रत्याशा दिसुन येते.''[३]

अमिलेनियालिस्ट, कव्हेनंट प्रीमिलेनियालीस्ट, आणि प्रोग्रसिव्ह डिस्पेन्सेशनालिस्ट 'हो' आणि 'नाही' असे म्हणतात. जुन्या करारात मंडळीचा नावाने उल्लेख नाही परंतु देवाच्या पृथ्वीवरील राज्याची भविष्यातील अवस्था असा कदाचित तीचाच उल्लेख असेल. तथापि, यहुदी व परराष्ट्रीय यांचे एकाच शरीरातील समानता व एकता (२:१५-१६) हे एक नवे प्रकटीकरण होते. या शेवटल्या मुद्यावर हे सर्व अनुवादक सहमत आहेत. अल्लीस, जे एक अमिलेनियालिस्ट आहेत त्यांनी असे लिहीले

> ''...ते (रहस्य) तुलनात्मकरीत्या एक नवे व अज्ञात असे होते, परंतु वास्तविकरीत्या अब्राहामाच्या काळापासुन भविष्यवाणींच्या महत्त्वाच्या विषयाच्या आशयाचे ते आहे.''[४]

> ''...एखादे 'रहस्य' पुर्वी कदाचित कोणासही अपरीचित किंवा अज्ञात असेलच असे नाही, फक्त तुलना केल्यास बहुतेक ते असेलही...''[५]

> ''एखादे रहस्य लपलेले या अर्थाने असु शकते ही त्यातील सत्य अद्याप पुर्ण झालेले नाही''[६]

---

[१] पाहा क्रेग ए. ब्लायसींग, 'दी एक्टेंट अँड व्हेरायटीज् ऑफ डीस्पेनसेशनालिझम' इन प्रोग्रेसीव्ह डिसेनसेशनालीझम, पान क्र. ४९

[२] जे. बी. लाइटफूट, सेंट पॉल्स् इपिस्टल टु दी कलोशीयन्स् अँड टु दी फिलेमोन, पान क्र. १६६

[३] चॅफेर, *दी इफिशीयन्स्...*, पान क्र. ९७

[४] ओस्वाल्ड टी. ॲलीस्, *प्रॉफेसीज् अँड दी चर्च* पान क्र. ९७, पाहा, डब्लू हॅरॉल्ड, मेअर, 'पॉल्स् मिस्ट्री इन दी इफिशीयन्स् ३' *बुलेटीन ऑफ दी इव्हँजेलीकल थिऑलॉजीकल सोसायटी ८:२(स्प्रींग १९६५):८३*

[५] जे. बार्टन पेन, *दि एमिनंट ॲपियरींग ऑफ क्राइस्ट*, पान क्र. १२६, पाहा जे. ऑलिव्हर बूसवेल, *अ सिस्टेमॅटीक थिऑलॉजी ऑफ दि ख्रिश्चन रिलीजन'*, २:४४८-४९

[६] रॉबर्ट एल. सॉसी, *दी केस ऑफ प्रोग्रेसिव्ह डीस्पेनसेशनालिझम,* पान क्र. १५०, त्याचा ६ वा अध्याय पाहा, 'दी चर्च अँड दी रेव्हलेशन ऑफ दी मिस्ट्रीज्,' त्यामध्ये रहस्यांच्या वाढत्या डीस्पेनसेशनल अनुवादाचे संपुर्ण स्पष्टीकरण दिलेले आहे.

गहन रहस्य

अचूक अनुवाद हा रहस्यांची यथायोग्य ओळख आणि मंडळीच्या स्वरूपाची अचूक अशी समज यावर अवलंबुन आहे.

दाविदाचे (मशीहाचे) राज्य अगोदर सुरू झाले आहे कींवा नाही हा प्रश्न याच्या उत्तराशी संबंधीत आहे. पारंपारीक युगवाद्यांच्यामते, ते अद्याप सुरू झालेले नाही, कारण दाविदाचे राज्य हे एक पृथ्वीवरील राज्य असल्यामुळे जेव्हा ख्रिस्त पृथ्वीवर पुन्हा येईल तेव्हाच तो राज्य करण्यास सुरूवात करेल.

अमिलेनियालिस्ट, कव्हेनंट प्रीमिलेनियालिस्ट आणि प्रोग्रेसिव्ह डिस्पेंन्सेशनालिस्ट असे मानतात की, मशीहाचे राज्य सुरू झाले आहे करण ख्रिस्त आता स्वर्गामधे सिहासनारूढ झाला आहे.

परंतु हे गट, मशीहाच्या राज्याच्या स्वरूपाचे वेगवेगळे अर्थ लावतात. काही अमिलेनियालिस्ट म्हणतात की, मशीहाचे राज्य हे ख्रिस्ताचा स्वर्गातील शासन आहे. इतर म्हणतात की, नवे आकाश व नवी पृथ्वी होईल तेव्हा पृथ्वीवरील त्याचे शासन म्हणजे ते राज्य होय. कव्हेनंट प्रीमिलेनीयलिस्ट आणि प्रोग्रेसिव्ह डीस्पेन्सेशनालिस्ट म्हणतात की, मशिहाचे राज्य हे दोन टप्प्यांतील किंवा अवस्थेतील राज्य आहे. ख्रिस्त आता स्वर्गातुन मंडळीच्याद्वारे शासन करतो, आणि भविष्यामध्ये तो पृथ्वीवर परत येवुन शासन करणार आहे. अश्याप्रकारे येथे एक 'या अगोदर' व तसेच 'अद्याप नाही' असा मसिहाच्या राज्याशी संबंधीत पैलु आहे.

जर दाविदाच्या राज्यात मशिहा फक्त पृथ्वीवरच शासन करणार असेल तर यावरून हा निष्कर्ष निघतो की मंडळी या राज्याचा केवळ एक तुकडा असु शकत नाही. या राज्यावर शासन करण्यासाठी मशिहाला स्वतः उपस्थित राहावे लागेल. निर्विवादीतपणे, सध्या संपुर्ण विश्वावर तो आपल्या सार्वभौमत्त्वाचा अधिकार चालवतो परंतु हा अधिकार, दाविदाचा वारीस या नात्याने दाविदाच्या राज्याच्या पृथ्वीवरील शासनापेक्षा बराच निराळा आहे. ख्रिस्त दाविदाचा वंशज या नात्याने स्वर्गातुन शासन करत आहे म्हणुन मंडळीचा अनेक आर्शिवादांमध्ये प्रवेश झालेला नाही, तर ख्रिस्ताच्या मृत्यु, पुनरूत्थान आणि त्याच्या स्वर्गात घेतले जाण्याने प्रवेश केला आहे. यापैही काही आशिर्वाद हे ख्रिस्त पृथ्वीवर शासन करण्यासाठी परत येईल त्यापैकी काही आशिर्वादांसारखेच आहेत. परंतु यामुळे आपण असा निष्कर्ष काढु नये की, ख्रिस्ताच्या राज्याचा पहीला खंड म्हणजे मंडळी होय.

माझा अशा विश्वास आहे की, याठीकाणी ज्या रहस्याविषयी आपण विचार करत आहोत ते रहस्य म्हणजे यहुदी व परराष्ट्रीय यांची मंडळीतील समानता होय (व. ६).[१] परंतु नव्या करारात मंडळीविषयी आलेल्या रहस्यापैंकी हे केवळ एक रहस्य आहे. या सर्व रहस्यांचा एकंदरीत विचार करता असे दिसते की, मंडळी देवाच्या योजनेत एक स्वतंत्र व निराळे असे अस्तित्त्व आहे आणि ती इस्त्राएलला पुढे चालु ठेवण्याची किंवा मशिहाच्या राज्यातील एक

---

[१] संदर्भ, होएन्हर, इफिशीयन्स्, पान क्र. ४३२, ५०१

भाग किंवा खंड अशी नाही. जरी मंडळी आणि यहुदी व पराराष्ट्रीय यांची समानता यांना जुन्या करारात कोठेही प्रकट करण्यात आलेले नाही तरी पराराष्ट्रीयांना इस्त्राएलद्वारे आर्शिवाद मिळतील असे प्रकट केलेले आहे. उत्पत्ती १२:३ पासुन पुढील वचनांमधे देवाने यहुद्यांसोबत पराराष्ट्रीयांनाही आर्शिवाद देण्याचा आपला उद्देश प्रकट केला आहे (यशया २:१-४, ६१:५-६). येथे ध्यानात घ्या की, पौल म्हणतो देवाने आपले रहस्य 'त्याच्या पवित्र प्रेषितांना व संदेष्ट्यांना' आत्म्याच्याद्वारे प्रकट केले आहे. त्याने मंडळीचे प्रकटीकरण केवळ पौलाला दिलेले नाही.

> अल्ट्राडिस्पेन्सेशनालिस्टस् असा दावा करतात की पौलाच्या आगमानापुर्वी मंडळीची सुरूवात होवु शकत नाही कारण तोच अशा प्रेषित आहे ज्याच्याद्वारे या रहस्याच्या संबंधी प्रकटीकरण आले आहे.[१]

३:६ ह्या या रहस्यातील अंतर्भुत गोष्टी आहेत (२:११-२२). पहीले, पराराष्ट्रीय व यहुदी हे देवाने विश्वासणाऱ्यांना सध्या दिलेल्या संम्पत्तीचे 'वतनबंधु' आहेत (२:१९; १:१३-१४, गलती. ३:२९,४:७). दुसरे, ते ख्रिस्ताच्या शरीरात म्हणजे मंडळीत 'आमच्याबरोबर एकशरीर' आहेत (कलस्सै १:१८), तीसरे, 'सुवार्ते'मधे ख्रिस्ताविषयीच्या अभिवचनाचे ते 'आमच्याबरोबर वाटेकरी' आहेत (म्हणजे, जो कोणी त्याच्यावर विश्वास ठेवतो त्याला सार्वकालिक जीवन आहे; योहान ३:१६; इ.). पराराष्ट्रीय तारणाचा आनंद घेतील आणि इस्त्राएल सोबत आशिर्वादांचे भागीदार होतील, हे ते रहस्य नाही. देवाने ते जुन्या करारामधे प्रकट केले आहे (उत्पत्ती १२:३, यशया ४२:६; इत्यादी). रहस्य असे आहे की, देवाने यहदी व पराराष्ट्रीय यांना एका नव्या शरीरामधे एका समानतेत जोडले आहे, आणि ते शरीर म्हणजे मंडळी आहे (१ करींथ १२:१३).[२]

> ''पराराष्ट्रीय तारण पावतील हे काही रहस्य नव्हते (रोम ९:२४-३३; १०:१९-२१). यहुदी व पराराष्ट्रीय यांना एका संपुर्ण नव्या गोष्टीमधे, जी ख्रिस्ताचे शरीर असुन जीची निर्मिती ही पवित्र आत्म्याच्या बाप्तिस्म्याने होते (१ करींथ १२:१२-१३), अशा मंडळीमध्ये, एकत्र करणे हा दैवी उद्देश म्हणजे 'देवामधे लपलेले' रहस्य होय. आणि या मंडळीमध्ये यहुदी व पराराष्ट्रीय यांचा पृथ्वीवरील भेद लोप पावतो (इफिस २:१४-१५; कलस्सै ३:१०-११). मंडळीच्या या रहस्याचे प्रकटीकरण अगोदर सांगितले होते परंतु त्याचे स्पष्टीकरण ख्रिस्ताने केले नाही (मत्तय १६:१८). सिद्धांताशी संबंधीत इत्थंभुत माहीती, स्थान, चाल, आणि मंडळीचे भवितव्य हे सर्व पौलाकडे आणि त्याच्या बरोबरीच्या 'प्रेषित व संदेष्टयांकडे' आत्म्याच्याद्वारे सोपविण्यात आले होते (इफिस ३:५).''[३]

---

[१] कोर्नेलियस आर. स्टॅम, ॲक्टस् डिस्पेंन्सेशनली कंन्सिडर्ड, २:१७-१९. अल्ट्राडिस्पेन्सेशनालीझम् च्या थोडक्यात माहीतीकरीता रायरी यांचे, डीस्पेंनसेशनालिझम् टुडे पान क्र. १९२-२०५; त्यांचेच लिखित डिस्पेन्सेशनालिझम् पान क्र. १९७-२०७.

[२] पाहा मार्टीन पान क्र. १३०८

[३] द न्यु स्कीफिल्ड....पान क्र. १२७५

३:७ देवाच्या सामर्थ्याच्याद्वारे सक्षम केल्याप्रमाणे (देवाच्या सामर्थ्याची करणी) सुवार्तेची घोषणा करून देवाची सेवा करण्याची संधी देवाने कृपेने पौलाला दिली (जे कृपेचे दान मला देण्यात आले होते). 'सेवक' (ग्री. डायाकोनोस्, डीकन) हा शब्द येथे सेवाकार्य यावर भर देतो आणि सेवकपणा (ग्री. डोउलोस्, गुलाम) यावर नाही.

३:८ पौल स्वतःला सर्व पवित्र जनांमधुन (१:१) सर्वात 'लहान' समजत असुनही (लहानातील लहान) त्याला असा विशेषाधिकार मिळाला. हे असाधारण उद्गार 'तमभावादर्शकाचे तरभावादर्शक' (सर्वाधिक्यदर्शकाची तुलना) असे आहेत.

हे असाधारण उद्गार 'तमभावादर्शकाचे तरभावादर्शक' (सर्वाधिक्यदर्शकाची तुलना)[१] असे आहेत. देवालाच आपली गरज आहे असा विचार न करता, पौल असे मानतो की, देवाने त्याला सुवार्ता सोपविली ही देवाची शुद्ध कृपा आहे व योग्यता नसतांना दाखविलेला अनुग्रह आहे (२ करींथ १२:११).

''बहुतेक तो आपल्या नावाच्या अर्थाशी मुद्दाम खेळत असावा. कारण त्याच्या 'पौलस्' या रोमन अडनावाचा लॅटीन भाषेत 'लहान' किंवा 'छोटा' असा अर्थ होतो, आणि असे सांगितले जाते की पौल हा अंगकाठीने लहान असा व्यक्ती होता. 'मी लहान आहे' असे म्हणतांना कदाचित 'मी नावाने लहान, उंचीने लहान तसेच प्रत्येक ख्रिस्ती व्यक्तीपेक्षा नैतिकदृष्टया आणि आध्यात्मिकदृष्टया लहानातील लहान आहे''[२]

'ख्रिस्ताच्या अगाध समृद्धीची' घोषणा पौलाने केली, आणि या पत्रामध्ये त्याने विशेषकरून याचाच सविस्तर व सखोलपणे मांडला आहे (रोम ११:३३).

३:९ परराष्ट्रीयांना सुवार्ता सांगण्या व्यतिरीक्त असलेला पौलाच्या सेवाकार्याचा दुसरा भाग म्हणजे मंडळीचे रहस्य प्रत्येकाला समजावुन सांगणे (सर्वांना प्रकाशित करून दाखवणे) हे होय. जरी देवाने मंडळीचे रहस्य अगोदर प्रकट केलेले नव्हते, तरीही युगादीकालापासुन ते त्याच्या योजणेमधे होते (१ करींथ २:७; रोम १६:२५-२६).

३:१० स्वर्गीय स्थानातील दुतांना देवाच्या विविध ज्ञानाचे स्पष्टपणे प्रकाशन मिळावे म्हणुन पौल या दोन प्रकारच्या सेवाकार्याने सेवा करत असे.(१:२१; ६:१२). 'नानाविध' म्हणजे (ग्री. पॉलीपॉयकिलॉस्) म्हणजे मिश्ररंगसंगति किंवा वेगवेगळया रंगांचे बनलेले. येथे वैयक्तिक तारणाविषयी नव्हे तर मंडळीविषयी बोलले जात आहे - जी वेगवेगळया प्रकारच्या लोकांनी रचलेली आहे, आणि हे लोकांचे हे सर्व प्रकार मुख्य दोन समुहांमधीलच आहेत - यहुदी व परराष्ट्रीय.

> ''मंडळी ही विविध जाती, विविध संस्कृतीक समाजाने बनलेली आहे हे वेगवेगळया रंगांच्या दोऱ्यांनी विणकाम केलेल्या पडद्यासारखे आहे. तीचे सदस्य हे

[१] मार्टीन पान क्र. १३०८
[२] स्टॉट पान क्र. ११९

विस्तृत व निरनिराळ्या अशा रंगीबेरंगी पार्श्वभुमीतुन येतात. इतर कोणतीही मानवी समाजव्यवस्था तीच्याशी मिळतीजुळती नाही. तीची विविधता व तीची एकता ही अद्वितीय आहे.''[१]

देवाचे 'नानाविध ज्ञान' हे मंडळीच्या विविधरंगी रचनेमधे दिसुन येते. देवदुत जेव्हा यहुदी व परराष्ट्रीय एकत्र पाहतात तेव्हा ते देवाच्या ज्ञानाला पाहुन आश्चर्यचकीत होतात.

''...मंडळी ही देवाच्या समेटाच्या कार्याचे दृक-श्राव्य पटल असावी. या प्राथमिक मार्गाने ती देवाच्या कृपेची व ज्ञानाची साक्ष देते. म्हणुन पौलाने ख्रिस्तामधे असे जीवन जगण्यासाठी उत्तेजन दिले की समेट हा मंडळीच्या जीवनाचे ठळक वैशिष्ट्य असावे.''[२]

३:११ ही योजना देवाच्या 'युगादिकालाच्या संकल्पा'चा एक भाग होती (व. १:११). देवाने त्याच्या योजनेच्या या भागाला प्रभु येशूच्या पृथ्वीवरील सेवाकार्याच्याद्वारे पुर्णतेस नेले. विशेषतः, यहुद्यांनी मशीहाला नाकारले त्याचा परीणाम असा झाला की, दाविदाचे (मसीहाचे) राज्य स्थापित करणे पुढे ढकलण्यात आले आणि मंडळीचा आरंभ झाला.

''आता देवाच्या योजनेमधे 'इस्त्राएलला मस्तक' (अनु. २८:१-१३) बनवने नव्हे तर त्याच्या ख्रिस्ताला मंडळीचे मस्तक बनवणे आहे.''[३]

३:१२ आजच्या विश्वाणाऱ्यांसाठी येशु ख्रिस्ताच्या भुतकाळातील कार्याचा वर्तमानकाळातही एक टिकणारा प्रभाव आहे. त्याच्या कार्यामुळे, आता आपण हाक मारण्याचा हक्क (धैर्य) आणि देवाजवळ 'भरवशाने' जाण्याचा अधिकार यांचा आनंद उपभोगु शकतो. आपल्या तारणकर्त्याच्या कार्यामुळे आपण देवाला धैर्याने हाक मारू शकतो आणि भरवशाने देवाजवळ जावु शकतो (इब्री. ३:६; ४:१६; १०:१९,३५; इफिस. २:८; रोम ५:२).

''ज्या पाप्यांना पापक्षमा प्राप्त झाली आहे ते देवाकडे येतांना त्यांचा स्विकार कसा होईल या काळजीत भीतभीत व अडखळत येत नाहीत. ते आपल्या स्वतःच्या उपलब्धीवर विसंबुन राहत नाहीत तर ख्रिस्ताने त्यांच्यासाठी जे केले त्यावर अवलंबुन राहतात आणि यामुळे ते पुर्ण भरवश्याने जवळ येतात.''[४]

३:१३ या वचनामध्ये, प्रेषिताने ज्या विचाराने या भागाची सुरूवात केली होती त्या विचाराकडे तो वळतो (व.१). देवाने पौलाकडे मंडळीचे रहस्य सोपवले होते आणि त्याला परराष्ट्रीयांना सुवार्ता सांगण्याची सेवा देण्यात आली होती. 'म्हणून' इफिस येथील त्याच्या वाचकांनी त्याच्या सध्याच्या कैदेला

---

[१] तसेच पान क्र १२३

[२] बोक, '' अ थिऑलॉजी....'' पान क्र ३१५

[३] विर्सबी २:२९

[४] मॉरीस पा क्र ९७

एक शोकांतिका समजु नये, तर केवळ त्याच्या सेवाकार्याचा एक भाग समजावा. त्याची सेवा त्यांच्यासाठी व त्यांच्या गौरवी होण्यासाठी होती, म्हणून त्यांनी त्याच्या 'क्लेशांना' देवाची अशी योजना समजावी जी त्याच्यासाठीच नव्हे तर त्यांच्यासाठीही उत्तम आहे (फिलिप्पै १:७).

> ''इफिस ३ मधील रहस्य हे यहुदी व परराष्ट्रीय यांचे ख्रिस्ताच्या शरीरातील समानता होय. ही समानता व हे शरीर जुन्या करारात प्रकट करण्यात आली नव्हती. ही रहस्ये ख्रिस्ताच्या आगमनानंतर आत्म्याच्याद्वारे प्रेषितांना व संदेष्ट्यांना प्रकट करण्यात आले ज्यामधे पौल सामील होता व इतरांना वगळण्यात आलेले नव्हते.''[1]

सॉसी, जे एक ' पुरोगामी व्यवस्थावादी' आहेत त्यांनी या रहस्याचा अनुवाद निराळ्या मार्गाने केला आहे.

> ''इफिस ३ अध्यायामध्ये आलेल्या रहस्याच्या अभ्यासाने आम्हाला पारंपारीक व्यवस्थावादी आणि अव्यवस्थावादी (पुरोगामी व्यवस्थावादी दृष्टीकोन) यांच्यातील मतभेद दुर करण्याच्या जागी आणले आहे. यहुदी व परराष्ट्रीय यांची मंडळीत घडुन येणारी ख्रिस्तामधील एकता ही जुन्या करारातील अभिवचनांची अंशतः पुर्तता आहे. मशिहाचे दिवस उदय झालेले आहेत परंतु भविष्यवचनांत वर्णन केलेल्या अपेक्षांच्याप्रमाणे ते नाहीत. मसीहाच्या शासनात एकाच युगामध्ये सर्वकाही पुर्णतेस न जाता, भविष्यवचनांची पुर्तता ही ख्रिस्ताच्या दोन आगमनांसोबत विभागल्या गेली आहे. पुर्ततेच्या पहील्या युगामध्ये मसाहीचे आध्यात्मिक तारण हे सुवार्तेमधे आधीच उपलब्ध आहे. ही सुवार्ता सर्वसामान्यपणे रहस्य, किंवा ख्रिस्ताचे रहस्य किंवा सुवार्तेचे रहस्य अशी गणल्या जाते. या सुवार्तेमधे अंतुर्भुत असलेली सर्व लोकांची विशेष आध्यत्मिक एकता ही इफिस ३ मधील रहस्याचा आशय आहे.''[2]

जुन्या करारात जेथे यहुदी व परराष्ट्रीय यांच्या ऐक्याविषयी सुचित करण्यात आले आहे तेथे त्यांची ख्रिस्तामधील पुर्ण समानता प्रकट करण्यात आलेली नाही.

३. भविष्यकाळातील आकलन अध्याय ३: १४-१९

पौलाने येथे खुलासा केला आहे की, यहुदी व परराष्ट्रीय हे ख्रिस्तामध्ये एक आहेत (२:१५). म्हणून त्याने प्रार्थना केली की, त्यांनी त्यांच्या आपसातल्या संबंधामध्ये, आध्यात्मिकरीत्या त्यांच्याच असलेल्या एकतेचा अनुभव घ्यावा. तो हा खुलासा करून सांगतांना मध्यस्थी करण्याकडे वळतो (अध्याय १ व

---

[1] रायरी, 'द मिस्ट्री....' पान ३१, या लेखामधे या रहस्याचे एक अत्तुत्तम स्पष्टीकरण युगांच्या व्यवस्थेच्या दृष्टीकोनातुन दिलेले आहे व अमिलेनियल, कव्हेनंट प्रीमिलेनीयल आणि अल्ट्रामिलेलियल दृष्टीकोनांचे खंडण केलेले आहे.

[2] सॉसी,'' द चर्च ...'' पान क्र १५१.

योहान अ. १३ ते अ. १७). १४ ते १९ वचने देखील मुळभाषेमधे म्हणजेच ग्रीक भाषेमधे एकच वाक्य आहेत.

> ''पहील्या प्रार्थनेचा (१:१४-२३) भर प्रकाशित होण्यावर आहे; परंतु या प्रार्थनेत, भर सक्षम होण्यावर आहे. देवाकडे आपल्यासाठी काय आहे हे केवळ ठाउक असणे यापेक्षा ते आपल्यात असणे - म्हणजे देवाजवळ आपल्यासाठी जे काही आहे त्यावर आपले हात टाकून ते घेणे व विश्वासाने त्या गोष्टींना आपल्या जीवनाचा एक आमुलाग्र भाग बनवणे, याकडे त्याने लक्ष दिले आहे.''[१]

> ''पहीली प्रार्थला ज्ञानावर केंद्रित आहे तर दुसरी प्रार्थनेचा दृश्यबिंदु प्रीती हा आहे.''[२]

३:१४ ''पौल पहील्या वचणाकडे 'या कारणास्तव' या शब्दावलीमुळे परत जातो, कारण येथुनच तो २-१३ या वचनांमधे रहस्याविषयी सांगण्याकरीता वळला होता. 'गुडघे' टेकणे आणि प्रार्थनेमध्ये गुडघ्यावर येणे या शरीराच्या अश्या स्थिती आहेत ज्यावरून देवाप्रती आपला समर्पण भाव प्रकट होतो. प्रार्थना करण्यासाठी गुडघ्यावर येणे ही पौलाच्या संस्कृतीतील सर्वसामान्य ढब नव्हती. सहसा प्रार्थना करतांना लोक उभे राहत असत (मार्क ११:२५; लुक १८:११,१३). एखाद्याचे त्याच्या गुडघ्यावर प्रार्थना करणे विशेषतः आग्रहपुर्वक केलेल्या प्रार्थनेचे प्रतिक मानले जाई(लुक २२:४१; प्रेषित ७:४०,६०; २०:३६; २१:५)[३]. 'समोर' हा शब्द स्वर्गीय पित्यासोबतच्या अगदी समोर बसण्याइतपत असलेला संबंध दर्शवितो (मत्तय ६:९).

३:१५ पौलाने 'पिता' या शब्दाला खुबीने येथे वापरले आहे (व. १४, पटेरा). एक पिता हा एका कुटुंबाचा प्रमुख असतो (ग्री. पॅट्रीया). देव केवळ यहुदी व परराष्ट्रीय विश्वासणारे ज्या कुटुंबामधे (मंडळी) आहेत त्याचा पिता नाही तर तो एकमेव विशेष असा पिता आहे. ज्या ज्या कुटुंबांमधे कोणी पिता आहे त्या प्रत्येक कुटुंबाचा तो सर्वश्रेष्ठ व अंतिम पिता आहे. देवाचा 'पिता' म्हणून आपल्याशी जो संबंध आहे त्यामुळेच प्रत्येक मानवी कुटुंबाचे एका पित्यासोबत अस्तित्त्व असते.

३:१६ पौलाने या प्रार्थनेमधे एक गोष्ट मागीतली आहे की देवाने त्याच्या वाचकांना 'अंतर्यामी' बळकट करावे. त्याने अशी मागणी केली की देवाने आपल्या समृद्धीच्या (ऐश्वर्य १:१८) विपुल साधंनामधुन हे 'सामर्थ्य' (ग्री. डायनामीस्) द्यावे. हे सामर्थ्य आम्हाला आम्हामधे वस्ती करण्याऱ्या पवित्र आत्म्याद्वारे येते (फिलिप्पै १:१९), हा आत्मा आपल्या 'अंतर्यामी' असणाऱ्या मनुष्यत्त्वाला बळकट करतो (केवळ आपले स्नायु नव्हे तर आपला आतील संपुर्ण मानव).

---

[१] विर्सबी, २:३०-३१
[२] मार्टीन, पान क्र १३०९
[३] फॉलकेस, पान १०१;

३:१७ या विनंतीचा परीणाम असा आहे की, ख्रिस्त विश्वासणाऱ्यांच्या 'घरी राहत असल्याप्रमाणे' त्यांच्या व्यक्तीमत्त्वात वस्ती करतो. तो प्रत्येक ख्रिस्ती व्यक्तीमध्ये राहतो (१ करींथ १२:१३), परंतु तो विशेषतः त्या विश्वाणाऱ्यांच्या अंतर्यामात वसतो (घरी राहतो) जे त्याला आपल्या वृत्तीत व दैनंदिन उपक्रमात प्रथम स्थान देतात (योहान १५:१४). विश्वासणारा जोपर्यंत विश्वास ठेवत राहतो व आज्ञापालन करत राहतो, येशू ख्रिस्त त्याच्या किंवा तीच्या जीवनात ती जागा व्यापत राहतो. पौल अशी प्रार्थना करत होता की, त्याच्या वाचकांनी त्यांच्या प्रभुसोबत एक अतिशय जवळीकतेची सहभागीता अनुभवावी (१ योहान १:१-४).

विश्वासणारा ख्रिस्ताच्या प्रीतीला समजु शकतो कारण देवाने ख्रिस्ती व्यक्तीला 'प्रीतीत' एका वृक्षासारखे 'मुळावले' आहे, एका इमारतीसारखे 'पाया घातलेले' आहे. जीवनावर येशू ख्रिस्ताचे प्रभुत्त्व येथे उल्लेखलेल्या प्रीतीला उत्पन्न करू शकते.

येथे त्रैकत्त्वाचा संदर्भ दिसणारे आणखी एक वचन आहे, वचन १४-१७ : पिता (व. १४), आत्मा (व. १६), आणि पुत्र (व. १७, १:१३-१४,१७; २:१८,२२).

३:१८ जेव्हा विश्वासणारा येशू ख्रिस्ताच्या या मंडळीच्या या रहस्याला स्विकारतो, तेव्हा मंडळीमध्ये यहुदी व परराष्ट्रीय यांना सामावुन घेण्याएवढी देवाच्या प्रीतीची रूंदी किती मोठी आहे याचे त्याला आकलन होवु शकते. ते समजु शकतात की तीची 'लांबी' एवढी आहे की दुर असणाऱ्या (परराष्ट्रीय) तसेच जवळ असणाऱ्या (यहुदी) सामावु शकते व आदीकाळापासुन अनंतकाळापर्यंत ती विस्तार पावु शकते. ते हे पाहु शकतात की, ती केवढी उंच आहे जेणेकरून यहुदी व परराष्ट्रीय या दोघांनाही ती स्वर्गीय स्थानात पोहोंचु शकते. तसेच तीची खोली केवढी आहे हे यावरून दिसुन येते की, ती दोन्ही प्रकारच्या लोकांना पापाच्या विनाशापासुन व सैतानाच्या तावडीतुनही सोडवु शकते.''[१]

३:१९ त्याच्या वाचकांनी 'ख्रिस्ताची प्रीती' पुर्णपणे समजुन घ्यावी ही पौलाची अभिलाषा होती. परंतु तो हेही स्विकारतो की, ही प्रीती पुर्णपणे समजुन घेणे अशक्य आहे कारण ती आम्हा नश्वर मानवाच्या बुद्धीस अगम्य अशी आहे.

> ''या चार शब्दांवरून असे दाखवायची इच्छा आहे असे वाटते, जे समजुन घ्यायचे आहे त्याची सखोल माहीती न देता ते समजुन घेण्यास किती मोठे व विस्तारलेले आहे.''[२]

> ''आपल्याला ख्रिस्ताची प्रीती कितीही ठाउक असली तरीही ती अधिक जाणुन घेणे बाकी राहते.''[३]

---

१ पहा बार्क्ले, पान १५५, या मितींच्या थोड्याश्या निराळ्या अनुवादासाठी

२ अॅबॉट्ट, पान ९९

३ मॉरीस पान १०७

पौलाच्या या विनंतीचा अंतिम उद्देश हा होता की, त्याच्या वाचकांनी ख्रिस्ताच्या प्रीतीविषयीच्या ज्ञानाने व देवाविषयीच्या यथायोग्य आभाराने एवढे भरले जावे की जेणेकरून ते ख्रिस्ताला त्यांच्यावर पुर्णपणे नियंत्रण करू देतील (व. ४:३).

> ''या चार विनंत्या एखाद्या दुर्बीणीच्या चार भागांसारख्या आहेत. एक विनंती पुढील विनंतीकडे नेते व असेच पुढेही घडत राहते.''[१]

> ''मला प्रेषिताच्या विनंतीला जिन्याप्रमाणे पाहावेसे वाटते, ज्यावरून तो आपल्या वाचकांसाठीच्या अपेक्षांमधे उंच व अधिक उंच चढत जातो. त्याच्या या 'प्रार्थना-जिन्याला' चार पायऱ्या आहेत, ज्यावर ही नावे आहेत, 'शक्तिमान', 'प्रीती', 'ओळख', 'बुद्धी', 'पुर्णता'.''[२]

> ''पौलाच्या या सर्वात महान अशा प्रार्थनेमध्ये पाच विनंत्या आहेत, (अशी आणखी एक प्रार्थना १:१६-२३ मधे आहे), दोन विनंत्या या *हीना डोई* यानंतर येणाऱ्या मुळ क्रियापदांच्या आहेत (त्याने तुम्हाला असे दान द्यावे की, व. १६) (क्रॅटाइओथेनाइ - 'शक्तिमान व्हावे' व. १६), कॅटोइकेसाई ('ख्रिस्ताने वस्ती करावी' व. १७), *हीना एक्झीश्चूसेट्* या मुळ क्रियापदाच्या नंतर येणाऱ्या दोन विनंत्या, (यासाठी कि..तुम्ही..शक्तिमान व्हावे व. १७-१८) (कॅटालाइेस्थाइ - 'समजुन घेणे' व. १८), *ग्नोनाइ* ('जाणणे' व. १९), आणि शेवटला वाक्यांश *हीना प्लेरोथेट* (की तुम्ही परीपुर्ण व्हावे, व, १९). इतरत्र कोठेही पौल आध्यात्मिक भावनांच्या एवढ्या खोलवर जात नाही किंवा आध्यात्मिक उत्कंठेच्या एवढ्या उंचीवरही चढत नाही.''[३]

> ''प्रेषित पौल दैवी सार्वभौमत्त्वावर विश्वास ठेवत होता यात किंचितही शंका नाही, तरीही त्याने या संतांना देवाने तीन(?) महत्त्वपुर्ण आशिर्वाद द्यावे अशी प्रार्थना केली, आणि त्याने ही प्रार्थना अशा दृश्य आत्मविश्वासाने केली की *प्रार्थनेने गोष्टी बदलतात.*''[४]

२.३ ईशस्तवन अध्याय ३:२०-२१

१ विर्सबी २:३१

[२] स्टॉट पान १३४

[३] रॉबर्टसन पान ४:५३२

[४] चॅफेर, द इफिशीयन्स्.... पान १०८-९

> “हे ईशस्तवन इफिकरांस पत्राच्या पहील्या अर्ध्याभागाचा उत्कर्षबिंदु आहे; तो या पुर्ण पत्राचाही उत्कर्षबिंदुही म्हटल्या जावु शकतो, कारण याठीकाणी हे पत्र एका आध्यात्मिक टोकावर पोहोंचते आणि नंतर पुढे व्यावहारीक बाह्यकामांकडे आपले लक्ष केंद्रीत करते.”[१]

> “ ...सिद्धांत हा ईशस्तवनाकडे व कर्तव्याकडे नेतो”[२]

पौलाच्या आत्मविश्वासाचा आधार असा आहे की, ‘ज्यासाठी आपण प्रार्थना करतो (आपल्या मागण्यांपेक्षा), किंवा आपण कल्पना करू शकणार नाही (किंवा कल्पना) यापेक्षा “अधिक्याने कार्य करण्यास समर्थ आहे’ तो देव यहुदी व परराष्ट्रीय यांना एकाच शरीरामध्ये एकत्रीत करत होता. देवाच्या प्रीतीच्या पुरवठ्याच्याद्वारे, दोनीही गट मंडळीमधे एकोप्याने एकत्रितरित्या कार्य करू शकणार होत्या. पुर्वी या दोन समेट होणे अशक्य असलेल्या गटांचा समेट केल्याने, आणि मंडळीमधे एकमेकांवर प्रीती व एकाच शरीराचे बरोबरीचे अवयव म्हणून एकमेकांसोबत कार्य करण्यास त्यांना सक्षम केल्याने देवाला ‘मंडळीतुन’ ‘गौरव’ मिळणार होते. ही स्तुति ‘युगानुयुग’ चालत राहणार आहे (वास्तविक. प्रत्येक युगाच्या अंतापर्यंत).[३]

पुत्र पित्याच्या अधीन राहणार असल्याचा स्पष्ट उल्लेख असलेला असा हा नव्या करारातील एक शास्त्रभाग आहे. (योहान १७:२४; १ करींथ १५:२४;२८; फिलिप्पै २:९-११)

३. ख्रिस्ती व्यक्तीचे वर्तन अध्याय ४:१ - ६:२०

सैद्धांतीक बोधानंतर (अध्याय १-३) आता व्यावहारीक उपयोग (अध्याय ४-६) दिलेला आहे.

> “आता प्रेषित नव्या समाजापासुन वळुन त्या नव्या प्रमाणांकडे वळतो ज्यांची या समजापासुन अपेक्षा आहे. म्हणून तो उलगडा करण्याकडून बोध करण्याकडे वळतो, देवाने काय केले आहे याकडून आम्ही काय करणे आवश्यक आहे आणि आम्ही कसे असावे, सिद्धांताकडून कर्तव्याकडे, बुद्धीला ताणणाऱ्या ईश्वरज्ञानाकडून दैनंदिन जीवनातील उपयोगात येणाऱ्या गोष्टीमधे त्याचा कसा उपयोग करावा याकडे तो वळतो”[४]

इस्त्राएली लोकांना वर्तणुकीसंबंधाने दिलेले नियम : मोशेचे नियमशास्त्र, निर्गम २० ते गणणा १० मध्ये आढळतात त्यांच्या तुलनेत या अध्यायांची फरक दाखविणारी तुलना चांगलीच चित्तवेधक ठरेल. पौलाने

[१] वूड, पान क्र. ५२-५३.

[२] स्टॉट, पान क्र. ४५

[३] मार्टीन, पान क्र. १३०९

[४] पाहा जॉन व्ही. डाह्मस्, “पुत्राला अधीन करणे”, जर्नल ऑफ इव्हँजेलीकल थिऑलॉजिकल सोसायटी ३७:३ (सप्टेंबर १९९४):३५१-६४

दिलेल्या आज्ञा या साधारण तत्त्वे आहेत आणि विशिष्ट नियम नाहीत, ते अधिक कृपाळु आहेत व कायदे नाहीत.

३.१ आध्यात्मिक चाल अध्याय ४:१ - ६:९

पौलाने यहुदी व परराष्ट्रीय यांचे मंडळीमधील ऐक्य समजावुन सांगितले, आणि त्या ऐक्याची जाणीव अनुभवात व्हावी यासाठी त्याने प्रार्थनाही केली आहे (२:११-३:२१). आता त्याने सांगितले की आध्यात्मिक चाल कशी प्राप्त करावी, म्हणजे असे जीवन जे पवित्र आत्म्याचे नियंत्रण प्रकट करते.

> ''पुस्तकाच्या या शेवटल्या अर्ध्यात मुख्य शब्द *चाल* हा आहे (इफिस. ४:१,१७; ५:२,८,१५), आणि पहील्या अर्ध्या भागात मुख्य संकल्पना *समृद्धी* ही आहे.''[१]

१. ऐक्यात चालणे अध्याय ४:१-१६

प्रेषित ऐक्याने चालण्याचे (राहण्याचे) महत्त्व विषद करण्यास सुरूवात करतो. नव्या करारातील ऐक्यावर भाष्या करणाऱ्या दोन शास्त्रभागांपैकी हा एक आहे, दुसरा शास्त्रभाग योहान १७ हा आहे. देव प्रार्थनेच्या उत्तरादाखल ऐक्याला आपल्यावर सक्तीने थोपू शकत नाही. विश्वासणारेही त्याच्या आज्ञांचे पालन करण्यास जबाबदार आहेत.

''बोध, मध्यस्थी आणि उन्नती करणारे शब्द ही तीन जबरदस्त शस्त्रे कोणत्याही ख्रिस्ती शिक्षकाच्या शस्त्रागारात उपयोगी ठरतील.''[२]

दान देणे, ऐक्य, विविधता आणि प्रौढता ह्या या भागात आलेल्या महत्त्वाच्या संकल्पना आहेत.

ऐक्याचा आधार अध्याय ४:१-६

४:१ 'म्हणून' किंवा 'तर' याचा संदर्भ पौलाने १-३ या अध्यायांमधे जे काही सांगितले त्याच्याशी आहे. शोभेल असे 'चाला' (योग्य असे आचरण करा) किंवा विचारपुर्वक तोल राखणे, याचा अर्थ होतो की, एखाद्याने आपल्या पाचारणाला साजेशी आपली वर्तवणुक करणे. येथे 'पाचारण' या शब्दाचा अर्थ यहुदी व परराष्ट्रीय यांना एकतेत राहण्यासाठी केलेले बोलावणे होय (२:१३-१६). शोभेल असे चाला, यामधे मग मंडळीमधे एकीने वागणे अंतर्भुत असेल, जर कोणी परराष्ट्रीय बंधु असेल तर त्याने यहुदी बांधवांसोबत ऐक्यात राहावे व आत्ता म्हटल्याच्या उलटही हे असावे. येथे स्वतःला पुन्हा एकदा प्रभुचा 'बंदीवान' (३:१) म्हणून, पौलाने त्याच्या वाचकांना त्या अधिकाराची जाणीव करून दिली

---

[१] विर्सबी, २:३४

[२] स्टॉट, पान क्र १४६

ज्यामुळे तो त्यांना अश्याप्रकारे जगण्यासाठी 'विनंती' करू शकतो. त्याने देवाच्या इच्छेचे विश्वासूपणे अनुसरण केले होते म्हणून तो कैदेमधे होता.

४:२ तीन सद्गुण मंडळीमधे ऐक्य निर्माण करतात. 'पुर्ण नम्रता' ही एखाद्याने देवाच्या योजनेत स्वतःचे यथायोग्य निर्धारण करणे होय.

> "... उंचावलेले स्थान मिळाल्यानंतर देहाने गर्वाने फुगून जाणे हे साहजिक आहे.'[१]

> " स्वतःचा सामना करणे ही या जगातील सर्वात लाजीरवाणी गोष्ट आहे."[२]

एक नम्र यहुदी किंवा परराष्ट्रीय हा आपल्या जातीसारख्याच समान दर्जाच्या व्यक्तीला स्वतःच्या समानतेचे समजेल, स्वतःपेक्षा नीच किंवा उच्च समजणार नाही.

> 'सौम्यता' हा स्वतःच्या ठामपणाच्या विरूद्ध आहे. एक सौम्य व्यक्ती तो आहे ज्याच्या भावना स्वतःच्या नियंत्रणात आहेत. 'नम्रता' ही एखाद्याचा देवासोबतचा संबंध व त्याचे आशिर्वाद याविषयीचा दृष्टीकोन आहे आणि 'सौम्यता' ही विश्वासणाऱ्याच्या जगासोबतच्या संबंधांविषयीचा दृष्टीकोन आहे.[३]

> "...सौम्यता हा शक्तीमानांचा सद्गुण आहे, ते स्वतःच्या शक्तीचा वापर आपल्या हवे ते साधण्यासाठी करू शकतात परंतु ते तसे न करण्याचा निर्णय घेतात."[४]

> सौम्यता ही 'देवाच्या किंवा मानवांच्या उपस्थितीत वैयक्तीक अधिकारांना उपयोगात आणण्याच्याा नैसर्गिक वृत्तीची अनुपस्थिती असणे होय.'[५]

'सहनशिलता' ही क्लेशांमधेही तग धरण्याची चिकाटी होय. जेव्हा एका सहनशील व्यक्तीच्या विरोधात काही चुकीचे कृत्य केले जाते तेव्हा तो व्यक्ती विरोध करत नाही (गलती. ५:२२; कलस्सै १:११; ३:१२; २ तिमथी ४:२). येथे सोबतीच्या विश्वासणाऱ्यांशी असलेले संबंध विचाराधीण असावेत.[६]

> "*मॅक्रोथुमिया,* सहनशिलता, दिर्घकाळपर्यंत सहन करत राहणे, हा अशी वृत्ती आहे जी अपमान आणि जखमा कोणत्याही कटुता आणि तक्रारीशिवाय सहन करतो. ही

---

[१] चॅफेर, ' द इफिशीयन्स्.... पान क्र. ११८

[२] बार्क्ले, पान क्र. १५९

[३] चॅफेर, ' दी इफिशीयन्स्... पान क्र. ११९.

[४] मॉरीस पान क्र. ११४

[५] जी. जी. फिन्डले, 'द इपिस्टल ऑफ पॉल टू दि इफिशियन्स्' पान क्र. २६५

[६] चॅफेर, ' दी इफिशीयन्स्... पान क्र. १२०

> ती वृत्ती आहे जी शुद्ध मानवी मुर्खतेला न वैतागता सहन करते. ही ती वृत्ती आहे जी नावडत्या लोकांना व मुर्खांना कोणत्याही तक्रारीशिवाय सहन करते.''[१]

विश्वासणाऱ्यांनी एकमंकाचे प्रीतीने सहन करत या सर्व सद्गुणांचे आचरण करायला हवे (रोम २:४).

४:३ ख्रिस्ती लोकांनी देवाने मंडळीतील विश्वासणाऱ्यांमध्ये निर्माण केलेली 'एकता राखण्यास झटावे'. पौलाच्या दृष्टीने 'शांती' मुळे संभाव्य तट एकत्र राहु शकतात. मंडळीतील वेगवेगळ्या प्रकारचे लहान सहान गटांमधील शांती ही त्याच्या मनात होती, आणि या सर्वांपैकी मुख्य गट म्हणजे यहुदी व परराष्ट्रीय हे होते.

४:४ मंडळीमधे ऐक्याने बांधलेल्या विश्वासणाऱ्यांच्या एकतेच्या मागे सात घटक असतात. जेव्हा हे ऐक्य तोडावे असा मोह विश्वाणाऱ्यांना होतो तेव्हा त्यांनी ह्या घटकांची आठवण ठेवावी. पुन्हा, त्रैक्याच्या तीनही सदस्यांना येथे दुष्टीक्षेपात ठेवलेले आहे आणि या प्रक्रियेमधे त्यांचा विशेष वाटा आहे.

> ''पौल येथे ऐक्याचा आधार काय आहे याचे अधिक स्पष्टीकरण याप्रकारे देतो की, ख्रिस्ती विश्वासाचे घटक कश्याप्रकरे त्रैक्याच्या तीनही व्यक्तीमत्त्वाभोवती गुंफलेले आहेत. हे ऐक्य 'एक' या शब्दाच्या सातवेळेस उपयोगाने आणखी जोरदार झाले आहे (इयास, मीया, एन).''[२]

> 'एक शरीर' म्हणजे वर्तमानकळातील विश्वासणाऱ्यांचे जागतिक शरीर म्हणजे मंडळी होय (१:२३; २:१६; ३:६). आणि 'एक आत्मा' हा पवित्र आत्मा आहे, जो संपुर्ण मंडळीमधे राहतो आणि त्याचवेळेस मंडळीतील प्रत्येक वेगवेगळ्या व्यक्तींमध्ये देखील राहतो (२:२२; १ करींथ १२:१३). 'एक आशा' ही भविष्याची आशा आहे, जी प्रत्येक ख्रिस्ती व्यक्तीमधे व संपुर्ण मंडळीलाही आह (१ पेत्र १:३; ३:१५). देवाने जेव्हा आम्हाला तारणासाठी बोलावले तेव्हा या आशेची सुरूवात झाली (१:४; २:७; ४:१). हे अभिज्ञान या पत्रात इतर ठिकाणी आढणाऱ्या या शब्दांच्या अर्थापेक्षा निराळे आहे.

४:५ 'प्रभु एकच' हा मंडळीचा मस्तक येशू ख्रिस्त आहे (१:२२-२३; कलस्सै १:१८). 'एकच विश्वास' हा बहुतेक ख्रिस्ती विश्वास यापेक्षा तो विश्वास असावा जो प्रत्येक ख्रिस्ती व्यक्तीने आणि संपुर्ण मंडळीने, ख्रिस्तावर ठेवला आहे किंवा उपयोगात आणला आहे (कलस्सै २:७). हे अभिज्ञान ख्रिस्तातील विश्वास येथील संदर्भांशी जोडते (२:८).

---

[१] बार्क्ले, पान क्र. १६३-६४

[२] होएन्हर, *इफिशीयन्स्* पान क्र. ५१३

सर्व विश्वासणाऱ्यांना ख्रिस्ताच्या शरीराशी जोडणारा बाप्तीस्मा हाच बहुतेक 'एकच बाप्तिस्मा' असु शकतो. हा आत्म्याचा बाप्तिस्मा आहे, जो पाण्याच्या बाप्तिस्म्याने सूचित होतो. पौलाच्या मनात बहुतेक दोन्हीही प्रकारचे बाप्तिस्मे असतील.[ह१] परंतु, पवित्र आत्म्याशी संबंधीत तीन घटकांच्या गटापेक्षा बाप्तिस्मा हा त्या तीन घटकांच्या गटातील आहे ज्यांचा संबंध ख्रिस्ताशी आहे. म्हणून, पवित्र आत्म्याच्या बाप्तिस्म्यापेक्षा त्याचा निर्देश पाण्याच्या बाप्तिस्म्याकडे असावा. दुसरी शक्यता अशी आहे की, एक रूपक म्हणून विश्वाणाऱ्याच्या बाप्तिस्म्याचा संबंध ख्रिस्ताच्या मृत्युसोबत असावा. या बाबतीत, 'एक बाप्तिस्मा' हा आंतरीक सत्यतेचा संदर्भ असावा ज्यामुळे 'एका प्रभु'मध्ये बाप्तिस्मा झाल्याने 'एका विश्वासाने' सर्व एक झाले आहेत.[२]

४:६ 'सर्व' म्हणजे विश्वासणारे. देव सर्व विश्वासणाऱ्यांच्या ' एक देव आणि पिता ' आहे, आणि हे सर्व त्याची लेकरे आहेत. तो त्यांच्या 'वर' या अर्थाने आहे की तो त्यांच्या सर्वेसर्वा आहे. तो त्यांच्या'ठायी' जगतो आणि त्याच्या'मध्ये' स्वतःला प्रकट करतो. पौल आत्म्याच्या ऐक्याविषयी बोलत (व.३) असल्याने साहजिकज त्याने ऐक्याच्या या सात घटकांची सुरूवात आत्म्याच्या कार्यापासुन केली. नंतर पुढे तो आत्म्याच्या दानांविषयी चर्चा करतो (व. ७-१३; १ करींथ १२:४-६).

> ''मंडळीचे ऐक्य हे *कॅरीस* मुळे आहे, देवाच्या अनुग्रहाने देवासोबत समेट होणे; परंतु मंडळीतील विविधता ही *कॅरीस्माटा*, मंडळीतील सदस्यांना देवाने वाटलेले दान यामूळे आहे.''[३]

ऐक्य टीकवणे अध्याय ४:७-१६

ख्रिस्ती ऐक्याचा आधार समजावुन सांगितल्यानंतर, हे ऐक्य ख्रिस्ती लोक कोणत्या साधनांनी, अर्थातच पवित्र आत्म्याद्वारे देवु केलेल्या दानांच्याद्वारे, टिकवु शकतात हे पौल पुढे सांगतो. या भागामध्ये पौलाचा भर ख्रिस्ती विश्वाणाऱ्याच्या वैयक्तीक आध्यात्मिक वाढीपेक्षा, ख्रिस्ताचे शरीर म्हणजे मंडळीची वाढ यावर अधिक आहे. प्रत्येक विश्वासणारा त्याच्या किंवा तीच्या विशिष्ट क्षमतांचा वापर उपासनेमध्ये करतो किंवा करते तेव्हा हे मंडळीच्या वाढीसाठी कारणीभुत ठरते.

४:७ प्रत्येक विश्वासणाऱ्याला देवापासुन 'अनुग्रह' प्राप्त झाला आहे (३:२), देव प्रत्येक ख्रिस्ती व्यक्तीला सारख्याच परिमाणाने देगणगी देत नाही. येथे पौल देवाच्या अनुग्रहरूपी 'देणगी'विषयी बोलत आहे, ती देवाची सेवा करण्यासाठी देवाकडून विशेषप्रकारची क्षमता आहे. जरी यहुदी व परराष्ट्रीय या दोघांनाही सक्षम करणारा अनुग्रह देवाकडुन प्राप्त झाला

---

[१] मॉरीस, पान क्र. ११९

[२] होएन्हर, *इफिशीयन्स* पान क्र. ५१८

[३] स्टॉट, पान क्र. १५५-५६

आहे, तरी देव निरनिराळ्या व्यक्तींना निरनिराळ्या प्रकारची क्षमता व वेगवेगळ्या परिमाणामध्ये देतो (व.११, रोम. १२:४-६; १ करींथ १२:४-६).[१]

> ''देणग्या खेळण्यासाठी दिलेले खेळणे नाही. ते बांधकाम करण्यासाठी दिलेले साधन आहे. आणि जर त्यांचा उपयोग प्रीतीने झाला नाही तर ते वाद करण्याचे शस्त्र होवु शकतात...(१ करींथ १२-१४)''[२]

४:८ पौलाने येथे स्तोत्रसंहिता ६८:१८ व्या वचनाचा अर्थानुवाद उपयोगात आणला आहे आणि देव लोकांना 'देणग्या' देतो या त्याच्या वाक्याला यामुळे दुजोरा मिळतो. सैन्यामध्ये विजयी झालेल्या विजेत्याला त्याच्यासोबत असणाऱ्यांना देणग्या देण्याचा अधिकार होता. ख्रिस्त, जो पाप करणाऱ्या लोकांवर विजयी झाला होता, ते लोक मंडळीला 'देणगी' म्हणून देण्याचा त्याला अधिकार होता.[३] रोम. १२ आणि १ करींथ. १२ मधे, पौल लोकांना दिल्या जाणाऱ्या देणग्यांविषयी बोलत आहे (व. ७), परंतु येथे तो जे लोक देणगी म्हणुन मंडळीला दिल्या जातील त्यांच्यविषयी बोलत आहे.

''काही असा आरोप करतात की पौलाचे स्तोत्र ६८:१८ चा संदर्भ याठीकाणी कमीतकमी दोन कारणांमुळे चुकला आहे : १) स्तोत्रामध्ये आलेले क्रियापद 'स्विकारणे' पालटुन 'देणे' असे केल्याने त्या वचनाचा अर्थ पुर्णपणे उलट झाला आहे, आणि २) त्याने जुन्या करारातील या शास्त्रभागाचा असा अर्थानुवाद करणे असमर्थणीय आहे. पहिल्या मुद्याविषयी, 'दिल्या' या शब्दाचे मुळवचन इफिस ४:८ मध्ये आढळत नाही. उलट, स्तोत्र ६८:१८ च्या या निराळ्या अनुवादाला एक प्राचीन उगम आहे, 'अरामिक टारगम' आणि 'सिरीयन पेशिट्टा' या दोन्हींमध्ये त्या शब्दाची उपस्थिती आपल्याला दिसुन येते. परंतु, पौल या दोनपैकी एका उगमस्थानाला विचारात घेवुन या शास्त्रवचनाला येथे मांडत नव्हता; कदाचित या अनुवादाचा एक असा इतिहास असावा जो या विशिष्ट मुळस्त्रोतांच्या पलीकडील आहे. विशेषतः हा वेगळा असा अनुवाद यहुदी रब्बी लोकांच्या वर्तुळामध्ये बहुदा प्रचलित होता. आणखी विशेष असे की, पौलाला हा संदर्भ मांडण्याचे काही वैचारिक स्वतंत्र्या द्यावयास हवे. जुन्या करारातील शब्दावंलींना औपचारीक व तंतोतंत तसेच वापरणे हा पौलाचा उद्देश नव्हता, तर ख्रिस्ताने मंडळीचा प्रभु म्हणुन केलेल्या कार्यांना दाखविण्यासाठी व समजावुन सांगणे हा होता. आणि तसे करण्यासाठी त्याने स्तोत्राच्या आणखी एका अनुवादाचा उपयोग केला यात अधिक आश्चर्य वाटण्यासारखे काही नाही.

''दुसऱ्या मुद्याचा विचार केल्यास, असे स्पष्टपणे प्रत्ययास येते की पौलाने जुन्या करारातील समरूपतेच्या पद्धतीचा वापर येथे नव्या करारातील एक संकल्पना मांडण्यासाठी केला आहे. ही रीत नव्या कराराच्या लेखकांमधे सर्रास आढळुन येते होती. ही सवय जुन्या कराराच्या संदर्भाला त्याच्या ठेवणीतुन बाजुला सारत नाही, किंवा जुन्या करारातील शास्त्रभागांना पुर्ण करण्यासाठी हाच सर्वांत श्रेष्ठ पर्याय आहे

---

[१] आध्यात्मिक कृपादाने ही क्षमतांपेक्षा सेवाकार्ये आहेत या दृष्टीकोनाच्या समर्थनार्थ केनेथ बेर्डींग याचे, ' कंन्फुजींग वर्ड अँड कंन्सेप्ट इन 'स्पिरीटयुअल गिफ्टस्' पहा : हॅव वी फ रॅगॉटण जेम्स् बार एक्झॉर्टेशन□जर्नल ऑफ इव्हॅंजेलिकल थिऑलॉजिकल सोसायटी ४३:१ (मार्च २०००): ३७:५१

[२] विर्सबी, २:३७

[३] कैद करून नेलेल्यांमधे अधिक रूची न दाखविता पौल या तथ्यावर अधिक भर देतो की ख्रिस्ताने एक मोठा विजय मिळवल आहे(मॉरीस पान क्र. १२३-२४).

असेही ती प्रकट करत नाही. उदाहरणार्थ, जेव्हा मत्तयाने होशेय ११:१ ('मी त्याला आपला पुत्र म्हणून मिसरातून बोलावले') या वचनाचा पवित्र कुटुंबाच्या पलायनाशी जोडला, तेव्हा तो हे नाकारत नव्हता की, होशेय ११:१ हे वचन इस्त्रएली लोकांचे मिसर देशातुन निर्गमन याविषयी आहे. त्याने केवळ त्या दोन घटनांच्या समरूपतेचा वापर केला. अश्याचप्रकारे, इफिसकरांस पत्र ४:८ मध्ये स्तोत्र ६८:८ या वचनाचा वापर ख्रिस्त येशू जो मंडळीमधे सेवाकार्य करण्यासाठी देणग्या देणारा असा उपयोग केल्याने जुन्या करारातील दाविद राज्याने इस्त्राएली लोकांना देणग्या दिल्याचा अर्थाला नाकारले जात नाही किंवा त्याच्याविषयी विरोधी लेखनही केले जात नाही. साधारणपणे उपयोगात आणल्या जाणाऱ्या *मिद्राश पेशर* या तंत्राप्रमाणेच, परंतु काही गैरपवित्र शास्त्रीय लेखकांकडुन जसा त्याचा अतिशय जास्त प्रमाणात वापर केला जात असे तसा न करता, पौलाने जुन्या कराराच्या एका ख्रिस्तविषयक शास्त्रभागाचा एक स्वीकारणीय उपयोग केला आहे. एका बाजुला स्तोत्र ६८:१८ प्रमाणे देवाने विजयी राजाप्रमाणे, जो नजराणा घेण्याच्या योग्य आहे, सियोनेवर आरोहण केले आहे. आणि दुसऱ्या बाजुला, इफिस ४:८ प्रमाणे, येशू ख्रिस्ताने एक विजयी प्रभु म्हणुन स्वर्गीय सियोनेवर आरोहण केले आणि प्रीतीने मंडळीवर अश्या देणग्यांचा वर्षाव केला ज्या तीच्या भविष्याच्या कल्याणासाठी अत्यावश्यक होत्या.

एक शास्त्रभाग हा दुसऱ्या भागासाठी एक प्रतिरूप तयार करतो.''[१]

आणखी एक किंचीतसा निराळा अनुवाद खाली दिलेला आहे.

''पौलाने त्या दिवसांतील यहुदी अनुवादाचा उपयोग केला (टारगम), आणि त्यानुसार या वचनाचा अशाप्रकारे अर्थानुवाद केलेला आहेः ' हे मोशे संदेष्ट्या! तु उच्च स्थानी आरोहण केले आहे. तु कैदेला कैद करून नेले आहे. तु मानवपुत्रांना देणग्या दिल्या (इब्री भाषेत 'स्विकारल्या नाहीत') आहेत. पौलाने हा यहुदी अर्थानुवाद उपयोगात आणला कारण येथे विजेत्याने आपल्या इमानदार प्रजेला देणग्या वाटल्या आहेत. प्रेषिताने ही कल्पना ख्रिस्ताची दुष्ट शक्तींवर मात व जे त्याच्या बाजुचे होते त्यांना आध्यात्मिक वरदाने देणे यासोबत जोडली आहे (इफिस ४:११). या रूपकाच्याद्वारे (जे स्तोत्रामध्ये आलेल्या इब्री शब्दांपेक्षा तेव्हाच्या यहुदी अर्थानुवादावर आधारीत आहे) पौलाने विश्वाणाऱ्यांच्या ख्रिस्तामधील आध्यात्मिक विजयाची महानता केवढी आहे यावर जोर दिला आहे.''[२]

जोसेफस, त्याच्या अँटीक्युटीज् ऑफ दी ज्युज् या पुस्तकात अनेकदा लिहीतो की, बऱ्याचसे राजकीय लोक आपल्या मित्रांकडून भेटी स्विकारत किंवा त्यांना देत असत जेणेकरून त्यांना आपले आभार प्रकट करता येत असत किंवा एखादी गोष्ट त्यांच्या इच्छेप्रमाणे करवुन घेण्यासाइी त्यांची मन वळवणी करता येई. विशेषतः ही बाब नव्या करारातील राजकीय घराण्यांमधे प्रचलित होती. हे शक्य आहे की, जेव्हा पौलाने हे लिहीले तेव्हा हीच पद्धत त्याच्या मनात असावी. ख्रिस्ताने सैतानाला वधस्तंभावर पराजित केले म्हणून अनेक लोकांकडून तो भेटी स्विकारतो (स्तुति, आदर आणि कमालीचे कौतुक) आणि तो विजयी झाला आहे म्हणुन मंडळीला (देणग्यांनी भरलेले लोक) देणग्याही देतो.

---

१ रीचडे ए. टेलर, '' दी युज ऑफ साल्म्स् ६८:१८ इन इफिशीयन्स् ४:८ इन द लाइअ ऑफ अँशिएन्ट व्हर्जन्स्'' बिब्लीओथेका साक्रा १४८: ५९१

२ अॅलेन पी. रॉस, ''साल्म्स्'' इन द बायबल नॉलेज कामेंट्री ओल्ड टेस्टामेंट पान ८४३

४:९ ९ ते ११ वचनांमध्ये, पौलाने आरोहन व देणे यांच्या अर्थावर प्रकाश टाकला आहे.

ख्रिस्ताला स्वगामध्ये चढता यावे यासाठी त्याला आधी 'पृथ्वीच्या अधोलोकात' उतरावे लागले. येथील संदर्भाचा विचार करतांना , हा येशूच्या कबरेकडे केलेला इशारा होय असे वाटते (काही भाषांमधे मालकी हक्क दाखवणारे संबंधकराक रूप)[१], पृथ्वीकडे केलेला वाटत नाही (संबंधकारक रूप)[२] किंवा नरकाकडेही केलेला इशारा वाटत नाही (तुलना दर्शविणारे संबंधकारक रूप)[३]. आपल्या मृत्युद्वारे येशू ख्रिस्ताने पापावर विजय मिळवला आणि जे मंडळीला देणगी म्हणून दिले जाणार होते त्यांची त्याने त्यांची सुटका केली.

४:१० 'खाली' उतरलेला ख्रिस्त हा तोच आहे जो 'उंचावर' चढलेलाही आहे, आणि आता तो सर्वांवर शासन करण्याच्या स्थानी आहेत (१:२२). तो आपल्या पुर्णपणे सर्वकाही भरून टाकत आहे (कलस्सै १:१८-१९;२:९; निती. ३०:४).

४:११ हे वचन 'दिले' या शब्दाचा अर्थ प्रकट करते (व.८) आणि ग्रीक मजकूरातील १६ व्या वचनापर्यंत असलेल्या एकाच वाक्याची सुरूवात येथुन होते. येशू ख्रिस्ताने 'आरोहन' केल्यानंतर, मृत्युवर विजय मिळविणारा या नात्याने, त्याने मंडळीला अश्या *देणग्या* दिल्या ज्यामुळे ती कार्यरत झाली. घटनांचा हा अनुक्रम या प्रकाशनासोबत सुसंगत आहे की, मंडळीचा आरंभ एक नवी संरचना म्हणून येशू ख्रिस्ताचे स्वर्गारोहण झाल्यानंतर झाला.[४]

ख्रिस्ताने मंडळीला कुशाग्र लोकांची भेट देणगी म्हणुन दिली. त्याने काही व्यक्तींना मंडळीला 'प्रेषित' म्हणुन दिले. 'प्रेषित' म्हणजे एक असा माणुस ज्याला अखत्यारपत्र दिलेले आहे म्हणजे एका गटाने त्यांच्याप्रित्यर्थ बोलण्यासाठी अधिकार दिलेला आहे. बारा पुरूष व अधिक पौल हे आधिकृत प्रेषित होत, ज्यांनी पुन्हा जीवंत झालेल्या ख्रिस्ताला पाहीलेले होते व त्याच्याकडून वैयक्तीकरीत्या त्यांची तशी नेमणूक झालेली होती (प्रेषित १:२१-२२; १ करींथ १५८-९; गलती १:१; २:६-९). तरीही, इतर अनेक मनुष्यही होते, परंतु ते प्रेषित या अर्थाच्या मर्यादीत सीमेमधे नव्हते, परंतु त्यांनीही प्रेषित म्हणुन कार्य केले. नव्या कराराच्या लेखकांनी त्यांनाही 'प्रेषित' म्हणून संबोधले आहे (१ करींथ १५:७; गलती १:१९; प्रेषित १४:४,१४; १ करींथ ९:६; रोम. १६:७; १ थेस्सल. १:१,२:७, १ करींथ ४:६,९).[५] प्रेषिताचे कर्तव्य हे होते की त्याने मंडळीला स्थिर करावे आणि मंडळ्यांना स्थापित करावे (२:२०;३:५). अ‍ॅपोस्टोलस् हा शब्द एका स्वामीने आपल्या सेवकाला एखाद्या विशिष्ट कामगिरीवर पाढवणे यासाठीही वापरला जातो (योहान १३:१६). ''मिशनरी'' ही याच्याशी संबंधीत आधुनिक संज्ञा

---

१ होएन्हर, 'इफिशीयन्स्' पान ६३४; सिंप्सन् पान ९२ ; चॉफेर, द इफिशीयन्स...., पान क्र. १२९

२ जॉन एडी, कॉमेंट्री ऑन द इपिस्टल टु द इफिशीसन्स्', पान २९३-९५; अबॉट ,पान क्र. ११५-१६; ए. टी. लिन्कण, इफिशीयन्स्' पान क्र. २४२-४८; डब्लु. हॉल हॅरीस ३रा, '' द असेंट अ‍ॅण्ड डीसेंट ऑफ क्राईस्ट इन इफिशीयन्स् ४:९-१०''; बिब्लीओथेका सॅक्रा १५१:६०२(एप्रिल-जुन १९९४):१९८:२१४; रॉबर्टसन, ४:५३६; मार्टीन, पान क्र. १३१०.

३ रीचर्ड सी एच लेन्स्की, दी इन्टरप्रिटेशन ऑफ सेंट पॉल'स् एपिस्टल्स् टु दी गलेशियन्स् अ‍ॅण्ड टु दी फिलिपीयन्स् पान क्र ५२१-२२.

४ पाहा फ्रुक्टेंबाउम, पान क्र. ११७

५ फॉल्कीज् पान क्र. ११७

होय. कदाचित ही संज्ञा त्यांच्या सेवाकार्यापेक्षा त्यांच्या आध्यात्मिक देणग्यावरून आली असावी परंतु पौलाच्या मनात सेवाकार्याला अनुसरून ज्या व्यक्तींचा विचार सुरू होता ते हे नव्हेत.[१]

नव्या करारातील 'संदेष्टे' (ग्री. प्रॉफेटेस्, मंडळीला सांत्वन, उन्नती व सद्बोध करणारा, १ करींथ १४:३). त्यांच्यापैकी काहीजणांनी नवी आधिकारीक प्रकाशने मंडळीला दिली (२:२०; प्रेषित ११:२८; २१:१०-११). यापैकी बरेच काही नव्या कराराच्या पुस्तकामध्ये आलेले आहे. संदेष्टयांपैकी बऱ्याच जणांनी मात्र देवाचे अगोदरच प्रकट केलेले सत्य 'पुन्हा सांगितले' (प्रेषित १३:१; १ करींथ ११:५; १४:२६-३३).[४] संदेष्टे लोकांना देवाच्या उपासनेतही चालवत असत, आणि त्यामध्ये सार्वजनिक प्रार्थनेचे नेतृत्त्व करणे सामील होते (१ इति. २५:१; १ करींथ ११:५). संदेश देण्याच्या या भागाला मंडळीमधे शिक्षण देण्यापेक्षा कमी महत्त्वाचे समजले जात असे, कारण शिक्षक देवाच्या लिखित वचनावर भाष्य करत असे (१ करींथ ११:५; १ तीमथी २:१२).

> "आजच्या ख्रिस्ती लोकांना त्यांचे आध्यात्मिक ज्ञान पवित्र आत्म्याकडुन *तत्काळ* प्राप्त होत नाही तर आम्याने वचन शिकविल्याच्याद्वारे होते."[२]

'सुवार्तिक' घरी व बाहेर सुवार्तेचा प्रसार करत असत (प्रेषित २१:८; १ तीमथी ४:५), पौलाने जसे प्रेषित व सुवार्तिक यांना अत्यावश्यक मानले आहे तसे सुवार्तिकांना मंडळीच्या आधारासाठी महत्त्वाचे म्हटलेले नाही (व. २:२०). असे असले तरीही त्यांची सेवा महत्त्वाची होती आणि आहे. ते लोकांना ख्रिस्तावरील विश्वासाकडे आणण्याद्वारे सेवा करण्यासाठी सुसज्ज करत होते (व १२-१३).

येथे ज्या ग्रीक शब्दावलीच भाषांतर 'पाळक आणि शिक्षक' करण्यात आले आहे त्याचे यथायोग्य भाषांतर 'पाळक-शिक्षक' असे आपण करू शकतो. ग्रीक भाषेतील शब्दरचनेमध्ये लोकांच्या दोन प्रकाराऐवजी एकाच प्रकाराला दर्शविल्या गेले आहे. ज्या ग्रीक उपपदाचे भाषांतर निश्चिततादर्शक असे केले जाते ते केवळ 'पाळक' याशब्दासमोर आले आहे. आणखी, ग्रीक उभयान्वयी अव्ययाचे भाषांतर 'आणि' असे केले जाते, व 'पाळक' आणि 'शिक्षक' यांच्यामधे ते वापलेले आहे, ते इतरत्र वापरण्यात आलेल्या शब्दापेक्षा निराळे आहे (डे च्या ऐवजी काइ). परंतु, ही ग्रीक शब्दरचना, स्थिरावलेल्या मंडळ्यांमधील कुशल सेवकांच्या दोन प्रकारच्या सेवाकार्याला (पाळक-शिक्षक) वर्णन करत असावी कारण प्रेषित, संदेष्टे आणि सुवार्तिक हे फिरत्या सेवाकार्यांला समर्पित होते. कदाचित या शब्दावलीने मंडळीवर देखरेख करणारे, पाळक व शिक्षक या दोन्हीही सेवा करणाऱ्या वडीलांचे वर्णन केले असावे. (१ तीमथी ३:२; तीत १:९; १ पेत्र ५:१-३).

> "हे दोन्ही नाम अनेकवचनी आहेत ('पाळक' आणि 'शिक्षक'), म्हणुन हे अशक्यप्राय आहे की ते एकाच गटाला दर्शवतात, परंतु केवळ प्रेषित पौल इथे त्यांना अतिशय जवळ

१ पाहा, जॉन इ. जॉनसन, " दी ओल्ड टेस्टामेंट ऑफीसेस अॅज पराडाइम फॉर पास्टोरल आयडेंन्टीटी" बिब्लीओथेका सॅक्रा १५२:६०६(एप्रिल-जुन १९९५):१८२-२००

२ विर्सबी, २:३७

जोडत आहे. पाळकांना शिक्षकांचा एक उपगट म्हणून पाहणे उत्तम आहे. दुसऱ्या शब्दामध्ये, सर्व पाळक हे शिक्षक आहेत, परंतु सर्व शिक्षक हे पाळक नाहीत.''[१]

''(१ करींथ १२:८-२८) येथे पवित्र आत्मा ख्रिस्ताच्या शरीरातील अवयवांना आध्यात्मिक दानांनी किंवा विविध प्रकारच्या सेवा करण्यासाठी सक्षम करत असल्याचे दिसते; तर येथे काही विशिष्ट लोक जे आत्माकडून देणगीप्राप्त होते ते म्हणजे, प्रेषित, संदेष्टे, सुवार्तिक, पाळक, आणि शिक्षक हे स्वतःच त्या देणग्या आहेत ज्या मंडळीसाठी गौरवी ख्रिस्ताने आपल्या शरीरावर ओतल्या आहेत. १ करींथमधे, विशिष्ट प्रकारच्या सेवाकार्यासाठी आध्यात्मिक सक्षमता देणाऱ्या देणग्या आहेत; आणि येथे इफिसकरांस पत्रामध्ये, त्या देणगीरूपी लोकांचे वर्णन आहे ज्यांना अशा प्रकारच्या सक्षमता आहेत.''[२]

(कॅल्व्हीनचा असा विश्वास होता की, प्रेषितांच्या काळामध्ये प्रेषित, संदेष्टे आणि सुवार्तिक हे मंडळीला दिलेल्या तात्पुरत्या देणग्या होत्या; आणि केवळ पाळक व शिक्षक हे आजही दिलेले आहेत. परंतु तो असेही मानत असे की, कधीकधी गरजेप्रमाणे देव मंडळीतील एखादी विशिष्ट गरज पुर्ण करण्यासाठी या पहील्या तीन्हीही देणग्यांना उभारू शकतो.)[३]

४:१२ या सर्व देगण्याप्राप्त पुढाऱ्यांच्या सेवाकार्याचा उद्देश हा इतर सर्व पवित्र जनांना सेवाकार्यासाठी तयार करण्यासाठी (सिद्ध केल्याद्वारे) आहे, ज्यामुळे ख्रिस्ताचे शरीर जी मंडळी तीचे रचना होवु शकेल. 'सिद्ध करणे' (ग्री. काटारटीस्मोन्) म्हणजे योग्य वापरासाठी लोकांना तयार करणे, घडवणे किंवा पुनःस्थापित करणे (गलती ६:१; मत्तय ४:२१; २ करींथ १३:११; इब्री. १३:२१). या पुढऱ्यांनी मंडळीतील संतांना देवाच्या वचनातुन सेवा द्यावी जेणेकरून ते संत जगामधे जावुन देवाच्या वचनांची सेवा करतील (१ तीमथी ३:१५). सर्व संतांनी सेवाकार्यामधे सहभागी व्हावे, केवळ पुढाऱ्यांनी होवू नये. केवळ पुढाऱ्यांनीच सिद्ध करण्याची सेवा करावी अश्या दृष्टीकोनाविरूद्ध एका लेखकाने इशारा दिला आहे.[४] प्रत्येक ख्रिस्ती व्यक्तीकडे देणगी किंवा देणग्या आहेत आणि त्यांचा उपयोग करून त्याने किंवा तीने सेवा केली पाहीजे (४:७; १ पेत्र ४:१०).[५]

४:१३ ख्रिस्तामधील पुर्णता (प्रौढता) हा अंतिम दृष्टांत आहे. जेव्हा प्रत्येक विश्वासणारा आपली देणगी (देवाने त्याला किंवा तीला दिलेली क्षमता व. ७) उपयोगात आणतो तेव्हा तीन गोष्टी घडतात : पहीली, शरीराला एकतेचा आनंद मिळतो (व. ३-६), दुसरी, ते शरीर आध्यात्मिकरीत्या आणखी प्रौढ बनते (व. १५), तीसरी, ते शरीर ख्रिस्तासारखे बनते

---

[१] द एनइटी बायबल नोट ऑन ४:११

२ दी न्यु स्कोफील्ड.... पान क्र. १२७६

३ कॅल्व्हीन. ४:३:४

४ टी. डेव्हीड गॉर्डन, '' इक्वीपींग मिनिस्ट्री इन इफिशीयन्स् चाप्टर फ़ोर '' जर्नल ऑफ द इव्हँजेलीकल थिऑलोजिकल सोसायटी ३७:१; (मार्च १९९४):६९-७८

५ स्वतःच्या आध्यात्मिक देणग्यांबाबत निःशुल्क प्रश्नावली व चिकीत्सा करण्यासाठी भेट द्या ु.लहीलहर्सीुह.लो

(१:२३; ३:१९). विश्वासाची एकता (व.५), परीपुर्ण ज्ञान (१:१७), आणि प्रौढता हे या दृष्टांताचे तीहेरी ध्येय आहेत. याची बरोबरी 'ख्रिस्ताची पुर्णता' यासोबत आहे.

> ''आपल्या पैश्याने किंवा प्रभावाने जगावर छाप टाकण्यासाठी यशस्वी ख्रिस्ती व्यावसायिकांना तयार करण्याचा प्रयत्न देव करत नाही. आपल्या व्यवस्थापनाच्या व संस्था चालविण्याच्या कुशलतेने लोकांना प्रभावित करणाऱ्या मंडळीतील यशस्वी पुढाऱ्यांना देव तयार करण्याचा प्रयत्न करत नाही. तसेच तो अश्या लाघवी वक्त्यांनाही तयार करण्याच्या प्रयत्नात नाही जे आपल्या ओजस्वी भाषणाने लोकांना हलवुन सोडतील. तो आपल्या अनुयायांच्या मध्ये आपल्या पुत्राच्या चरीत्राला निर्माण करू इच्छितो - त्याची प्रीती, त्याचे दयाळुपण, त्याची करूणा, त्याची पवित्रता, त्याची विनम्रता, त्याचे निस्वार्थीपण, त्याची सेवकासारखी वृत्ती, अन्याय होवुनही सहन करण्याचा त्याचा स्वभाव, क्षमा करण्याची त्याची क्षमता, आणि त्याच्या पृथ्वीवरील जीवनाच्या चरीत्राला प्रकट करणाऱ्या अशा अनेक विशेषता.''[१]

४:१४ दानांनी भरलेले लोक जेव्हा पवित्र जनांना प्रभुची व इतरांची सेवा करण्यासाठी सिद्ध करतात तेव्हा त्याच्या सेवेमूळे विश्वासणारे विश्वासामध्ये स्थिर होत जातात. बाळके (लेकरे) 'वाऱ्याच्या' मुळे बनणाऱ्या लाटांनी सहजरीत्या हेलकावे खावु शकतात. खोटे शिक्षक अशा प्रकारचा वारा निर्माण करतात (सैद्धांतीक गोंधळाचा वारा), कधीकधी तर एखाद्या चक्रीवादळाच्या शक्तीसारखे, ते आपल्या शिक्षणाने लोकांना फसवुन आपल्यामागे नेतात.

४:१५ आणखी एक परीणाम म्हणजे विश्वाणारे आपल्या संभाषणात व कृतीद्वारे 'प्रीतीत सत्य' धरून ठेवु शकतात. सुवार्तेची सत्यता व खोट्या शिक्षणाचा दांभिकपणा यातील विरोधाभास पौलाने येथे दाखविला आहे.

> '' सत्याविषयीची मुलभुत चिंता हे मंडळीच्या प्रौढतेचे रहस्य आहे''[२]

ज्या मंडळीमध्ये 'सत्य' आणि 'प्रीती' यांवर जोर दिला जातो ती नक्कीच आध्यात्मिकरीतीने प्रौढ व ख्रिस्ताच्या समानतेचे विश्वासणारे तयार करील.

प्रेमपुर्वक व प्रभावी अशा रीतीने एखाद्या विषयावर समोरासमोर विचार करण्यासाठी 'प्रीतीमधे सत्य बोलणे' याची गरज आहे. सत्य कदाचीत ते औषध असेल ज्याची त्या व्यक्तीला आवश्यकता आहे परंतु प्रीती ती साखर आहे त्यामुळे ते कडू औषधे घेणे शक्य होते. मेरी पॉपीन्स् यांनी म्हटलेले वाक्य आठवा 'चमचाभर साखर औषध गिळण्यास मदत करते.''

---

[१] रीचर्ड एल. स्ट्रॉस, 'लाइक ख्राईस्ट : ॲन एक्पोझिशन ऑफ इफिशीयन्स् ४:१३,ङ्घ बिब्लीओथेका सॅक्रा १४३:५७१(जुलै-सप्टेंबर १९८६):२६४

[२] वुड पान क्र. ५९

४:१६ आपण ज्याच्यामधे वैयक्तीकरीत्या वाढत जातो (व.१५), आणि ज्याच्यामधुन आपण 'संपुर्ण' मंडळी म्हणूनही वाढत असतो असा तो येशू ख्रिस्त आहे. 'प्रत्येक वेगवेगळा भाग' जेव्हा आपले नियत कार्य पार पाडतो तेव्हा 'संपुर्ण शरीराची' वाढ होते. या वचनामधे शरीराच्या सर्व भागांना संबोधण्यात आले आहे ते सर्व ख्रिस्ती लोकांना दर्शविते, केवळ मस्तक येशू ख्रिस्ताला दर्शविते.[१]

म्हणून मंडळी हे विविधतेचे शरीर आहे, जे वेगवेगळया लोकांनी तयार झालेले असुन त्यांची एकता टिकवण्यासाठी त्यांनी लक्ष द्यायला हवे (व. ७-१६). या उताऱ्यामध्ये पौलाचा जोर वैयक्तीक वाढीपेक्षा संपुर्ण शरीरच्या 'वाढी'वर आहे. प्रत्येक विश्वासणारा येशू ख्रिस्ताच्या सेवाकार्यासाठी तीच्या किंवा त्याच्याकडील देणगीचा किंवा सक्षमतेवा उपयोग करतो तेव्हा शरीराच्या वाढीमधे हातभार लावला जातो.

२ पवित्रतेमधे चालणे अध्याय ४:१७-३२

या अध्यायाच्या पहील्या भागात, पौल मंडळीमध्ये ऐक्याने राहण्याच्या गरजेवर जोर देतो. आता पुढे तो पवित्रतेने जीवन जगण्याचे महत्त्व याकडे वळतो.

> ''पवित्र शास्त्राचे लिखाण आज्ञापालन करण्यासाठी केले गेले, केवळ अभ्यास करण्यासाठी नव्हे, आणि त्यामुळे 'म्हणून' व 'तर' हे शब्द इफिसकरांस पत्राच्या दुसऱ्या भागात इतक्या वारंवार आले आहेत. (४:१,१७,२५; ५:१,७,१४,१७,२४.)''[२]

जुने मनुष्यत्त्व अध्याय ४:१७-१९

पौलाचे वाचक ख्रिस्ती विश्वासात येण्याअगोदर त्यांची वर्तणूक कशी होती याची आठवण देवुन त्याने त्यांना कसे चालु नये हे सांगण्याची सुरूवात केली.

४:१७ या वचनातील 'म्हणून' हा शब्द या अध्यायाच्या १ल्या वचनाशी संबंधीत आहे. येथे आम्हाला योग्य चाल कशी ठेवावी यासंदर्भात आणखी सुचना देण्यात येत आहेत. पौल येथे जो बोध करतो तो येशू ख्रिस्ताने पवित्रतेच्या महत्त्वाविषयी दिलेल्या शिक्षणाची पुन्हा उजळणी करतो. ख्रिस्ती लोकांनी 'देवाला न ओळखणाऱ्या' परराष्ट्रीयांप्रमाणे आपली चालचलणूक ठेवू नये. 'भ्रष्ट मन' या कल्पनेमागे त्या अविश्वासणाऱ्यांना आपल्या जीवनात एक विशिष्ट उद्देश किंवा योग्य ध्येय नसते असा विचार आहे.

''पौलाने प्रत्येकाच्या जीवनातील बौद्धीक घटक यावर दिलेला जोर येथे लगेचच लक्षात येतो (रोम. १२:२)....शास्त्रातील वचनामध्ये अज्ञानाच्या सामर्थ्याचा भ्रष्टतेकडे नेण्यासाठी होणारा

[१] पाहा रोनाल्ड वाय. के. फुंग, '' दी नेचर ऑफ दी मिनीस्ट्री ॲकॉर्डींग टू पॉल'', इव्हँजेलीकल क्वॉर्टरली ५४(१९९२): १३९-४४.

[२] विर्सबी, २:३९

उपयोग व स्वतंत्र करण्यासाठी, शुद्ध करण्यासाठी तसेच उत्तम व्यक्ती बनविण्यासाठी सत्याच्या सामर्थ्याचा उपयोग याविषयीची प्रभावी साक्ष आहे.''[१]

४:१८ येथे एखाद्या तारण न पावलेल्या परराष्ट्रीय व्यक्तीच्या वृत्तीचा स्त्रोत पौलाने शोधून काढला आहे : अस्पष्ट समज असल्याने उचित उद्देश नसतात (अंधकारमय रोम १:२१; २ करींथ ४:४). याचा परीणाम 'देवापासून येणाऱ्या जीवनाला वंचित होणे' असा आहे (व. २:१२). देवाविषयीच्या उपजत अज्ञानामूळे हा विभक्तपणा निर्माण होतो (१ पेत्र १:१४). आणि अश्याने देवासाठी व त्याच्या मार्गांसाठी एक असंवेदनशीलता येते (अंतःकरणातील कठीणपणामूळे) (रोम. १).

४:१९ अश्याप्रकारच्या परीस्थितीमूळे, तारण न पावलेल्या परराष्ट्रीयांनी स्वतःलाच आनंदीत करण्यारे जीवन जगण्यासठी स्वतःला ' कामातुरपणांस वाहुन घेतले आहे' (सर्व प्रकारची अशुद्धता' रोम १:२४-२८). ज्या ग्रीक शब्दाचे भाषांतर येथे कामातुरपणा असा केला आहे त्यामधे निष्कारण हिंसा हा विचार आहे.[२] 'हावरेपणा' (प्लीओनेक्सीया) म्हणजे अधिक हवे असल्याची वाढती वृत्ती.

नवीन मनुष्यत्त्व अध्याय ४:२०-३२

येथे पौल कसे चालू नये या कडून ख्रिस्ती लोकांनी पवित्रतेत कसे जगावे या सकारात्मक जबाबदारीकडे वळत आहे.

४:२० तारण न पावलेल्या परराराष्ट्रीयांशी विसंगत, ख्रिस्ती लोकांची मने आता अंधकारमय नाहीत, ते आता देवापासून वेगळे (दुर केलेले) नाहीत, आणि आता त्यांची अंतःकरणे कठीण व अशुद्ध नाहीत. तारण न पावलेल्या परराष्ट्रीय लोकांना ज्या नैसर्गिक मानसिक प्रक्रियेने अशा अधःपतनाकडे नेले आहे, तशा पद्धतीने ख्रिस्ती विश्वासणारे 'ख्रिस्ताचे' अनुसरण करणे 'शिकले' नाहीत. शुभवर्तमानांमधून येशूच्या शिष्यांप्रमाणे ते त्याला अनुसरायला शिकले आहेत.

> ''साधारणतः आपण विषय शिकतो, व्यक्ती नव्हे; परंतु ख्रिस्ती लोकांचा सर्वांत आवडते पाठ्यपुस्तक म्हणजे त्यांच्या प्रीतीस योग्य प्रभु आहे.''[३]

४:२१ ''त्याचेच'' म्हणजे खात्रीनेच किंवा नक्कीच (३:२). इफिस येथील विश्वासणाऱ्यांना ख्रिस्ताविषयीचे शिक्षण मिळाले होते व ते त्याच्या इच्छेच्या प्रभावामध्ये जगण्यास शिकले होते. याठीकाणी विचाराधीन असलेले 'येशूच्या ठायी जे सत्य आहे' ते हेच होय. इथ उपयोग केल्याप्रमाणेच, जेथे कोठही पौलाने 'येशू' हे नाव इफिसकरास पत्रात घेतले आहे, त्याद्वारे त्याने तारणाऱ्याच्या मृत्यु व पुनरूत्थानाकडे

---

[१] स्टॉट, पान क्र. १७५

[२] मॉरीस पान क. १३७

[३] सिम्पसन् पान क्र. १०४

लक्ष वेधले आहे. आपल्या वाचकांसाठी तेच त्याने येथेही केले आहे, जेणेकरून त्यांना सुवार्तेच्या संदेशाच्या सुवासाची आठवण व्हावी व ते ख्रिस्तासाठी जगण्यासाठी प्रोत्साहक गोष्ट ठरावी.

४:२२ आता येथे इफिसकर ख्रिस्ती लोकांनी काय 'ऐकले' याचे वर्णन केलेले आहे. ख्रिस्ती लोकांनी त्यांच्या पुर्वीच्या, तारण झालेले नसतांनाच्या 'आचरणाला दुर करावे'. 'जुना मनुष्य' हा ख्रिस्ती व्यक्तीचे तारण होण्यापुर्वीचा मनुष्य होता. तो मनुष्य देहाला आवडणाऱ्या वासनांमूळे अधिकाधिक भ्रष्ट होत होता. वासना फसव्या आहेत कारण त्या खऱ्या आंनदाचे वचन देतात परंतु ते पुर्ण करू शकत नाहीत.

४:२३ हे वचन प्राथमिकदृष्टया आज्ञा नाही. येथील क्रियापद हे आज्ञार्थ नाही, तर ग्रीक भाषेमध्ये ते क्रियापदाचे मूळ रूप आहे. हे वचन प्रत्येक विश्वासणाऱ्याच्या जीवनात जे आधीच घडले आहे त्याचे वर्णन आहे (कलस्सै ३:९-१०). परंतु, या वचनाचा मुख्य उद्देश प्रकटीकरण असुनही ते वाचकांना एक आवाहन करते. येथील मुळ क्रियापदाला एका आज्ञार्थी शब्दाचा रूबाब आहे.[१]

व्यर्थ, अंधकारमय आणि अजाण असण्यापेक्षा (व. १८-१९), ख्रिस्ती व्यक्तीने एक नवी वृत्ती धारण केली आहे (मनाच्या वृत्तीत, रोम ६:२-१०; २ करींथ ५:१७). हे नवीनीकरण ख्रिस्ती व्यक्तीच्या जीवनात निरंतर घडत राहणारी घटना आहे (वाढत जाणारे शुद्धीकरण). येथील क्रियापद हे कर्मदर्शक आहे, ज्यामुळे असा प्रभाव जाणवतो की देव आम्हामध्ये कार्यरत आहे(रोम १२:२).

४:२४ या वचनामध्ये पौलाने आपली जबाबदारी सांगितली आहे. आम्ही नवीन कपडे परीधान करतो त्याप्रमाणे 'नवा मनुष्य' 'धारण करावा.' 'नवा मनुष्य' हा तो व्यक्ती आहे ज्याचा ख्रिस्ती व्यक्तीला तारण झाल्यानंतर अनुभव होतो. आम्ही देहाच्या वासनांच्या पाठीस लागण्यापेक्षा जेव्हा ख्रिस्ताच्या गोष्टींच्या मागे लागतो तेव्हा 'नवा मनुष्य धारण करतो.' देवाने तारणाच्या वेळेस या नव्या मनुष्याची (ख्रिस्ती व्यक्तीची), आपल्या आध्यात्मिक पालकांचा म्हणजेच देवाच्या स्वतःच्या सदृश्य, निर्मीती केली आहे. 'नितीमत्ता' आणि 'पवित्रता' ही आपल्या नव्या जीवनाची ओळख आहेत, आणि कामातुरपणा, अशुद्धता आणि हावरेपणा (व. १८-१९) ह्या गोष्टी आता आपला परीचय नाहीत. याहुनही आधिक म्हणजे आता हे जीवन 'अज्ञानावर' नव्हे तर 'सत्यावर' आधारित आहे (व.१८).[२]

४:२५ ज्याप्रकारे जुन्या मनुष्याच्या स्थितीला (व. १७-१९) साजेसा त्याचा व्यवहार असतो त्याचप्रकारे नव्या मनुष्याचा (व. २५-३२) व्यवहारही त्याच्या स्थितीला (व.२०-२४) अनुसरूनच असेल. वचन २५-३२ मधे आपणास दिसते की, ख्रिस्ती वागणूकीचे पाच बोध केलेले आहेत. आणि प्रत्येक बोधाला तीन भाग आहेतः एक नकारात्मक आज्ञा, एक सकारात्मक आज्ञा आणि ती सकारात्मक आज्ञा देण्याचे कारण.

पहीला बोध हा आहे की, आपण खोटेपणा (लबाड बोलणे) सोडुन द्यावा. खोटेपणा हा एक मुखवटा आहे जो खोटे शिक्षक (व. १४) आणि जुना मानव (व. २२) घालत असतात. त्याऐवजी,

---

[१] बोक, " दी न्यू..." पान क्र. १६२-१६३; तसेच, " अ थिऑलॉजी....." पान क्र. ३१६, नोंद १०

[२] पाहा डॉन मॅटझॅट, *क्राइस्ट-लाइक*

ख्रिस्ती व्यक्तींनी 'खरे बोलावे' म्हणजे जे यथार्थाशी सुसंगत आहे असे बोलावे (कलस्सै ३:८-९; जखऱ्या ८:१६). याचे कारण हे आहे की ख्रिस्ती व्यक्तीने मंडळी म्हटलेल्या समुहामध्ये प्रामाणिकपणे कार्य करावे जेणेकरून तो तेथील सदस्य बनुन राहु शकेल. शरीराच्या ऐक्यासाठी सत्य बोलणे अत्यावश्यक आहे. साहजिकच इतर कारणांसाठीही ते महत्त्वाचे आहेच.

> ''या जगात राहणाऱ्या लोकांसाठी खोटे बोलणे हे एखाद्या युद्धात जिंकण्यासाठी उपयोगात येणाऱ्या हत्याराप्रमाणे असेल, परंतु ख्रिस्ती व्यक्तीच्या जीवनात याला कोठेही जागा नाही.''[१]

> ''लबाडी ही ख्रिस्ताच्या शरीराच्या अतिशय महत्त्वाच्या अवयवांमधे भोसकण्यासारखे आहे.''[२]

४:२६ दुसरा बोध, रागात असतांना पाप न करण्याविषयी आहे, आणि तर रागावतांना पाप घडले असेल ते लवकारात लवकर हाताळावे (स्तोत्र ४:४). राग येणे ही भावना मूळात पापमय नाही (योहान २:१३-१६). सात्विक संताप नावाचीही एक गोष्ट अस्तित्त्वात आहे (५:६; मार्क ३:५).[३] तरीही रागावर आपण नियंत्रण करता करता रागाचे आपल्यावर नियंत्रण होणे हे सहज शक्य आहे. राग पापमय होतो जेव्हा तो अयोग्य असतो. पापमय रागाला हाताळण्याचा उत्तम मार्ग म्हणजे त्याला पाप म्हणुन कबुल करणे हा होय (१ योहान १:९). जर यामध्ये इतर लोकांना क्षमा मागणे गरजेचे असेल तर विनाविलंब आपण ती मागायला हवी. एखादा व्यक्ती रागात असतांना सूर्य मावळू नये हे बोलीभाषेतील वाक्प्रचार आहे आणि त्याचा अर्थ हा आहे की शक्य तेवढ्या लवकर आपण ते पाप हाताळावे (अनु. ४:१३-१५). आणि आपण याचा अर्थ हा अक्षरशः घेवु नये, हे मात्र निश्चित आहे कारण राग ही काही भौतिक गोष्ट नाही की, त्याच्यामागे सुर्य अस्तास जावा.

४:२७ आपल्या रागाने नीट हाताळणे आवश्यक आहे कारण जर आपण तसे करण्यास अपयशी ठरलो तर आपण आणखी पाप करावे अशी संधी सैतानाला मिळेल.

> ''होरेस असे म्हणालाः राग म्हणजे क्षणिक मुर्खता आहे.''

> ''ॲरीस्टॉटलने असे लिहीले आहे - कोणीही रागावू शकतो, परंतु योग्य व्यक्तीवर रागे भरणे, योग्य प्रमाणात रागावणे, योग्य वेळी रागावणे, योग्य कारणासाठी रागावणे, आणि योग्य पद्धतीने रागावणे - हे काही सहज व सोपे नाही.''[४]

---

[१] मॉरीस, पान क्र. १४२

[२] जॉन अे. मॅके, *गॉड्स ऑर्डर : दि इफिशीयन लेटर ॲण्ड प्रेझेंट टाइम* पान क्र. २१३

[३] पाहा डॅनिएल बी. वॉलेस,''*ऑर्गीझेस्थे इन इफिशीयन्स् ४:२६ : कमांड ऑर कंडीशन?* क्रीसवेल थिऑलॉजीकल रीव्हीव्ह्यु ३ (१९८९)३५२-७२

[४] विर्सबी, २:४१

४:२८ तीसरा बोध हा आहे की, चोरी करण्यापासुन दुर राहावे, तर त्याऐवजी कामधंदा करावा जेणेकरून गरजवंतासाठी काही करण्यास आपणाजवळ काही असावे. पौलाने काम केल्याने जे इतर फायदे होतात त्याची येथे नोंद केलेली नाही, जसे की स्वतःच्य गरजा भागविणे आणि जीवनात काहीतरी उपयोगी करणे. परंतु त्याने काम करण्यामागील एक सर्वोत्तम अशी प्रेरणा नमुद केली आहे. चोरी करणे (ग्री. क्लेप्टॉन), हे सर्व प्रकारच्या धोकेबाजीचा कळस आहे. हे वचन सातव्या आज्ञेच्या शिकवणीला पुन्हा निश्चीत करण्यासारखे आहे (निर्ग. २०:१५; अनु. ५:१९).

४:२९ चौथा बोध हा 'योग्य' ते बोलण्याविषयी तसेच योग्य ते करण्याविषयी आहे (व. २८). जे काही इतरांना दुःखी करणारे आहे व त्यामुळे शरीरामध्ये तट निर्माण होतात ते 'अयोग्य' आहे (ग्री. सॅप्रोस, सडके, कुजके). ख्रिस्ती लोकांचे शब्दा इतरांना उन्नती देणारे असावेत, त्यांना पाडुन टाकणारे नसावेत. शब्द 'कृपा' प्रकट करू शकतात म्हणजे त्यांच्याद्वारे आपण प्रोत्साहन आणि मार्गदर्शन करू शकतो जेणेकरून ऐकणाऱ्यांना कृपा प्राप्त होवु शकते.

> ''असे सांगितले जाते की, एकदा एक मनुष्य महंम्मद यांच्याकडे आला आणि त्यांना विचारले की, त्याने खोटे आरोप करून एका मित्राला फसवले आहे तर आता त्याच्यासोबत समेट कसा करावा. महंम्मदाने त्याना गावातील प्रत्येक घराच्या पायरीवर एकेक पंख ठेवण्यास सांगितले. दुसऱ्या दिवशी त्या मनुष्याला ते पंख गोळा करून आणण्यास सांगितले. तेव्हा तो मनुष्य म्हणाला, ' वाऱ्यामुळे ते इस्ततः विखुरले गेले असतील त्यांना गोळा करणे अशक्य आहे'. तेव्हा संदेष्टयाने उत्तर केले, ' असेच तुझ्या अविचाराच्या शब्दाचेही झाले आहे.''

४:३० 'आणि' हा शब्द या वचनाला आधीच्या वचनासोबत जोडतो. काही इंग्रजी भाषांतरामध्ये या शब्दाचे भाषांतर केलेले नाही, परंतु ग्रीक लेखामध्ये हा शब्द आहे. आपण पवित्र आत्म्याला खिन्न (दुःखी किंवा उदास) करू शकतो. आपण असे करणे हे अयोग्य आहे कारण त्याच्याद्वारे आपल्यावर शिक्का मोर्तब करण्यात आले आहे (१:१३-१४; २ करींथ १:२१-२२, ५:५). आपल्या पुनरूत्थानाच्या वेळेस आपली जी सुटका होईल तेव्हा तो आपला विसार किंवा बयाना (आगाऊ रक्कम) असणार आहे (फिलिप्पै. ३:२०-२१). पवित्र आत्म्याला खिन्न करणे म्हणजे देवाच्या अमूल्य देणगीला नाकारण्यासारखे आहे.[१]

''जे काही पवित्र आत्म्याला खिन्न करते ते पाप होय.''[२]

४:३१ पाचवा बोध असा आहे की, आपण सहा दुष्टतांपासुन सुटावे आणि तीन सद्गुणांना आत्मसात करावे. पौल येथे काही पापांची यादी देतो जे पवित्र आत्म्याला खिन्न करतात. 'कडूपणा' हा दयाळुपण व मधुरतेच्या विरूद्ध आहे (कलस्सै. ३:१९). यामुळे अंतःकरणात संताप साठतो व प्रत्येक दुखापतीचा हीशोब ठेवण्याची सुरूवात होते (१ करींथ १३:५३).

---

[१] पाहा, लुईस स्पेरी चॅपेर, ही दॅट इज स्पिरीच्युअल पान क्र. ८२-१०४

[२] मॉरीस पान क्र. १४६

''प्रत्येक ख्रिस्ती व्यक्तीने ही प्रार्थना करावी की देवाने त्याला विसरण्यास शिकवावे.''[१]

'क्रोध' किंवा संताप हा कडूपणातुनच वाहतो, आणि आपल्या अनियंत्रित हतबलतेच्या भावनांचा उद्रेक असतो. 'राग' म्हणजे अयोग्यरीत्या ठामपणे उंच आवाजात बोलणे व शोषण करणे होय. 'गलबला' किंवा वादविवाद हे आरडओरडा करणे होय. 'निंदा' असा शब्द आहे जो दुसऱ्याला दुखावतो. 'दुष्टपणा' हा इतर व्यक्तींबद्दल मनात वाईट भावना असणे होय आणि हाच या पाचही दुष्टतांचा उगम आहे.[२]

हे वचन, २६ व्या वचनाच्या विरोधात आहे असे दिसते. तेथे पौलाने रागवायला परवानगी दिली असे दिसते, येथे मात्र तो रागाला दोष देत आहे (याकोब १:१९-२०). याचे दोन स्पष्टीकरण असु शकतात : प्रथम, २६ व्या वचनामधील आज्ञेला आपण रागाला कस हाताळायचे याविषयी देवाची आज्ञा असे समजु शकतो, परंतु तरीही आपण रागे भरणे ही कधीही देवाची इच्छा असु शकत नाही (व. ३१). याचप्रकारे, सुटपत्र ही देवाची कधीही इच्छा नव्हती तरीही देवाने विभक्त झालेल्या इस्त्राएली लोकांनी काय करावे याची सुचना दिलेली आहे (अनु. २४:१-४; मलाखी २:१६). दुसरी संभावना अशी आहे की, काही प्रसंगी राग हा योग्य ठरू शकतो परंतु सहसा आपण तो टाळाला तर अधिक उत्तम. हे मला अधिक योग्य असे स्पष्टीकरण वाटते. येशू ख्रिस्त स्वतः काही प्रसंगी रागावला (मार्क ३:५). आपण रागे भरून देवाच्या नितीमत्त्वाला घडवू शकत नाही आणि म्हणुन आपण रागावणे टाळावे हा एक चांगला नियम आहे. (याकोब १:२०).

४:३२ एखाद्या गरजेनुरूप व साजेल असे जेव्हा आपण मधुरतेने व करूणेने बोलतो तेव्हा आपण 'उपकारी' ठरतो. आपण त्यावेळेस 'कनवाळू' आहोत जेव्हा दुसऱ्या कोणाविषयी आपल्याला कळवळा वाटतो. आणि आपण तेव्हा 'क्षमा करणारे' ठरतो जेव्हा आम्ही आपच्याविरूद्ध लोकांनी केलेले अपराध आनंदाने व कृपेने विसरून जातो. आपण क्षमा का करावी हे या वचनातील आज्ञेमधे समाविष्ट आहे, आणि त्याचे कारण हे आहे की, देवाने आम्हाला येशू ख्रिस्तामध्ये मोकळीकतेने क्षमा केली आहे तशीच आपणही करावी.

निरंतर क्षमा करण्याच्या वृत्तीने नक्कीच वैवाहिक संबंध अधिक उत्तम होतील. त्यामुळे एका जोडीदाराला दुसऱ्याबरोबर पारदर्शकता आणि एकमनाचे होण्यासाठी सहकार्य होईल. एखादा तंटा मिटवण्यासाठी क्षमा करण्याची इच्छा असणे गरजेचे आहे. जेव्हा आम्ही आपल्या जोडीदाराला दुखावतो तेव्हा आपण त्याच्याकडून क्षमा मिळवण्याचा प्रयत्न करणे गरजेचे आहे. आपल्या जोडीदाराला आपण हे विचारावे की त्याला किंवा तीला काय वाटत आहे आणि नंतर शब्दांच्याद्वारे आपण त्यांना क्षमा मागावी. असे म्हणावे, ''मी चुकलो होतो, मला त्याबद्दल वाईट वाटत आहे, काय तु मला क्षमा करशील?' हे करतांना मुद्देसुद बोलणे आवश्यक आहे.

---

[१] बार्क्ले, पान क्र. १८८

[२] पाहा रीनी ए. लोपेझ, '' अ स्टडी ऑफ पौलाइन पॅसेजेस् विथ वाइस लिस्टस् बिब्लिओथेका सॅक्रा १६८:६७१(जुलै-सप्टेंबर २०११)३०१:१६

> ''इब्री लोकांस पत्र हे मोशेचे नियमशास्त्र आणि ख्रिस्ती लोकांचे नियम यांच्यातील विरोधाभासांचे वर्णन करणारे पुस्तक आहे; आणि इफिसकरांस पत्र हे हरवलेल्यांची मालमत्ता आणि ज्यांचे तारण झाले आहे त्यांची मालमत्ता यांतील विरोधाभासांची तुलना आहे.''[१]

३ प्रीतीमधे चालणे अध्याय ५:१-६

आपल्या वाचकांना एकतेमध्ये (४:१) आणि पवित्रतेमध्ये (४:१७) चालण्यासाठी आवाहन केल्यानंतर, पौलाने त्यांना प्रीतीमध्ये चालण्यासाठी निवेदन केले आहे (५:२). प्रथम त्याने सकातरात्मक प्रीतीची वाखाणणी केली आहे (व.१-२), आणि त्यानंतर त्याने नकारात्मक दुष्टतेपासुन दुर राहण्यास बजावले आहे (व. ३-६).

५:१ 'तर मग' हे शब्द आधी जे काही सांगितले आहे त्याचा निष्कर्ष मांडण्यासाठी नव्हे तर, जे नंतर मांडल्या जात आहे त्याविषयीचे कारण देणारे आहे. लेकरांनी आपल्या आईवडीलांचे अनुसरण करावे हे अगदी नैसर्गिक व साहजिक आहे. म्हणून, देवाच्या लेकरांनी आपल्या स्वर्गीय पित्याचे अनुकरण केले पाहीजे (मत्तय ५:४८; लुक ६:३६). देवाने आपल्यासाठी दाखवलेल्या दयाळू वृत्तीचा आणि उदारपणाच्या कृत्यांचे आपण अनुकरण करायला हवे.

५:२ या वचनामध्ये आपण देवाचे अनुकरण कसे करावे, म्हणजे प्रीतीने कसे वागावे हे सांगितले आहे. आपल्या प्रीतीचे प्रमाण व नमुना हे ख्रिस्ताची आपल्यावरील प्रीतीसारखे असायला हवे. आम्हाकरीता आपला प्राण देईपर्यंत त्याने आमच्यावर प्रीती केली आहे. त्याचे 'स्व-बलिदान' हे देवाला मान्य व प्रसन्न करणारे असे होते आणि ते एक सुगंधी हव्य असे होते. यहुदी चालीरीतीप्रमाणे, देवाची उपासना करण्यासाठी अग्नीद्वारे केलेले अर्पण म्हणजेच अन्नार्पण व चुकुन घडलेल्या पापाच्या क्षालनासाठी करावयाचे पापार्पण, ही दोन्ही अर्पणे येशूच्या मृत्यूमधे देवासमोर होती. आपण आपली प्रीती तेव्हा सर्वांत अधिक प्रमाणात प्रकट करतो जेव्हा आम्ही आपले जीवन आम्हाल प्रिय असणाऱ्यांसाठी, विशेषतः देवासाठी अर्पण करतो (१ योहान ३:१६).

> ''...पौलाच्या लिखाणामध्ये असे एकही ठीकाण नाही किंवा नव्या करारातही साधारणतः असे कोठेहीआढळत नाही की, ख्रिस्ताच्या मृत्युद्वारे जे काही घडले त्याचे कोणतेही महत्त्व न मांडता केवळ त्या घटनेलाच अनुसरण्याचे आपल्याला सांगण्यात आले आहे.''[२]

५:३ या ठिकाणी आपला ज्या जीवनशैलीसोबत परिचय करून देण्यात येत आहे (अनैतिकता; वासना) त्या गोष्टी व प्रीती या परस्पर विरोधी आहेत. स्व-बलिदान आणि स्व-संतुष्टी या एकमेकांच्या विरोधी गोष्टी आहेत. विश्वासणाऱ्यांच्या जीवनामध्ये प्रीतीच्या या भ्रष्ट रूपाचा कुठलाही लवलेश नसावा, संभाषणामध्येही त्यांचा उच्चार होवु नये (निर्गम २३:१३; अनु. १२:३०; स्तोत्र. १६:६). तारण न

---

[१] फॉल्कीस् पान क्र. १३९

[२] चॅपेर, दी इफिशीयन्स्...पान क्र. १४३

झालेल्या परराष्ट्रीयामध्ये लैंगिक 'अनैतिकता' ही सर्वसामान्य बाब होती, परंतु 'पवित्र जनांमध्ये' ही पुर्णपणे अयोग्य कृती आहे ('तीचा उच्चारही न होवो'). 'अशुद्धता' ही एक बृहद संज्ञा आहे ज्यामधे सर्व प्रकारच्या वाईट गोष्टींना समाविष्ट करण्यात आले आहे (व. ४:१९). 'लोभ' हा अधिक हवे असल्याची वासना (पापमय इच्छा) आहे, आणि ती मुळतः मूर्तिपूजा आहे (व. ५). याठीकाणी ज्या लोभाविषयी सांगितले जात आहे तो बहुदा 'दुसऱ्या एखाद्या व्यक्तीचे शरीर उपभोगण्यासाठी स्वार्थीपणे हाव धरणे या अर्थाने असावा.

> ''अनैतिकता आणि जवळपास सर्व प्रकारच्या लैंगिक भ्रष्टतेला ग्रीक भाषेतील पोर्नीया, या शब्दाखाली एकत्र केल्या जावु शकते, आणि त्याचे भाषांतर 'जारकर्मे' असे केलेले आहे. त्यामधे एक पुरूष व एक स्त्री यांचे विवाह बंधनाच्या आत जीवनभराच्या संबंधांच्या विरूद्ध असलेली प्रत्येक गोष्ट सामील आहे.''[१]

५:४ आता पौल अनैतिक गोष्टींकडून अश्लिलतेविषयी बोलत आहे. ख्रिस्ती व्यक्तीच्या संभाषणामधुन प्रीती प्रकट झाली पाहीजे (४:२९). 'अमंगळ' किंवा अश्लील गोष्टी म्हणजे मलिनता होय. 'मुर्खतेचे शब्द' 'बाष्कळ गोष्टी' हे ज्यामुळे निव्वळ वेळ वाया जातो अशा गोष्टींना दर्शवितात. टवाळी म्हणजे विनोद करणे नव्हे तर अश्लील बोलणे किंवा हुशारीने द्वीअर्थी बोलणे हे येथे अभिप्रेत आहे. या सर्व प्रकारचे संभाषण हे पवित्र जनांसाठी उचीत नाही, तर याऐवजी त्यांनी आभारप्रदर्शन करावे एवढे अधिक आशिर्वाद त्यांना प्राप्त झालेले आहे.

> ''देवाने दिलेल्या सर्व देणग्या, ज्यामधे लैंगिक संबंधही सामील आहेत, ह्या आभार मानन्यासाठी आहेत, थट्टा करण्यासाठी नाहीत. त्यांच्या विषयी विनोद केल्याने त्यांची अप्रतिष्ठा होते; त्या बद्दल देवाचे आभार मानल्याने, प्रेमळ पित्यापासुन आलेल्या त्या सर्व देणग्यांचा सन्मान टिकवता येतो.''[२]

५:५ पौलाने आपल्या वाचकांना अयोग्य वर्तणुकीच्या विरोधात इशारा देण्यसाठी अशी आठवण करून दिली आहे की, जे असल्याप्रकारच्या गोष्टी करतील ते 'राज्यातील आपला वारसा' गमावत आहेत, म्हणजे, सहस्त्र वर्षांचे राज्यातील आपला आशिर्वाद गमावत आहेत (१ करींथ ६:९-१०; गलती ५:२१). एव्ही, एनकेजेव्ही आणि एनआयव्ही या भाषांतरामध्ये 'कोणताही वारसा' तसेच एनएएसबी मध्येही 'तो वारसा' असे भाषांतर आले आहे परंतु ग्रीक भाषेमध्ये या शब्दापुढे कोणतेही उपपद नाही म्हणुन 'देवाच्या राज्यात वारसा नाही' हे भाषांतर योग्य आहे. सर्व विश्वासणाऱ्यांना ख्रिस्तामध्ये वारसा आहे असे पौलाने अगोदर सांगितले आहे (१:३-१४) म्हणून, तो नक्कीच विश्वासणारे व अविश्वासणारे यांच्यामधील विरोधाभास दाखवित होता (व. ६,१ करींथ ६:९-११; गलती ५:२१; मत्तय १९:१६; मार्क १०:१७; लुक १८:१८). जी वर्तणुक अविश्वासणाऱ्यांची आहे, ती विश्वासणाऱ्यामध्ये नसावी हा मुद्दा येथे मांडण्यात आला आहे असे वाटते.

[१] तसेच पान क्र. १४१
[२] स्टॉट पान क्र १९३

जे भाषांतरकार या वचनाला असा पुरावा म्हणून पुढे करतात की, खरे तारण झालेला व्यक्ती या वाईटामध्ये भाग घेवूच शकत नाही किंवा घेणार नाही. ते या तथ्याकडे पुर्णपणे दुर्लक्ष करतात की, काही खरेखुरे विश्वाणारेही जगिक जीवन जगतात (१ करींथ ३:१-४).[1]

५:६ हे वचन स्वार्थीपणापेक्षा प्रीतीने जीवन जगण्याच्या निकडीच्या गरजेवर भर देते. 'पोकळ शब्द' म्हणजे एक नैतिक ख्रिस्ती जीवन जगणे हे एवढे आवश्यक नाही असे सांगणारे शब्द असावेत. ते पोकळ आहेत कारण त्यामध्ये सत्य नाही. जर देवाचा कोप या काळात 'आज्ञाभंग करणाऱ्यांवर' (२:२) येत आहे तर नक्कीच तो कोप जी त्याची मुले त्यांच्यासारखी कृत्ये करतात त्यांना शिस्त लावण्यासाठीही येईल. देव पवित्र आहे म्हणून, तो जेव्हा कधी पापाचा सामना करतो त्यांना लगेच हाताळतोः मग ते विश्वाणाऱ्यांमध्ये आढळोत किंवा अविश्वासणाऱ्यांमध्ये आढळोत.

४. प्रकाशात चालणे अध्याय ५:७-१४

पौलाच्या विचारातील नव्या उताऱ्याची सुरूवात 'म्हणून' या शब्दाने झाली आहे (४:१, १७; ५:१,१५). 'प्रकाशात चालणे' याच्याशी निगडीत तीन आज्ञांचा संबंध त्याने जोडला आणि ज्यामुळे वाचक प्रोत्साहीत होवून त्यांना मदत होईल अशी काही कारणे, स्पष्टीकरणे त्याने दिली आहेत.

५:७ देवाच्या प्रीतीच्या पात्रांनी (व. २) देवाच्या क्रोधाच्या (व. ६) पात्रांसोबत त्यांच्या स्वार्थी, अनैतिक, अशुद्ध वर्तणुकीत 'भागीदार'(३:६) व्हावे हे विसंगत आहे. या वचनात पहीली आज्ञा आहे.

५:८ आम्ही ख्रिस्ती लोकांनी अविश्वासणाऱ्यांच्या दुष्टतेमध्ये सहभागी होवु नये याचे कारण हे आहे की, आम्ही पुर्वी अंधकार (४:१७-१९) असे होतो परंतु आता येशू ख्रिस्तावर विश्वास ठेवल्यामूळे (२:१-३; ३:१७-२४; मत्तय ५:१४; कलस्सै १:१२-१३) आम्ही प्रभमध्ये प्रकाश असे आहोत. 'प्रकाशाच्या पुत्रांसारखे चाला' ही दुसरी आज्ञा आहे. साहजिक आहे की प्रकाशाच्या पुत्रांनी 'प्रकाशाच्या पुत्रांसारखे' चालु नये हे शक्य आहे (१ योहान १:६-७). अन्यथा, या आज्ञेची गरज नसती.

> ''एक मनुष्याने आपल्या सोबतीच्या मनुष्यावर केलेला एक सर्वात मोठा अपकार म्हणजे त्याला पापाविषयी हलकेपणाने विचार करण्यास प्रवृत्त करणे हा होय.''[2]

५:९ प्रकाशाचे फळ हे ते गुणधर्म आहेत ज्यामुळे देवाच्या जीवनाच्या गोष्टींचा परीचय होतो (म्हणजे आत्म्याद्वारे उत्पन्न होणारे फळ). याठीकाणी ज्या तीन गुणवत्ता मांडण्यात आल्या आहेत त्या

---

[1] अधिक अभ्यासासाठी, पाहा झेन सी. हॉड्जेस, दि गॉस्पल अंडर सीज, पान क्र. १०९-२० तसेच ग्रेस इन एक्लीप्स् पान क्र. ७६-७७; चार्ल्स सी. रायरी, सो ग्रेट साल्वेशन, पान क्र. ५९-६५; आणि रीनी ए. लोपेझ, '' पौल्स् वाइज लिस्ट इन इफिशीयन्स् ५:३-५, '' बिब्लीओथेका सॅक्रा १६९:६७४, (एप्रिल-जुन २०१२):२०३-१८

[2] बार्क्ले, पान क्र. १९४

(चांगुलपण, नीतिमत्त्व, सत्यता) अंधकारच्या फळाच्या विरूद्ध आहेत (४:१८-१९). जर प्रकाशाची लेकरे प्रकाशात चालणार नाहीत तर ती प्रकाशाच्या फळांना अधिक प्रमाणात देवु शकणार नाहीत (योहान १५:१-६). आणि तशी लेकरे ही बाह्यस्वरूपावरून अंधकाराच्या लेकरांपेक्षा वेगळी करता येणार नाहीत (मत्तय १३:२४-३०).

५:१० प्रकाशाची लेकरे ही प्रकाशाच्या लेकरांसारखीच चालतात (व. ८ब), ते निरंतर देवाची इच्छा काय आहे (आणि देवाला काय संतोषकारक आहे) हे शोधुन काढण्याचा प्रयत्न करत असतात, म्हणजे ते कृत्य करून देवाला संतोष द्यावा याचा ते विचार करतात.

५:११ प्रकाशाची लेकरांनी आज्ञाभंग करणाऱ्या लेकारांच्या कृत्यामध्ये सहभागी होवू नये तर जे विश्वासणारे अशी कृत्ये करतात त्यांना ताकीद द्यावी कारण ही कृत्ये 'फळ' देणारी नाहीत.[१] या भागातील ही पौलाने दिलेली तीसरी आज्ञा आहे. अविश्वासणाऱ्यांच्या कृत्यांचा ख्रिस्ती लोकांनी त्याग करावा परंतु ती कृत्ये करणाऱ्या अविश्वासणाऱ्या व्यक्तींना दुर करू नये. जेव्हा अशी दुष्ट कृत्ये करणाऱ्या विश्वासणाऱ्यांपुढे आम्ही प्रकाश घेवून येतो तेव्हा आम्ही त्यांना ताकीद देतो. यामुळे ते कशासाठी निवडल्या गेले आहेत हे त्यांना प्रकट होते.

५:१२ विश्वासणाऱ्यांनी, ते लोक जी 'गुप्त' अंधकाराची कृत्ये करतात त्यांवर सर्वसाधारण चर्चाही करू नये. या विषयी चर्चा केल्याने त्याकडे लक्ष वेधले जाईल, आणि जगिक मनाला ते अधिक आकर्षक वाटु लागेल. ते अंधारात जे काही करतात ते अंधारातच ठेवलेले बरे आहे.

५:१३ याउलट, जेव्हा दृष्ट कृत्यांवर हा प्रकाश प्रकाशतो तेव्हा इतर लोकांना ते कशासाठी आहेत हे कळते आणि ती गोष्ट म्हणजे दुष्टता. हे वचन आधीच्या वचनाशी विसंगत नाही. पौल आपल्या वाचकांना खात्रीने सांगत होता की, एक दिवस देव दुष्टाईला उजेडात आणणार आहे (ती सर्वांच्या समोर दिसेल असे करणार आहे) आणि ती काय आहे हे दाखवणार आहे. तो स्वतःच सर्व वाईट उजेडात आणणार आहे. जे काही दृश्य आहे ते सर्व प्रकाश होते याचा अर्थ असा आहे की ते सर्व चांगले होणार आहे.

> ''याचा अर्थ असा होवू शकतो की, जे ख्रिस्ती लोक नीतिमत्तेने जीवन जगतात ते वाईट करणाऱ्यांना थांबवून आणि परीवर्तीत करून आणि होय, त्यांना बदलण्यास समर्थ होतील.''[२]

> ''दिवे पेटवा. बहुदा उपदेशक हाच एकमेव व्यक्ती इतर स्त्री किंवा पुरूषांच्या जीवनातील आणि समाजाच्या जीवनातील दुष्टाईला उजेडात आणण्याचे धाडस दाखवतो.''[३]

---

[१] होएन्हर, पान क्र. ६७९

[२] स्टॉट पान क्र. २००, हेही पाहा, फॉल्केस, पान क्र १४८.

[३] रॉबर्टसन ४:५४३

५:१४ देव सर्व काही उजेडात आणणार आहे (व. १३), म्हणून जे आवश्यक आहे की विश्वासणाऱ्यांनी आपल्या पुर्वीच्या तारण न झालेल्या जीवनशैलीच्या मृतवत स्थितीतुन उठावे आणि जागे व्हावेः 'जागा हो ...आणि मेलेल्यांतुन उठ'' जर ते असे करतील,तर जशी सुर्याची किरणे ज्या कशाला स्पर्श करतात त्या सर्व गोष्टी उष्णता पावतात तसेच ख्रिस्त त्यांच्यावर प्रकाशेल. ज्या स्त्रोतातुन पौलाने हा संदर्भ घेतला ती यशया ६०:१ या वचनावर आधारीत सुरूवातीच्या ख्रिस्ती कवितांपैकी किंवा गायनांपैकी काही पंक्ती असाव्यात असे दिसते.[१]

५ ज्ञानाने चालणे अध्याय ५:१५-६:९

पुन्हा 'म्हणून' आणि 'चाला' या दोन शब्दांच्याद्वारे पौलाने एक नवीन विचार पाचव्या वेळेस (४:१,२५; ५:१-२,७-८) आपल्या वाचकांपुढे मांडला आहे. आम्ही पवित्र आत्म्याला आपल्या जीवनावर नियंत्रण करू दिल्याने ज्ञानाने चालु शकतो.

> ''पौलासाठी, ख्रिस्ती विश्वास हा ईश्वरविज्ञानाच्या भाषणातील एखादा कल्पनाविलास नव्हता. त्याऐवजी दुसऱ्यासोबतच्या संबंधाबाबत एका निराळ्या प्रकारचा असा तो मार्ग होता.''[२]

महत्त्वाची ताकीद अध्याय ५:१५-२१

पौलाने या भागाची (व. १५-२१) सुरूवात काही महत्त्वाच्या कानउघडण्यांनी केली आहे. मग त्याने या सुचनांना ख्रिस्ती लोकांच्या निरनिराळ्या समूहांना लागू केल्या आहेत.

५:१५ ग्रीक भाषेतील शब्दांच्या अनुक्रमणिकेवरून व त्यांच्या वापरावरून असे दिसते की, 'जपून' हा शब्दा 'चाला' यावर प्रभाव टाकतो. आणि म्हणून आपण या वाक्यांशाचे भाषांतर असे करू शकतोः ' तुम्ही जपून चालावे याच्याकडे लक्ष द्या.'' 'जपून' जगणे हे 'ज्ञानी' असण्यासाठी महत्त्वाचे आहे व ते प्रभुला प्रसन्न करणारे असे आहे (व. १०). देव ज्या पद्धतीने कार्य करतो व गोष्टी करतो हे जो पाहु व समजु शकतो तो व्यक्ती 'ज्ञानी' आहे.

१९९२ च्या पुर्ण वर्षभर मी व मेरी इंग्लंड येथे वास्तव्य केले. तेथे राहतांनी माझ्या असे लक्षात आले की, चोर किंवा अनाहुतपणे येणाऱ्या लोकांना प्रतिबंध करण्यासाठी काही ब्रिटींशानी आपल्या घराच्या अवतीभवती उंचच्या उंच भिंती उभारल्या होत्या. त्या भिंतींच्या वरच्या भागावर, सिमेंटमध्ये तुटलेल्या काचेच्या बाटल्या व इत्यादी काचेच्या तुकड्यांचे टोकदार भाव वर राहतील असे लावण्यात आले होते त्यामूळे आत घुसण्याच्या प्रयत्न करणाऱ्यांना ते टोचतील अशी व्यवस्था केलेली होती. अश्या त्या धोकादायक भिंतीवर एक मांजर कशी चालते हे पाहणे खुप लक्षवेधक होते. खुप काळजीने व अतिशय संथपणाने तीने आपले पंजे हळुवारपणे एक एक करून ठेवत ती त्या धारदार व कापणाऱ्या

---

[१] वूड पान क्र. ७१, १ तीमथी ३:१६; इत्यादी
[२] बॉक,''अ थिऑलाजी....'' पान क्र. ३१७

टोकांवरून चालत होती. याला आपण दक्षतेने किंवा सावधगिरीने चालणे असे म्हणतो. तुम्हाला आणि मला अशाप्रकारे चालण्याची गरज आहे. आपण कोणताही एक दिवसही निष्काळजीने चालु शकत नाही. आपण प्रत्येक पाऊल सावधगिरीने उचलण्याची आवश्यकता आहे.

५:१६ देवाला प्रसन्न करण्यासाठी व त्याला गौरव देण्यासाठी आपण प्रत्येक संधीचा उपयोग करतो तेव्हा आपण ज्ञानाने जगतो (आपल्या वेळेचा सदुपयोग करा). प्रत्येक दिवस आणि प्रत्येक तास हा आपल्याला संधी देत असतो आणि आपण या उद्देशांसाठी त्यांचा उपयोग करावा. हे महत्त्वाचे आहे कारण, आम्ही अशा दिवसामध्ये जगत आहोत जे वाइट प्रभाव व दुष्ट लोकांच्या अधिकरातले आहेत. कोणीतरी गणिताच्या सहाय्याने असे एक वेळापत्रक तयार केले ज्याने एका व्यक्तीच्या जीवनकालाची एका दिवसासोबत तुलना केली आहे. हा दिवस सकाळी ७ वाचता सुरू होतो. जर तुमचे वय १५ वर्ष असेल तर वेळ सकाळचे १०:२५ मिनिटे झालेली आहेत. जर तुम्ही २५ वर्षांचे आहात तर वेळ दुपारचे १२:४२ मिनीटे झाली आहेत. तर आपले वय ३५ वर्ष असेल तर दुपारचे ३:०० वाजले आहेत. आणि जर तुम्ही ४५ वर्षांचे आहात तर संध्याकाळचे ५:१६ मिनीटे झाली आहेत. तसेच तर तुम्ही ५५ वर्षांचे आहात तर संध्याकाळचे ७:३५ आणि ६५ वर्षांचे आहात तर ९:५५ व तर ७० वर्षांचे आहात तर रात्रीचे ११:०० वाजले आहेत.

५:१७ अज्ञानी (व. १५) म्हणजे ज्ञान नाहीत असे लोक, परंतु मुर्ख लोकांना जे काही योग्य असल्याचे माहीत असते ते त्याच्याविरूद्ध वागणारे असतात. ज्ञानी होण्यासाठी आपल्याला बुद्धीने काही गोष्टींचे आकलन करावे लागेल (ग्री. सीनीएट, समजणे) की, देवाची 'इच्छा' काय आहे. हे केल्यानंतरच आम्ही देवाला प्रसन्न करू शकतो (व.१०). 'देवाची इच्छा' ही ख्रिस्ती लोकांचा प्राथमिक आराखडा असला पाहीजे कारण ख्रिस्त शरीराचा मस्तक आहे. पुढील वचनामध्ये दिल्याप्रमाणे देवाच्या इच्छेमध्ये, आम्ही त्याला आम्हावर नियंत्रण करू द्यावे, निरंतर आभारी असावे, आणि एकमेकांच्या अधीन असावे हे सामील आहे. ज्ञानी लोक आपल्या वेळेचा केवळ सदुपयोगच करत नाहीत (व. १६) तर देवाची इच्छा जाणुन घेणे व ती पुर्ण करणे याचा ध्यास बाळगतात.

५:१८ नेमके सांगायचे झाल्यास, आम्ही 'द्राक्षरसाला' आपले नियंत्रण घेवु देवु नये, तर देवाच्या पवित्र 'आत्म्याला' ते करू द्यावे. या दोन्हीही शक्ती आंतरीक आहेत. 'भरलेले व्हा' ही एक कर्म दर्शवणारी आज्ञा आहे. त्याचा अर्थ हा होतो की, जो पवित्र आत्मा आम्हामध्ये वस्ती करतो तो आम्हाला पुर्णपणे नियंत्रित करतो. त्याच्या वचनाच्या मार्गदर्शनाप्रमाणे आम्ही प्रभुचे आज्ञापालन करून व त्याच्यावर भरवसा ठेवुन आम्ही तसे करतो. जोपर्यंत कोणी व्यक्ती प्राशन करत राहतो, ज्यावेळेस 'द्राक्षरस' एखाद्या व्यक्तीला भरतो तेव्हा तो त्या व्यक्तीच्या जीवनाच्या सर्व भागांवर नियंत्रण करतो. झिंगल्यामुळे हाताबाहेर गेलेले वागणे सुरू होते. याचप्रकारे जो विश्वासणारा 'आत्म्याला' स्वतःवर प्रभाव टाकु देतो आणि त्याच्या विचार व वागण्यावर नियंत्रण देतो, त्याला त्या आत्म्याच्या *नियंत्रणाचा* अनुभव तोपर्यंत होत राहील जोपर्यंत ती व्यक्ती ते संबंध टिकवुन ठेवील (लुक १:१५; प्रेषित २:१२-२१). या

आज्ञेचे आणखी एक भाषांतर असे आहेः पवित्र आत्म्याने निरंतर भरलेले व भरत असलेले असा.'[१] ही आपली निरंतरची जबाबदारी आहे, प्रत्येक विश्वाणाऱ्यासाठी हे आवश्यक आहे आणि ते ऐच्छिक नाही.

> ''पवित्र आत्म्याचा बाप्तीस्मा म्हणजे मी ख्रिस्ताच्या शरीराचा भाग आहे. पवित्र आत्म्याने भरणे म्हणजे माझे शरीर ख्रिस्ताच्या मालकीचे आहे.''[२]

५:१९ आत्म्याने भरल्याच्या बऱ्याच परीणामांपैकी चार गोष्टींचे वर्णन पौलाने येथे केले आहे. त्याने येथे धातुविशेषण म्हणून मांडले आहेत परंतु त्यांच्या वाररात मात्र ते आज्ञार्थी असल्यासारखे वाटतात. हे चारही स्तुति विषयी आहेत, आणि हे सर्व गोष्टी खाजगीत न करता सार्वजनिक स्वरूपाच्या आहेत. 'स्तोत्र' म्हणजे जुन्या करारातील स्तोत्रसंहीता हे होय, ज्यांचा उपयोग यहुदी व ख्रिस्ती दोघेही उपासनेसाठी करत असत. 'गीते' म्हणजे एखाद्या व्यक्तीच्या किंवा ग्रीक संस्कृतीतील देवाच्या सन्मानार्थ म्हटलेले गाणे होय, जे ख्रिस्ती लोकांच्या उपासनेत खऱ्या देवासाठी होते (व. १४). 'आध्यात्मिक प्रबंध' ही एक साधारण संज्ञा आहे ज्यामध्ये सर्व प्रकारच्या मुखाने केलेल्या स्तुतिचा समावेश आहे. जेव्हा देवाकडे आपले नियंत्रण असते तेव्हा आपण आनंदी असतो.[३]

वर दिलेल्या साधनांनी केवळ एकमेकांशीच संवाद साधायचा नाही तर ख्रिस्ती लोकांनी या साधनांच्याद्वारे देवाशीही संपर्क साधायचा आहे. स्तुती हृदयातुन उंचबळली पाहीजे, केवळ ओठांतुन नव्हे. 'गीत गाणे' हे मौखिक स्तुती करणे होय आणि 'अंतःकरणात गायनवादन करा' म्हणजे ऐकु न येणारा आवाज होय.

५:२० तीसरी गोष्ट, आम्ही 'सर्व वस्तुंचा' देव जो पिता याचे आभार मानावे (कलस्सै ३:१७; १ थेस्सल. ५:१८). ख्रिस्ती लोक जेव्हा एकत्रितपणे उपासने करत नसतात तेव्हाही ते देवाचे आभार मानु शकतात. 'येशु ख्रिस्ताच्या नावात' प्रार्थना करणे म्हणजे त्याच्या विशेषतः व त्याची कृत्ये, आणि त्याच्या इच्छेशी सुसंगत होवून मागणे (योहान १४:१३-१४; १५:१६;१६:२३-२४; १ योहान ५:१४-१५). जेव्हा आपण हे ओळखतो की देव आपल्या जीवनात त्याच्या गौरवासाठी आणि आपल्या चांगल्यासाठी कार्यरत आहे तेव्हा आम्ही 'सर्व गोष्टींबद्दल' आभारी असणे शक्य आहे (रोम.८:२८). कोणीतरी एकदा असे लिहीले, 'माझ्याकडे चपला नव्हत्या आणि म्हणून पाय नसलेला माणून मला दिसेपर्यंत मी कूरकूर करत राहीलो.' देवाकडे आपले नियंत्रण असले म्हणजे आम्ही आभारी मनाचे असतो.

५:२१ पवित्र आत्म्याच्या परीपूर्णतेने प्राप्त होणारी चौथी गोष्ट म्हणजे, इतर लोकांच्या विशेषतः विश्वासणाऱ्यांच्य अधीनतेमध्ये राहण्याची इच्छा. याच्या विरूद्ध, इतरांवर वर्चस्व करणे आणि इतरांपेक्षा

---

१ पहा, चॅपेर, 'ही दॅट...' पान क्र. ३९-८१. हेही पाहा, रान्डाल ग्लीसन,'' बी.बी. बारफिल्ड अॅण्ड लुईस एक चॅपेर ऑन सॅंक्टीफीकेशन'' जर्नल ऑफ दि इव्हँजेलीकल थिऑलॉजीकल सोसायटी ४०:२(जुन १९९७):२४१:५६; अँड्रीयास् जे. कोस्टेनबर्गर, 'व्हॉट डस इट मीन टु बी फिल्ड विथ दी होली स्पिरीट?' अ बिब्लीकल इन्व्हेस्टीगेशन,'' जर्नल ऑफ दि इव्हँजेलीकल थिऑलॉजीकल सोसायटी(जुन १९९७):२२९:४०; अॅण्ड एल्डण वूडकॉक, 'द फिलींग ऑफ द होली स्पिरीट,'' बिब्लाओथॅका सॅक्रा, १५७:६२५(जानेवारी-मार्च २०००):६८-८७

२ विर्सबी, २:४८ पान ४९, दारू पिवून मस्त होणे व आत्म्याने भरलेले असणे यातील उपयोगी विसंगतींसाठी.

३ पाहा स्टीव्हन आर. गुथ्री, 'सिंगींग इन द बॉडी अॅण्ड इन द स्पिरीट'' जर्नल ऑफ द इव्हँजेलीकल थिऑलॉजीकल सोसायटी ४६:४(डीसेंबर २००३):६३३:४६

स्वतःला उंचावणे हा स्वभाव होय. ही अधीन होण्याची वृत्ती ही साहजीक आहे, आणि आपला प्रभु 'ख्रिस्त' याच्याविषयीच्या आदरातुन ती तयार होते. जेव्हा देव आम्हावर नियंत्रण करतो तेव्हा आपण अधीन किंवा सहकार्य करणाऱ्या मानसिकतेचे होतो.

पवित्र आत्म्याने भरलेले असण्याविषयीची महत्त्वाची ताकीद दिल्यानंतर व समजावुन सांगितल्यानंतर (५:२२-३३) पौल पुढे या बोधाचा विविध ख्रिस्ती समुहांवर कसा परीणाम होतो ते सांगितले आहे.

> ''इथे खाली दिलेले तीनीही उतारे हे ख्रिस्ती अधीतनेची उदाहरणे आहेत हे निश्चित आहे, आणि यामधे अधीनेवर तो सहा समुहांशी बोलला : पत्नी आणि पती (५:२२-२३); लेकरे आणि आईवडील(६:१-४); आणि गुलाम व धनी जोर देण्यात आला आहे (६:५-९).''[१]

या तीनही जोड्यामध्ये, पहीला व्यक्ती हा अधीनतेत किंवा आज्ञेत राहण्यासाठी जबाबदार आहे (५:२२; ६:१,५). तरीही, दुसऱ्या जोडीदारालाही अधीनतेचा आत्मा दर्शविणे आवश्यक आहे. सर्वांनी 'जसा प्रभुसोबत' तसा एकमेकांसोबत संबंध ठेवावा. नव्या करारातील 'कुटुंब-व्यवस्था' दाखविणाऱ्या यादींपैकी ही एक यादी आहे (इफिस. ५:२२-६:९; १ तीमथ्य. २:८-१५; ६:१-२; तीत २:१-२; १ पेत्र २:१८- ३:७). काही प्रेषितीय पित्यांच्या लेखणातही अशा याद्या आढळतात. लुथर अशा प्रकारच्या शास्त्रभागांना *हॅस्टाफेल* असे म्हणत असे, आणि काही विद्वान आजही ही तांत्रिक संज्ञा या याद्यांना संबोधण्यासाठी वापरतात.[२]

> ''बरेचशे शिक्षण जे 'पवित्रतेचे' म्हणविल्या जाते, त्याचा जोर हा येशू ख्रिस्तासोबतच्या वैयक्तीक संबंधांविषयी असतो आणि त्याचा आपल्या सोबत काम करणाऱ्या किंवा राहण्याऱ्या लोकांसंगतीच्या नात्यांवर या संबंधाचे कोणते परीणाम होतात याचा कोणतोही उल्लेखही त्यामध्ये नसतो. असल्या 'निर्वांत पोकळीमधल्या पवित्रते'त, ज्यामध्ये अनुभव जास्त व व्यवहाराचे नियम कमी, प्रेषिताने ख्रिस्ती व्यक्तीची कर्तव्ये जीवनाच्या महत्त्वाच्या घडामोडींमधे काय असावीत हे सांगितले आहे''[३]

जेव्हा देव आपल्याला वैयक्तीकरीत्या नियंत्रीत करतो, आम्ही आमच्या कुटुंबात व कार्यालयात कितीही घर्षण, ताण, किंवा विरोध असला तरीही सुसंगती अनुभवु शकतो.

पत्नींची कर्तव्ये अध्याय ५:२२-२४

''ख्रिस्ती शिक्षण देण्याची सुरूवात होवुन जवळपास एक शतक उलटुन गेले तरीही, आम्ही फारच क्वचित या उताऱ्यात पौलाने मांडलेल्या कौटुंबीक जीवनाच्या दृष्टीकोनांच्या क्रांतीकारक गुणांची प्रशंसा करतो.

---

१ स्टॉट, पान क्र. २१५

२ पाहा, होएन्हर यांच्या 'इफिशीयन्स्' पा क्र. ७२०-२९; अँण्ड तिमोथी जी. गोम्बीस्, '' अ रॅडीकली न्यु हुमॅनिटीः द फंक्शन ऑफ द हौस्टाफे ल इन इफिशीयन्स्,'' जर्नल ऑफ दि इव्हँजेलीकल थिऑलॉजीकल सोसायटी ४८:२;(जून २००५):३१७:३०

३ स्टॉट, पा क्र. २१४

त्याच्या दिवसांतील यहुद्यामध्ये, तसेच तेव्हाच्या रोमी व ग्रीक लोकांमधे स्त्रीयांना अगदी नगण्य अथवा कोणतेच अधिकार दिले जात नसत व त्यांना दुय्यम दर्जाचे नागरीक समजल्या जात असे. प्रत्येक धार्मिक यहुदी ही दररोज ही धन्यवादाची प्रार्थना करत असे की, देवाने त्याला स्त्री बनवले नाही. आणि तो त्याच्या पत्नीला केवळ सुटपत्रावर लिहुन (ती आता कोठेही जावू शकते व तीच्या इच्छेप्रमाणे कोणाशीही विवाह करू शकते) सोडून देवु शकत होता. पत्नीला असा कोणताही अधिकार नव्हता.''[१]

५:२२ पौल प्रथम पत्नीला लिहीतो. ख्रिस्ती 'स्त्रियांनी' 'आपापल्या पतीच्या' अधीन असावे, हे ख्रिस्ताच्या अधीन असल्याचे एक प्रतीक होय. पौलाने असे म्हटले नाही की, जेवढ्या प्रमाणात त्या प्रभुच्या अधीन आहेत तेवढ्या प्रमाणात त्यांनी आपापल्या पतींच्या अधीन असावे. आपल्या पतीच्या अधीन राहील्याने, ती पत्नी प्रभुची आज्ञा पालन करत होती कारण त्याने तीला असे राहण्यास सांगितले आहे. या भागामधे, पौल वैवाहीक संबंधांविषयी बोलत होता, आणि संदर्भांवरून हे स्पष्ट होते (व. २२-३३). तो असे म्हणजे नव्हता की, सर्व स्त्रीयांनी सर्व पुरूषांच्या अधीन राहावे किंवा तो असेही म्हणाला नाही की, स्त्रीया पुरूपांपेक्षा कमी दर्जाच्या आहेत (१ पेत्र ३:७).

लोक नेहमीच अधीनतेविषयी गैरसमज करतात. त्यामध्ये न्युनगंडाची भावना नाही किंवा स्वतःची ओळख गमावुण व्यक्तीत्त्वहीन होणे असेही नाही. काही स्त्रियांना ही भीती वाटते की, अधीनतेमुळे त्यांचे शोषण होईल आणि त्यांचा गैरवापर होईल. अधीनता म्हणजे आंधळे आज्ञापालन नाही किंवा काहीही न करणे नव्हे. स्वतःला कोणा दुसऱ्याला देणे म्हणजे अधीनता होय.

''योग्यतेची समानता ही जबाबदारीची ओळख नाही.''[२]

आम्ही सुव्यवस्थितपणे चालण्याऱ्या विश्वात राहतो, ज्यामध्ये अधिकार आणि त्या अधिकारांच्या अधीन अश्या असलेल्या गोष्टी आहेत (रोम.१३:१). याप्रकारे व्यवस्थीतपणा टिकवण्यासाठी अधिकार आणि अधीनता हे साहजिक व आवश्यक आहे : देवाला मानवावर अधिकार आहे (याकोब ४:५). मानवाला निसर्गावर अधिकार आहे (उत्पत्ती १:२८). पतींना पत्नीवर अधिकार आहे (इफिस ५:२२). आईवडीलांना त्यांच्या लेकारांवर अधिकार आहे (इफिस ६:१). मालकाला नौकरी करणाऱ्यावर अधिकार आहे (१ पत्र २:१८). शासनकर्त्यांना प्रजेवर अधिकार आहे (१ पेत्र २:१३-१४). आध्यात्मिक पुढारी ज्यांची आध्यात्मिक काळजी घेतात त्यांच्यासाठी ते जबाबदार आहेत त्यांच्यावर ते अधिकार करतात (१ पेत्र ५:२).

अधीनता म्हणजेः ज्यामुळे एक परीपुर्णता येईल अशा एका आराखड्यात स्वतःच स्वच्छेने स्थापित होणे. 'आधार देणे' हा शब्द पवित्र शास्त्रातील 'अधीन होणे' या शब्दाला समानार्थी ठरू शकतो. एक पत्नी स्वतःहुन आपल्या पतीच्या अधीन होवू शकते जेणेकरून ती आपल्या पतीला पुर्णता देवू शकते. याचे एक चांगले उदाहरण म्हणजे 'तीन पायांवर धावण्याची शर्यतीमध्ये' ती ज्याप्रकारे त्याला

---

[१] मॉरीस पा क्र. १८०-८१'

[२] जे. एच. यॉडर, *द पॉलिटीक्स् ऑफ जीझस्,* पान क्र. १७७, तळटीप २३.

सहकार्य करते ते होय. यशस्वी होण्याकरीता त्यांना एकमेकांसोबत कार्य करावे लागते. वैवाहीक संबंधामध्ये एकचित्तपणा आणण्यासाठी अधीनता अत्यावश्यक आहे.[१]

अधीनतेत चार जबाबदाऱ्या आहेतः पहीली, तीची सुरूवात स्वतःला देवाच्या स्वाधीन करण्याच्या वृत्तीने होते. जीवनाचे लक्ष्य येशू ख्रिस्तावर केंद्रीत असले पाहीजे. अधीन होण्याची क्षमता त्याच्यापासुन येते (१ पेत्र २:२४). तारांवर झुलणाऱ्या पुलासारखे हे आहे. दुसरे, अधीनता आदरयुक्त वागणुकीची मागणी करते (१ पेत्र ३:१-२). यामध्ये पिच्छा पुरवण्याची शक्यता नाहीच. भुणभुण करणे हे एखाद्या बदकाने कुरतडून कुरतडून तुमचा जीव घेण्यसारखे आहे. तीसरी, अधीनता म्हणजे एका दैवी चरित्राचे निर्माण होणे होय (१ पेत्र ३:३-५). चौथी, अधीनतेमध्ये जे योग्य ते करणे सामील आहे (१ पेत्र ३:६). अधीनतेमध्ये देवाच्या वचनाच्या विरूद्ध असलेल्या व्यवहारात सामील होणे हे अपेक्षित नाही. प्रत्येक ख्रिस्ती व्यक्तीची प्राथमिक जबाबदारी ही देवाची इच्छा पुर्ण करणे ही होय.[२]

५:२३ पत्नीने स्वेच्छेने अधीन व्हावे याचे कारण हे आहे की, देवाने तीला तीच्या पतीच्या अधिकाराखाली स्थापीत केले आहे (१ करींथ ११:१२). त्याचप्रकारे त्याने येशू खिस्ताला मंडळीच्यावर (मस्तक) नेमले आहे. आणखी, येशू ख्रिस्त हा शरीराचा तारणारा आहे तसेच पतीनेही आपल्या पत्नीला सोडवले (रक्षण) केले पाहीजे. पती हा मस्तक असणे म्हणजे त्याने त्याच्या पत्नीवर प्रीती करणे, सेवा करणे, काळजी घेणे आणि तीला मार्गदर्शन करणे हे आहे.

''पती व पत्नीच्या उपयुक्ततताविषयक समानतेविषयी बोलायचे झाले तर त्यामुळे चुकीच्या मार्गाने त्यांच्या एकमेकांना अनुरूप असणाऱ्या नातेसंबंधांना काढुण टाकले जाते व ख्रिस्त आणि मंडळी यांच्यातील तुलनाही बाद केली जाते कारण ते उपपयुक्तेच्या बाबतीत समाान नाहीत.''[३]

देवाने पतीला जबाबदारीच्या स्थानी ठेवले आहे या गोष्टीची जाणीव पुढारीपणात असणे गरजेचे आहे. पतीला तो कारभार दैवी नेमणूकीने लाभला आहे. हा करभार स्विकारला म्हणून पतीने सर्व जबाबदाऱ्या काटेकोरपणे पुर्ण कराव्यात हा त्याचा अर्थ नाही, कारण तसे करणे अशक्य आहे. त्याचा अर्थ हा होतो की, त्याचे आपल्या पत्नी व लेकरांविषयीचे उत्तरदायीत्त्व देवासमोर असेल. जरी हव्वेने प्रथम ते फळ खाल्ले, तरी देवाने प्रथम आदामाकडे येवून, त्याने व तीने काय केले आहे हे विचारले (उत्पत्ती ३:९). पतीचे पुढारीपण पत्नीच्या अधीनतेला आणखी संयुक्तीक बनवते. पत्नीची काळजी घेण्यासाठी पुढाकार, सरळता, पत्नीची सेवा करणे याची गरज असते (जे तुमच्या मागे चालतात त्यांचे ओझे हलके करणे मत्तय ११:२८-३०; मार्क १०:४२-४५). पुढारीपणामध्ये घराचे व्यवस्थापण करणे अपेक्षीत आहे, वर्चस्व करणे नव्हे. एक उत्तम व्यवस्थापक असे वातावरण तयार करतो की, प्रत्येक व्यक्ती आपल्या पुर्ण क्षमतेला उपयोगात आणू शकतो. एक जबाबदार पिता आपल्या मुलांना नियंत्रणात ठेवतो (१ तीमथी ३:४). विवाहसंस्थेमध्ये पतीच्या प्रमुख जबाबदाऱ्यांमधे पुढारपण करणे ही एक महत्त्वाची जबाबदारी आहे.

---

१ पाहा फॅमिली लाइफ कॉन्फरन्स् पान क्र. १०४-६

२ पाहा स्टॉट पान क्र. २१८-१९

३ बॉक, '' थिआलॉजी....'' पान क्र. ३१७-१८

गहन रहस्य

> "जे आज विवाहाच्या पवित्रेला धोक्यात आणण्यात व्यस्त आहेत ते सर्वसामान्यांच्या उत्तम जीवनाचे सर्वात मोठे शत्रु आहेत. या बाबतीत समाजाच्या कोनशिलेची स्थिरता धोक्यात आली आहे. विवाहाची शाश्वती ही फायद्याच्या मुद्यावर ठरवली जावु शकत नाही."[१]

५:२४ हे वचन या तुलनेला पुढे नेते. सार्वभौम देवाने दिलेल्या अधिकाराला अधीनता हा योग्य असा प्रतिसाद आहेः मंडळी-ख्रिस्त आणि पत्नी व पती यांच्या दोन्हींच्या नातेसंबंधांबाबतीत हे सत्य आहे[२] "सर्व गोष्टीत," म्हणजे पती-पत्नी या नात्यामधील सर्व गोष्टी, प्रेषित याच संदर्भात येथे बोलत आहे. पत्नीला आणखी उच्च अशी आज्ञापालनाची जबाबदारी असल्याने पौल अगदी सर्वच बाबतीत अधीन राहावे असे सांगत नसावा, कारण जेव्हा तीच्या समोर दोन अधिकारी असतील - प्रभु येशू , त्याच्या वचनातुन तीला सांगत असावा की, तु हे कर आणि त्याच वेळेस तीचा पती तीला त्या वचनाच्या विपरीत भलतेच काहीतरी करण्यासाठी सांगत असल्यास - तीने प्रभूचेच ऐकावे."[३]

> "ख्रिस्ती कुटुंबामध्ये देवाचे वचन हे विश्वासाचे आणि जीवनाची मार्गदर्शिका आहे. कुटुंबामधे पतिचा अधिकार हा उत्पन्न झालेला आहे - देवाचा सेवक म्हणून, त्याचा अधिकार देवापासून येतो. म्हणून तो जे काही करतो त्यासर्वांमध्ये तो वचनाच्या अधीन आहे, आणि त्याच्याशी विसंगत अशा कोणत्याही प्रकारे तो आपल्या कुटुंबाला मार्गदर्शन करू शकत नाही. जर तो स्पष्टपणे तसे काही करत असेल तर त्याच्या कुटुंबाच्या सदस्यांनी मनुष्यापेक्षा देवाचे ऐकले पाहीजे. सफीराचे स्वेच्छेचे पाप आणि वैयक्तीक उत्तरदायित्वाचे उदाहरण याला अधिक स्पष्ट करते (प्रेषित ५:९)"[४]

त्या ख्रिस्ती पत्नीचे काय जीला तीचा तारण न झालेला नवरा मारतो किंव तीचे इतर प्रकारे शोषण करतो? काय तीने सर्व गोष्टींमध्ये त्याच्या अधीन राहावे? पेत्र अशा एका परिस्थीतीला १ पेत्र ३:१-३ येथे मांडतो, आणि पत्नीला अशी 'आज्ञा' केली की, तीने अशा प्रसंगी 'अधीनतेत' राहावे. तेथे त्याने 'सर्व गोष्टीत' असे लिहीलेले नाही. मी अशा परीस्थितीतील महीलेला एक अधीनतेची वृत्ती धारण करण्याविषयीचा सल्ला देईन परंतु त्याचवेळेस धोक्यापासुन स्वतःला सुरक्षित ठेवण्याची व्यवस्था करण्याचेही सांगेण. पौल किंवा पेत्र अधीनतेविषयी आज्ञा देतांना स्वतःला धोका होईल अशा बाबतीत ऐकण्याविषयी सांगत नव्हते. त्यांची इच्छा होती की, देवाने नेमलेला पुढारी या नात्याने त्यांनी आपापल्या

---

[१] फॅमिली लाईफ... पान क्र. ११८-१९;

[२] पाहा वेन ग्रूडेम, " डझ केफ्राले (हेड)मीन 'सोर्स' ऑर 'ऑथोरीटी ओव्हर' इन ग्रीक लँग्वेज'? अ सर्वे ऑफ २,३३६ एक्सांपल्स," ट्रिनीटी जर्नल ६एन एस (१९८५):३८-५९; तसेच 'दी मिनींग ऑफ के जर्नल ऑफ केफालेः अ रेस्पॉन्स टु रिसेन्ट स्टडीज्' ट्रीनिटी जर्नल ११ एनएस(१९९०):३-७२; आणि तसेच 'दि मिनींग ऑफ केफाले(हेड): ॲन इव्हॅलुएशन ऑफ न्यु एव्हिडंस, रीयल ॲण्ड ॲलिज्ड्" जर्नल ऑफ दि इव्हँजेलीकल थिऑलॉजीकल सोसायटी ४४:१ (मार्च २००१):२५-६५

[३] पाहा एडी, पान क्र. ४१३

[४] जेम्स् बी. हर्ली, 'मॅन ॲण्ड वुमन इन बिब्लीकल पर्सपेक्टीव्ह,' पान क्र. १५०-५१

पतीच्या अधीन असावे. प्रेषितांनी विश्वासणाऱ्यांसमोर मुलभुत तत्त्वांना मांडले, आणि जीवनात येणाऱ्या सर्वच परिस्थीतींमध्ये काय करावे हे त्यानी येथे सांगितले नाही.

> ''जे सध्याचे युग स्त्रियांना समान अधिकार असण्यावर जोर देते, आणि पुरूषांनी घराबाहेर ज्या ज्या जागेवर जम बसवला आहे त्या प्रत्येक क्षेत्रात आपला हक्क आहे असेही सांगते. त्यांच्यासाठी *सर्व गोष्टीत* ही बाब देवाचीच इच्छा आहे हे मान्य करणे थोडेसे जास्त असु शकते. काय एका स्त्रीला एका पुरूषाप्रमाणेच स्वनिर्णय घेण्याचा अधिकार नाही काय? एक विवाहीत स्त्री पतीप्रमाणेच आपली उपजीविका चालवु शकत नाही काय? याचे उत्तर नवा करार अश्याप्रकारे देईल की, होय ती तसे करू शकते परंतु कौटुंबीक जीवनासाठी, घराण्याच्या नातेसंबंधासाठी आणि संपुर्ण ख्रिस्ती समाजासाठी दिलेल्या दैवी रचनेचा तीने बहीष्कार करू नये. समाजामधे ती कोणताही कार्यभार व कोणतीही जबाबदारी पुर्ण करू शकते परंतु त्यासाठी तीने देवासमोर आपल्या वैवाहीक जीवनाची जबाबदारी स्विकारलेली असेल तर ती तीची पहीली काळजी असली पाहीजे, आणि तीचे आपल्या पतीसोबत तीच्या कुटुंबाचा मस्तक म्हणून असलेले नाते हे इथे प्रकट केलेले आहे.''[१]

पतीची कर्तव्ये अध्याय ५:२५-३३

५:२५ पौल ज्या ग्रीक-रोमन काळात जगत होता, त्या काळात लोकांचे हे मत होते की पत्नींच्या पतींप्रती काही जबाबदाऱ्या आहेत, परंतु याच्या उलट नाही.[२] पौलाने पत्नीच्या जबाबदाऱ्यांना अधीनतेच्या नावाखाली सारांशात सांगितले आहे, आणि पतीची कर्तव्य हे *प्रीती* च्या मथळ्याखाली दिलेले आहे. जो शब्द त्याने 'प्रीती' म्हणून वापरला आहे (अगापाते) त्याचा अर्थ लैंगिक सहवास (इरॉस), किंवा कौटुंबिक लगाव (फीलीया) यांच्या अर्थापेक्षा कितीतरी अधिक आहे. त्याचा अर्थ होतो की दुसऱ्या व्यक्तीसाठी जे सर्वात उत्तम ते करण्याचा ध्यास धरणे (२:४). ख्रिस्ताने जशी मंडळीवर प्रीती केली तशीच पतींनी आपापल्या पत्नींवर प्रीती करावी. तीचे चांगले व्हावे म्हणून तो या पातळीपर्यंत गेला की त्याने स्वतःला मृत्युच्या स्वाधीन केले जेणेकरून तीला तारण प्राप्त होईल (व. २; फिलिप्पै २:५-११). त्याने आपले अधिकार देवुन टाकले तरीही आपल्या जबाबदाऱ्या पुर्ण केल्या. पवित्र शास्त्रतील अधिकार हा जबाबदारीवर भर देतो, वर्चस्वावर नाही.

'प्रीती' करण्यासाठी एका अपरीपुर्ण व्यक्तीला विनाअट स्विकारण्याची वृत्ती आवश्यक आहे, हे तीच्या कार्यक्षमतेवर आधारीत नाही, तर ती तीच्या पतीला देवाने दिलेली ती एक भेट असल्यामुळे तीला असलेल्या स्वाभाविक योग्यतेवर ते अवलंबुन आहे. या स्विकृतीची तोंडी अभिव्यक्ती करणे हा प्रीतीचा केवळ एक भाग आहे. घराच्या अंगणात एका बाकावर बसलेल्या एका वयस्कर जोडप्याचे एक व्यंगचित्र या समस्येला व्यवस्थित प्रकट करते. त्यात पती म्हणत आहे,द ''सारा, तु माझ्यासाठी काय

१ फॉल्कीस, पान क्र. १५६-५७

२ वूड पान क्र. ७६;

आहेस याविषयी जेव्हा मी विचार करतो तेव्हा ते तुला सांगण्यासाठी मला स्वतःवर खुप नियंत्रण करावे लागते.'' त्याला आपली प्रीती प्रकट करण्याचा आनंद पुन्हा एकदा मिळविण्याची गरज होती.

प्रीती करण्यासाठी त्याग करण्याचीही गरज असते. त्यामध्ये काहीतरी कृती करणे अनुस्यूत आहे विशेषतः, आपल्या अगोदर आपल्या पत्नीची गरच पुर्ण करणे, उदाहरणार्थ, जे एखादे काम करणे तीला आवडत नाही ते काम तीच्यासाठी करणे. त्यामध्ये स्वतःला नाकारणे ही अनुस्यूत आहे, म्हणजे एखादी मौजमजा करणे टाळुन तीला आवडेल अशा गोष्टीसाठी वेळ काढणे. याप्रकारची प्रीती ही केवळ भावनांना व्यक्त केल्याने नव्हे तर स्वतःच्या इच्छेला समर्पित केल्याने निर्माण होते.

निरनिराळ्या लोकांना प्रीतीची जाणीव होण्यासाठी प्रीतीच्या वेगवेगळ्या प्रकारच्या अभिव्यक्तींची गरज असते. होकाराचे शब्द प्रभावीपणे मांडल्याने काही लोकांच्या नजरेत प्रीती करणे होय, दर्जेदार वेळ देणे ही इतरांसाठी प्रीतीची जाणीव होण्याचा एक प्रकार असेल, सेवा करणे, किंवा स्पर्श करणे हे सुद्धा दुसऱ्यांना प्रीती व्यक्त करण्याची तऱ्हा असु शकते.[१] ज्या पतीला आपल्या पत्नीला, तो तीच्यावर प्रीती करतो याची जाणीव करून द्यावयाची असेल, त्याने आपल्या पत्नीला प्रीतीची कोणती अभिव्यक्ती व्यवस्थित संदेश देवू शकते याचा शोध घ्यावा.

५:२६ जेव्हा येशू ख्रिस्ताने स्वतःला त्याच्या वधुसाठी बलीदान केले तेव्हा त्याच्या मनात हा उद्देश होता की, तीला युगानुयुगांकरीता स्वतःसाठी वेगळे करून ठेवावे (शुद्ध, पवित्र करावे) (इब्री. २:११; १०:१०, १४; १३:१२)[२] तार्कीकदृष्ट्या, वेगळे करण्याआधी शुद्धीकरण करणे आवश्यक आहे, पण वास्तविकपणे जेव्हा कोणी व्यक्ती येशू ख्रिस्तावर विश्वास ठेवतो तेवहा या दोन्हीही गोष्टी लागोपाठ घडतात. शुद्धीकरण (पाण्याने धुणे) हे आध्यात्मिक स्वरूपाचे आहे (देवाच्या वचनाने निर्मळ करणे), शारीरीक नाही. देवाचे वचन शुद्ध करते ते या अर्थाने की, जेव्हा आम्ही सुवार्तेवर विश्वास ठेवतो, तेव्हा जसे पाणी घाण धुवुन टाकते तसे ते आपली पापे दुर करते (तीत ३:५; १ करींथ ६:११). अशाप्रकारे धुणे ही कृती तारणाची एक उत्तम रूपक आहे.[३]

५:२७ मंडळीसाठी स्वतःला देण्यामागे ख्रिस्ताचा अंतिम उद्देश काय होता? ती स्वतःला सादर करावी. तेही सर्व गौरवाने म्हणजे कोणतेही डाग, पापांचे परीणाम (सुरकुती), किंवा असे काहीही ज्याने तीचे गौरव कमी होणार त्या गोष्टीविरहीत अशी. सकारात्मकरीत्या, देव या वधुला आपल्या पुत्रासमोर सादर करणार आहे, ती केवळ त्याचीच व डागविरहीत अशी म्हणूनच (व. १४). हे लोकांतराच्या वेळेस घडणार आहे, कारण तेव्हा सर्व विश्वासणारे पुर्ण शुद्धीकरण अनुभवणार आहेत (ते गौरवात घेतले जाणार आहेत) व ते आपल्या प्रभुसोबत सर्वकाळ जोडले जाणार आहेत (२ करींथ ११:२)

---

[१] गॅरी डी. चॅपमॅन, दी फाइव्ह लव्ह लँगवेजेस

[२] पाहा रीचर्ड डी. पॅटर्सन,''मेआफोअर्स ऑफ मॅरेज अॅज एक्प्रेशन्स् ऑफ डीव्हाइन-ह्युमन रीलेशन्स्'' जर्नल ऑफ दि इव्हँजेलीकल थिऑलॉजीकल सोसायटी ५१:४ (डिसेंबर २००८): ६८९:७०२

[३] होएन्हर, इफिशीयन्स् पान क्र. ७५३

> ''बाहेरील मलीणतेमुळे डाग पडतात, आणि सुरकुत्या ह्या आतील सडकेपणामुळे पडतात.''[१]

> ''ख्रिस्ताच्या मंडळीवरील प्रीतीचे परीश्रम तीन पदरी आहेतः भुतकाळ, वर्तमानकाळ व भविष्यकाळ. (१) प्रीतीमूळे त्याने मंडळीला सोडवण्यासाठी स्वतःला दिले (व. २५); (२) प्रीतीमधे तो मंडळीला शुद्ध करत आहे (व. २६); (३) आपल्या बलीदानाच्या व आपल्या प्रीतीच्या परीश्रमांचा प्रतिफळ म्हणून तो मंडळीला स्वतःपुढे निष्कलंक परीपुर्ण अशी 'मोलवान असा मोती' म्हणून सादर करील (व. २७; मत्तय १३:४६).''[२]

५:२८ हे वचन व त्या खाली दिलेली आणखी दोन वचने व. २५-२७ यामध्ये सांगितलेले सत्य व्यवहारीकरीत्या प्रकट करतात. विवाहामध्ये दोन लोक एकदेह होतात (उत्पत्ती २:२४), उपमेच्या रूपात सांगायचे तर एका पुरूषाची पत्नी ही त्याचे स्वतःचे शरीर होते.[३] परीणामी 'पतींनी' आपल्या 'स्वतःच्या पत्नीला' जसे ते स्वतःच्या शरीराला वागवतात तसे वागवले पाहीजे (लेवीय १९:१८).

> ''तो स्वतःवर प्रीती करण्याविषयी विचार करत नाही कारण ते नैसर्गिक आहे, अगदी तसेच, एका पतीचे त्याच्या पत्नीवरली प्रेमही त्याच्या स्वतःवरील प्रीतीएवढे नैसर्गिक व्हायला हवे.''[४]

५:२९-३० कोणताही सर्वसामान्य माणूस आपल्या 'शरीराचा कधीही तिरस्कार करत नाही' हे एक निर्विवाद असे सत्य आहे, कारण डोके ठिकाणावर असलेला कोणताही व्यक्ती आपल्या शरीराला सांभाळतो. काही मानसोपचार तज्ञांच्या मते, आपल्या स्वतःवर प्रीती करणे हे आपल्या सर्वांना शिकावे लागते ही संकल्पाना पौलाच्या विचारांच्या दृष्टकोनातून विचार केल्यास परकी आहे. ख्रिस्त अशाचप्रकारे (त्याच्या) स्वतःच्या शरीराचे 'मंडळीचे' पोषण करतो आणि काळजी घेतो. याचा सामान्य अर्थ हा आहे की, पतींनीही ख्रिस्ताप्रमाणेच, आपापल्या पत्नींची काळजी घ्यावी कारण पत्नी ही त्याच्या स्वतःच्या शरीराचा 'अवयव' आहे.

''पोषण करणे'' यामधे संरक्षण देणेही अभिप्रेत आहे. 'पालन' करणे यामध्ये देखरेख करून बचाव करणे व काळजी घेणे हे अपेक्षित आहे. बहुतेक पत्नींच्या दृष्टीकोनातून ज्या मुलभूत गरजा आहेत त्या याप्रकारे आहेतः त्यांची आपल्याला गरज आहे यांची जाणीव त्यांना होत राहणे, त्यांच्या पतींकडून त्यांच्या समान असल्याची ग्वाही मिळत राहणे, सुरक्षित वाटणे, परीपुर्ण वाटणे. तसेच त्यांना लैंगिक सुखही उपभोगावेसे वाटते परंतु त्याधमे त्या स्वतः एक उपभोगाची वस्तु आहेत हा भाव नसावा, आपल्या

---

[१] विर्सबी, २:५१

[२] दी न्यू स्कोफिल्ड... पान क्र. १२७७

[३] विवाह हा एक आध्यात्मिक विधी आहे या कॅल्व्हीनच्या विचाराचे खंडण करणे कॅल्व्हीन ४:१९-३५

[४] होएन्हर, इफिशीयन्स् पान क्र ७६५

पतीपासून आपल्याला मुले व्हावी व दोघांनी मिळून त्यांचे संगोपण करावे, आणि आपल्या पतीसोबत एक जोडीदार म्हणून त्या मैत्रीचा आनंद घ्यावा.[१]

> ''रोमी, ग्रीक किंवा यहुदी पुरूषाला अशी ताकीद देणे यापेक्षा अधिक संस्कृती विरोधक दुसरे काहीही नव्हते. कुटुंबाचा अधिकारी होण्याऐवजी त्याला त्याचे सेवक व्हायचे होते. पतीची जबाबदारी आपल्या पत्नीशी लैगिक दृष्टया विश्वासयोग्य राहणे इथपर्यंतच सिमित नव्हती. आणि रोमन, ग्रीक किंवा यहुदी लिखाणामध्ये कोठेही वैवाहीक संबंधातील वितुष्टांवर तोडगा काढलेला नव्हता. पती आणि पत्नींचे अधिकार, विवाह संस्थेला अधिक प्रचलित करण्यासाठी अनुदान देणे असले काही करण्याऐवजी पौलाने, ख्रिस्ताच्या वधस्तंभावरील मृत्युला प्रस्तुत करून पती पत्नीसमोर ती कृती एक आदर्श म्हणून समोर ठेवून त्याने वैवाहीक एकतेच्या हृदयालाच हात घातला आहे''[२]

५:३१ आदाम हव्वेला स्वतःचा एक भाग म्हणून अश्याप्रकारे अंगिकारतोः 'माझ्या हाडातले हाड व माझ्या मांसातले मास' (उत्पत्ती २:२३). जेव्हा एक पुरूष व एक स्त्री विवाहामध्ये एक होतात तेव्हा ते एकमेकांचे भाग बनतात (एकदेह): ते तेवढेच एकदेह होतात जेवढे देवाने हव्वेला आदामाच्या शरीरातून काढून वेगळे करण्याअगोदर होते. शास्त्रवचनांप्रमाणे हे एकीकरण दोन मनुष्यांना एकत्र बांधणाऱ्या इतर कोणत्याही प्रकारच्या संबंधांपेक्षा, ज्यामध्ये आईवडील आणि लेकरे यांचासंबंधही सामील आहे, अधिक पायाभूत, अधिक बंधनकारक, आणि अधिक कायमस्वरूपी असे मानलेले आहे.[३] ख्रिस्ती समाजाच्या परंपरेमध्ये विवाहाला एक अतिशय महत्त्वाचे स्थान दिलेले असल्याने व त्यासंदर्भात केवळ विवाहाला कधीही भंग करता येत नाही तर व्यभिचार, बहुपत्नीकत्त्व आणि घटस्फोट याबाबत खुप कडक धोरण अवलंबीले आहे.

> ''निर्मितीच्या गोष्टीमधील हे विधान देवाच्या विवाहाविषयीच्या योजनेसंबंधी संपुर्ण शास्त्रलेखातील विधानांमध्ये सर्वात महत्त्वाचे असे विधान आहे.''[४]

५:३२ ''हे रहस्य'' अगोदर गुप्त असलेले परंतु आला उजेडात आलेले सत्य आहे. पती व पत्नी यांच्यामधील जे संबंध आहेत तेच संबंध ख्रिस्त व त्याच्या मंडळीमधील संबंध आहेत. पत्नीचे आपल्या पतीसोबत जशे आत्मिक संबंध आहेत तसेच मंडळीचेही ख्रिस्तासोबत जवळचे आत्मिक संबंध आहेत. पौलाने असे प्रकट केले आहे की, उत्पत्ती २:२४ मध्ये

---

[१] पाहा, विलार्ड एफ. हार्ले ज्युनियर, *हीज नीड्स, हर नीड्सः बिल्डींग अँन अफेयर प्रुफ मँरेज.*

[२] जॅक जे. गीब्सन, ''इफिशीयन्स् ५:२१-३३ अँड दी लॅक ऑफ मरायटल युनिटी अन दी रोमन एम्पायर,'' बिब्लीओथेका सॅक्रा १६८:६७०(एप्रिल-जून २०११):१७६-७७

[३] होएन्हर,÷'' इफिशीसन्स्...'' पान क्र. ६४१

[४] फॉल्कीज्, पान क्र. १६१

एक अधिक परीपुर्ण सत्य आहे ज्याची लोकांना याआधी कधीही ओळख झालेली नव्हती. हे रहस्य 'मोठे' आहे कारण त्याचे परीणाम फार दुरागामी आहेत.

विवाहाचा एक उद्देश असाही आहे की, येशू ख्रिस्ताचे मंडळीशी असलेल्या नात्यांचे एक नमुना आपल्यासमोर असावे. तो मंडळीला मार्गदर्शन करतो, तीच्यावर प्रीती करतो आणि तीची सेवा करतो. मंडळी आदरभावाने त्याच्या अधीन होते आणि त्याच्या अधिकारात राहते. जेव्हा पती आणि पत्नी या जबाबदाऱ्या पुर्ण करतात तेव्हा त्यांचा विवाह हा ख्रिस्त व मंडळी यांच्या संबंधांसारखाच नमुना सादर करते.

५:३३ जरी पौलाच्या मुळ वाचकांना ख्रिस्ताचे मंडळीशी असलेल्या नात्याच्या महत्त्वाचे संपुर्ण आकलण झालेले नव्हते तरीही 'प्रत्येक व्यक्ती (ग्री. ह्यूमीस होइ काथ हेना) ख्रिस्ती पती, एक एक व्यक्तीशः 'आपल्या पत्नीवर स्वतःसारखी प्रीती करण्यास जबाबदार होता. अशाचप्रकारे, प्रत्येक ख्रिस्ती पत्नी एक एक व्यक्ती आपल्या पतीचा आदर (फोबेताइ, भीती, सन्मान) करण्यासाठी जबाबदार होती. देवाच्या दृष्टीने अधीनता ही प्रीती व्यक्ती करण्याची प्राथमिक बाब आहे म्हणून पौलाने पत्नींना आपल्या पतीचा आदर करण्यास सांगितले नाही. जर पती आपल्या पत्नीवर जशी ख्रिस्त मंडळीवर प्रीती करतो तशी करतो तर पत्नी नैसर्गिकरीत्या आपल्या पतीचा सन्मान करणार व परीणामी त्याच्यावर प्रीती करेल.

आदर करणे म्हणजे स्वयंस्फूर्तीने दुसऱ्या व्यक्तीला त्याची विशेष कळजी व त्याचे आज्ञापालन होईल असे उंच करणे. त्यामध्ये त्याच्या जबाबदाऱ्यांविषयी, गरजांविषयी विशेष लक्षपूर्वक विचार करणे तसेच त्याच्यासाठी प्रार्थना करणे सामील आहे. ज्या उत्साह वाढवणाऱ्या शब्दांचा रोख सकारात्मक असतो व जे त्याला उभारू शकतात असे बोलणे म्हणजे त्याचा आदर करणे होय. तसेच जे त्याला आवडते ते करणे, हेही आदर करण्यासारखेच आहे. बहुतेक पुरूषांना स्वतःबद्दलची कमीपणाची प्रतिमा असते.[१] एका पुरूषाला त्याच्या पत्नीकडून 'आदराची' अपेक्षा असते आणि त्यामूळे त्याला यशस्वी असल्याची जाणीव होते.[२]

मूलांचे कर्तव्य अध्याय ६:१-३

पवित्र आत्म्याने भरल्याने ज्या दुसऱ्या मानवी संबंधांवर प्रभाव जाणवायला हवा तो म्हणजे मुले व आईवडील यांच्यातील संबंध होय.

६:१ आपल्या आईवडीलांच्या आज्ञेत राहील्याने मुले आपली अधीनता दर्शवतात. 'प्रभुमध्ये' हा शब्द 'आज्ञेत' या शब्दावर प्रभाव टाकणारा आहे. 'आईवडील' यांच्याशी तो शब्द संबंधीत नाही. जर आईवडील आपल्या मुलांना प्रभुच्या आज्ञेचे उल्लंघण करण्यास सांगत असतील तर मुलांनी त्यांची ती आज्ञा मान्य करू नये.[३]

---

[१] पाहा वॉल्टर ट्रॉबीश्च, ऑल ए मॅन कॅन बी ॲण्ड व्हॉट अ वूमन शूड बी.

[२] पाहा इमर्सन एगेरीच, लव्ह अँड रीस्पेक्ट.

[३] मॉरीस; पान क्र. १९०

> ''म्हणून, जर ते आपल्याला देवाच्या नियमशास्त्राचे उल्लंघण करण्यास सांगत आहेत तर आपण त्यांना आईवडील न मानन्याचा तर त्याऐवजी ते अनोळखी लोक, जे आपल्याला आपल्या खऱ्या पित्यापासून दुर करण्याचा प्रयत्न करत आहे असे म्हणण्याचा पुर्ण अधिकार आहे. तर मग आपण राजकुमार, राजेरजवाडे आणि इतर सर्व प्रकारच्या उच्च अधिकाऱ्यांचे याबाबतीत ऐकावे काय.''[१]

लेकारांची प्रभुप्रती असलेली प्राथमिक जबाबदारीची ही गोष्ट पत्नींविषयीही सत्य आहे. आज्ञापालन हे तेव्हाच योग्य आहे जेव्हा ते देवाच्या मुलांबाबत इच्छेशी सुसंगत आहे (कलस्सै ३:२०). मूलांनी आपल्या आईवडीलांच्या आज्ञेचे पालन तोपर्यंत करावे जोपर्यंत ते आपल्या आईवडीलांच्या अधिकाराखाली राहत आहेत. जेव्हा मूले मोठी होतात, तेव्हा त्याला किंवा तीला आपल्या आईवडीलांच्या आज्ञेचे पालन करण्याची गरज नाही तर त्यांचा आदर करत राहण्याची आहे.[२]

> ''म्हणून त्यांच्या संस्कृतीमध्ये जोपर्यंत ते अज्ञान किंवा वयाने लहान आहेत तोपर्यंत त्यांनी आपला आईवडीलांचेच आज्ञापालन करावे.''[३]

६:२ आपण ख्रिस्ती असलो तरी आम्ही मोशेच्य नियमशास्त्राच्या अधीन नाही (रोम ७:६; १०:४; इत्यादी.), मूलांनी आपल्या आईवडींलांच्या आज्ञेचे पालन करावे याचे महत्त्व अधोरेखीत करण्यासाठी पौलाने पाचव्या आज्ञेला (निर्गम २०:१२; अनु. ५:१६) येथे उद्धृत केले आहे. ही आज्ञा आता ख्रिस्ताच्या नियमाचा भाग म्हणून त्याने इथे ती मांडली आहे. आदर करणे (मान राखणे, व. २) ही आज्ञा पालन करणे (व. १) यापेक्षा मोठी संकल्पना आहे. त्यामधे एक योग्य वृत्ती आणि सुयोग्य वर्तवणूक सामील आहे.[४]

दहा आज्ञांपैकी ज्या 'पहील्या आज्ञे'सोबत अभिवचन दिल्या गेली ती पाचवी आज्ञा नसुन दुसरी आज्ञा होय. साहजीक पौल येथे मुलांविषयी बोलत होता, आणि पाचवी आज्ञा ही त्यांच्याविषयीची पहीली आज्ञाच होती आणि तीच्यामध्ये अभिवचनही होते.

६:३ जेव्हा पौलाने पाचव्या आज्ञेसोबत असलेले अभिवचन येथे मांडले तेव्हा ते त्याने अधिक स्पष्ट होण्यासाठी वेगळ्या शब्दांत मांडले. मोशेच्या नियमशास्त्राच्या अधीन असणाऱ्या आज्ञाधारक यहुदी मूलांना देवाने वचनदत्त देशात 'दिर्घायुष्य' देण्याचे अभिवचन दिले. (निर्गम २०:१२; अनुवाद ५:१६). देवाने ख्रिस्ती लोकांना एका जागेचा तुकडा देण्याचे अभिवचन दिलेले नसल्यामूळे पौलाने त्या विशिष्ट अभिवचनांच्या आधारे एक सर्वसाधारण वचन दिले, ते म्हणजे, 'पृथ्वीवर' दिर्घायुष्य दिले. सहसा, जी

---

[१] कॅल्व्हीन , २:८:३८,

[२] मॉरीस, पान क्र. १९०

[३] स्टॉट, पान क्र. २४३

[४] पाहा मॉली ॲन फ्रा ये, ' हाऊ टु ऑनर युर पॅरेन्ट्स व्हेन दे हॅव हर्ट यू,'' *सायकॉलीजी फॉर लिव्हींग २८:६(जून १९८६):१२-१४*

मूले आपल्या आईवडीलांच्या आज्ञांचे पालन करतात ते जीवन संपवून टाकणाऱ्या बऱ्याच संकटांपासून दुर राहतात आणि त्यामूळे त्यांचे आयूष्य वाढते.

वडीलांचे (बापांचे) कर्तव्य अध्याय ६:४

पौलाने 'बापांना' उद्देशुन हे लिहीले, कारण ते देवाचे अभिषिक्त कुटूंबप्रमुख आहेत व मुलांना मोठे करण्याची प्राथमिक जबाबदारी त्यांच्यावर आहे. जेव्हा घरात वडीत गैरहजर असतात तेव्हा सहसा आई ती जबाबदारी उचलते. ग्रेको-रोमन संस्कृतीमध्ये बापांचा आपल्या मूलांवर पुर्णपणे अधिकार असे.

> ''ही संकल्पना सध्याच्या दिवसांमध्ये क्रांतिकारी ठरली असती; रोमी साम्राज्याच्या पहील्या शतकात, वडीलांना आपल्या कुटुंबात त्यांच्या मनात येईल ते करण्याची मूभा होती, ते आपल्या कुटूंबातील सदस्यांना मृत्युदंड देखील ठोठावत असत...''[१]

ख्रिस्तीधर्माने आईवडीलांच्या जबाबदाऱ्यांमध्ये मूलांच्या भावनांवर जोर दिले आहे.

मूलतः, आपल्या दैनंदिन कौटुंबीक जीवनात मूलांकडून अवास्तव अपेक्षा करण्यापासून ही आज्ञा आपणाला थांबवते. 'चिडवणे' (ग्री. पॅरोरगीझेटे) म्हणजे संताप आणणे (रोम, १०:१९; कलस्सै ३:२१). संताप आणण्यासारखे चिडवणे यामूळे मूलाच्या रागाला विनाकारण भडकवण्यासारखे आहे(४:३१). अभ्यासातून हे निदर्शनांस आले आहे की, किशोरवयीन तरूणांमधे उग्र स्वभाव येण्याचे अतिशय महत्त्वाचे कारण म्हणजे आईवडीलांच्या पूरेश्या मार्गदर्शनाशिवाय जीवनाचा सामना करावा लागणे हे होय. मूलांचे संगोपण करण्यापासून वडीलांनी अलिप्त न राहता आपल्या मूलांना 'मोठे करण्यात' व त्यांच्या आध्यात्मिक आणि शारीरीक गरजा पुर्ण करण्यात सहभागी होण्याची आवश्यकता आहे (५:२९). 'शिस्त' म्हणजे मूलांना मार्गदर्शन व प्रशिक्षण देणे (२ तीमथी ३:१६; तीत ३:१०), तर 'शिक्षण' म्हणजे आपल्या शब्दांच्याद्वारे सुधारणा करणे, सल्ला देणे आणि प्रोत्साहन देणे (१ करींथ १०:११; तीत ३:१०). वडीलांनी हे सर्व काही प्रभुला आपल्या नाते-संबंधांच्या आणि प्रशिक्षणाच्या केंद्रस्थानी ठेवून हे सर्व काही करायला पाहीजे.

''जबाबदारीने परीपुर्ण अधिकार आपल्या सामर्थ्यांला गाजवत नाही तर तो त्याद्वारे सेवा करतो''[२]

''...आजकाल बरेच आईवडील 'स्वातंत्र्यावर कोणतेही नियंत्रण न ठेवण्याच्या' धोरणाने मुलांमधील गुप्त असलेल्या खोडकरपणाला अधिक उधाण आणतात, ते आपल्या उद्धट खोडकर मूलाचे एखाद्या पाळीव माकडाप्रमाणे फाजील लाड पुरवतात आणि त्यांची खट्याळपणे केलेली चेष्टा हा करमणूकीचा क्षुल्लक विषय असल्याप्रमाणे त्याचा आनंद घेतात. अशी ही बेलगाम उडाणटप्पू मूले,

---

[१] मॉरीस, पान क्र. १९१; अधिक स्प. उत्पत्ती २२:१-१४; अनुवाद २१:१८-२१; आणखी हे पाहा, बार्क्ले, पान क्र. २०८

[२] बॉक, '' अ थिआॅलॉजी....,'' पान क्र. ३१८

कोणीही त्यांची चूक न दाखविल्यामूळे, बहूतेक वेळेस हेकेखोर, तक्रारखोर, मीपणाने भरलेले चरीत्र असणारे, जेथे ते राहतात तेथील समाजासाठी डोकेदुखी अशी बनतात, आणि याचा दोष त्या वरीष्ठांवर आहे जे सूस्त व कर्तव्य बजावण्यापासून पळणारे आहेत.''[१]

दासांचे कर्तव्य अध्याय ६:५-८

पौलाने समाजातील ज्या तीसऱ्या घटकाला संबोधीत केले तो दास व त्यांचे मालक यांचा समाज होय (१ करींथ ७:१७-२४). पौलाच्या दिवसामध्ये बहुतेक दास किंवा गुलाम हे घरांमधेच राहत असत, म्हणून हा घटक इतर कौटुंबीक संबंधांबाबातच्या या क्रमावारीत त्यांच्या महत्त्वाच्या दृष्टीने योग्य ठीकाणी आहे. रोमी साम्राज्याचा अभ्यास करणाऱ्या काही अभ्यासकांच्या मते त्या काळात रोमी साम्राज्याच्या लोकसंख्येच्या एक तृतीयांश लोक हे गूलाम म्हणून काम करत होते, त्यांची संख्या सुमारे ६ कोटी होती.[२] प्राचीन काळातील ग्रीक व रोमी लोक या गूलामांना केवळ चालतेफिरते अवजार समजत असत.[३]

> ''ॲरीस्टॉटल त्याला याप्रकारे मांडतो की, एक गुलाम व एक मालक यांच्यामधे कधीही मैत्री होवू शकत नाही कारण मालक व गुलाम यांच्यामध्ये काहीही सारखेपणा नाही; 'अवजार हे एका निर्जीव गुलामाप्रमाणे आहे तसेच गुलाम हा एका सजीव अवजाराप्रमाणे आहे.' एका गुलामाला एका अवजारापेक्षा अधिक अधिकार नव्हते आणि तो त्यापेक्षा अधिक चांगल्या अवस्थेतही नव्हता. व्हॅरो, शेतकीविषयी लिहीतांना, शेतकीतील अवजारांना त्याने तीन प्रकारच्या गटात विभागले आहे, बोलणारे, न बोलणारे व मूके. बोलणारे अवजार म्हणजे गुलाम; न बोलणारे म्हणजे जनावरे; मूके म्हणजे वाहणे होत. गुलाम हा एक केवळ बोलता येणारा प्राणी आहे. कॅटोने शेती विकत घेणाऱ्या एका माणसाला असा सल्ला दिला - शेतावर जावे आणि जे काही कामात घेण्यासारखे नाही ते फेकून द्यावे; आणि म्हाताऱ्या गुलामांनाही त्या टाकलेल्या वस्तुंच्या ढिगाऱ्यावर उपासाने मरण्यासाठी सोडून द्यावे. जेव्हा एक गुलाम आजारी असतो तेव्हा त्याला जेवण पूरवणे देखील त्याच्यावर विनाकारण केलेला खर्च आहे. म्हातारा गुलाम आणि आजारी पडलेला गुलाम हे केवळ तुटलेले व अपुरे अवजार आहेत.''[४]

६:५ पौल येथे 'देहदशेतील धनी' आणि मानवी आत्म्याचा धनी, म्हणजे येशू ख्रिस्त, यांच्यामधील परस्पर विरोध दाखवत आहे. ख्रिस्ती गुलाम हे आपल्या धन्यांचे आज्ञापालन करण्यास वचनबद्ध होते. त्यांच्या आज्ञापालनाद्वारे त्यांची ख्रिस्ताप्रतीची अधीनता प्रकट होत असे (५:२२).

> ''ख्रिस्ती विश्वासाचे जीवन आम्हाला परीस्थितीतून सूटका देत नाही तर त्या परीस्थितीवर विजय मिळवूण देण्यास तयार असते.''[५]

---

[१] सिम्पसन, पान क्र. १३६ पाहा विर्सबी, २:५४-५५

[२] वूड, पान क्र. ८३

[३] पाहा होएन्हर, इफिशीयन्स् पान क्र. ८००-०४

[४] बार्क्ले पान क्र. २१३

[५] तसेच पान क्र. २१४

सात गोष्टींवरून व्यवस्थित आज्ञापालन केल्याचे दिसून येते. चाकरी ही आदरयुक्त असायला हवी होती (भीत भीत व कापत कापत व. ५:३३). दुसरे, ती चाकरी 'थरथर कापत' म्हणजेच 'काळजीपूर्वक' करायची होती जेणेकरून तो गुलाम कोणतीही चूक करणार नाही. तीसरी, ती चाकरी हृदयामध्ये प्रामाणिकपणे करावयाची होती, कोणत्याही ढोंगीपणा किंवा दुटप्पीपणाशिवाय ती करावयाची होती. चौथी गोष्ट, ती प्रभुची (ख्रिस्ताची) चाकरी समजून करावी.

६:६ पाचवी, सेवा ही एकसारखी असायला हवी ('तोंडदेखल्या चाकरीने नव्हे') तर मालक पाहत असो अथवा नसो तरीही एकसारखीच सेवा करायला हवी. सेवा मानवी धन्याच्या दृष्टीस पडो अथवा न पडो ती सेवा उच्च दर्जाची व्हायला हवी, असेही कदाचित पौलाच्या मनात आले असावे. सहावी, ती सेवा करण्यामागची प्रेरणाही योग्य असायला हवी, माणसांना खूष करण्यासाठी नव्हे तर त्याही पेक्षा अधिक महत्त्वाचे म्हणजे प्रभुला प्रसन्न करणारी हवी.

६:७ सातवी, आपल्या धन्याविषयी दासाच्या किंवा दासीच्या मनात 'सद्भाव' वृत्ती असावी. त्याने धन्याच्या कल्याणासाठी चाकरी करावी. 'एखादे काम करण्यास भाग पाडले जाईपर्यंत' वाट पाहण्याची वेळ येईल अशी स्थिती या उत्तम इच्छेमूळे उद्भवत नाही.[१] अशा प्रकारची सेवा 'प्रभुसाठी' केली जाते. खरे पाहीले असता ख्रिस्ती दास हा प्रथम ख्रिस्ताची चाकरी करणारा आहे आणि केवळ पृथ्वीवरील धन्याचीच तो चाकरी करतो असे नाही.

६:८ पौलाने 'विश्वासू' दासांना आठवण करून दिली की, त्यांच्या पृथ्वीवरील धन्यांनी त्यांच्या उत्तम सेवेची पोचपावती दिली असो अथवा नसो मात्र भविष्यात त्यांना येशू ख्रिस्ताकडून प्रतिफळ मिळणार आहे. (तो जे काही चांगले करतो तेच तो प्रभुकडून भरून पावेल') हे प्रतिफळ ख्रिस्त न्यायनिवाडा करेल त्या वेळी त्यांना मिळणार आहे.

> " येशूप्रमाणेच, पौलही प्रतिफळांविषयी बोलतांना कचरला नाही"[२]

दास आणि स्वतंत्र अशा दोन्ही प्रकारच्या सेवकांना 'विश्वासूपणे केलेल्या सेवेच्या मोबदल्यात मिळणारे प्रतिफळ' हे तत्त्व लागू पडते.

> "हे शब्द लिहीतांना त्या काळामध्ये ख्रिस्ती विश्वासात आलेल्या असंख्य गुलामांचा विचार असेल, परंतु या भागातील सर्व तत्त्वे ही प्रत्येक काळातील

[१] जे. आर्मीटेज रॉबीनसन, सेंट पॉल्स् एपिस्टल्स् टू दी इफीशीयन्स् पान क्र. २११
[२] वूड पान क्र. ८४

मालक व नौकर यांना लागू पडते, मग ते घरी, व्यवसायात किंवा इतर कोणत्याही परीस्थितीत असो''[१]

धन्यांचे कर्तव्य अध्याय ६:९

जसे दासांनी आपल्या धन्यांची सेवा करतांना ख्रिस्ताला प्रसन्न करावयाचे होते, 'धन्यांनीही' दासासोबतच्या त्यांच्या व्यवहारामध्ये प्रभुला प्रसन्न करण्याचा प्रयत्न करत राहायचे होते. आपला स्वर्गीय धनी धमकावत नाही म्हणून त्यांनी धमकी द्यायची नव्हती. 'धमकावणे' म्हणजे कठोर व हींसक शिक्षेची अटळ, संभाव्य असह्य दबाव (प्रेषित ४:१७-२९;९:१) टाकणे हे होय; हे धमकावणे म्हणजे फक्त इशारा देणे इतकेच नाही. धमकावण्याच्या विरूद्ध कृपाळू, न्यायी व चांगली वागणूक होय (कलस्सै ४:१; याकोब ५:४). धन्यांनी हे ही लक्षात घ्यायचे आहे की, त्यांचा स्वर्गीय धनी त्यांच्य सामाजीक किंवा आर्थिक परीस्थितीनूसार पक्षपात करत नाही. त्यांनी इतरांचे ज्या प्रमांणांनी मुल्यमापण केले त्याच प्रमाणांनी तोही त्यांचे मुल्यमापण करणार आहे (मत्तय ७:१-५).

''पृथ्वीवरील जीवनस्तर हा स्वर्गामध्ये कोणत्याही प्रकारच्या उपयोगीतेचा नाही याची ही एक छोटीशी आठवण आहे.''[२]

स्टॉटच्या मते प्रेषिताने गुलामगिरीची प्रथा समाप्त करण्याची विनंती केली नाही याची तीन कारणे असावीतः पहीले, रोमी साम्राज्याच्या पहिल्या शतकात ख्रिस्ती लोक हा एक साधारण लोकगट होता व त्यामूळे त्यांना राजकीय दृष्टया प्रभावहीन होते. दुसरी, गुलामगिरीतून स्वतंत्र होण्याचा मार्गही फार सोपा होता. रोमन लोकामध्ये गुलामांना स्वतंत्र करण्याची एक वाढती मानसिकता होती, एवढेच नव्हे तर ते त्यांना आपल्या एखाद्या व्यवसायावरही देखरेखीसाठी नेमत असत. तीसरे, या काळापर्यंत गुलामांची कायदेशीर परिस्थिती बरीच शिथील झाली होती व भविष्यात ती आणखी शिथील होण्याची व त्यांना अधिक मोकळीक मिळण्याची खात्री निर्माण झाली होती.[३]

> ''या पवित्र शास्त्रवचनांचे सांप्रत काळातील समस्यांवर उत्तर म्हणून मांडतांना ते काळजीपूर्वक करायला हवे. ज्यासमाजामध्ये गुलामगिरी ही एक कायदेशीर व्यवस्था होती त्याला पौलाने उद्देशून लिहीले. तरीही, या उताऱ्यातील काही तत्त्वे नक्कीच मालक व नौकरवर्ग यांच्याबाबतीत लागू होवू शकतात. प्राथमिकदृष्ट्या ख्रिस्ती कर्मचाऱ्यांनी आपल्या मालकांची सेवा भितीने, चिकाटीने, प्रामाणिकपणाने आणि सद्भावाने करावी. ख्रिस्ती मालकांनी आपल्या कमर्कचाऱ्यांसोबत प्रामाणिकपणे व सद्भावाने कोणतीही धमकी न देता व्यवहार करावा, ख्रिस्ती कर्मचारी व ख्रिस्ती मालक या दोधांनीही हे लक्षात ठेवावे की, आपल्या वृत्तीत व वागणूकीबद्दल हीशोब घेणारा असा त्यांचा एक स्वर्गीय धनी आहे.

[१] फॉल्कीज्, पान क्र. १६७

[२] मॉरीस, पान क्र. १९८

[३] स्टॉट, पान क्र. २५४-५९

> आणखी, या दोन्हीही पक्षांचा व्यवहार हा जेथे ते काम करतात त्या ठिकाणी एक उत्तम साक्ष म्हणून दिसावी असा काळजीपूर्वक असावा.''[१]

विलियम वेब यांच्यामते हा बोध मालक व कर्मचारी यांच्या संबंधांना लागू पडत नाही. वेन ग्रुडेम यांनी वेबच्या 'मुक्तता चळवळीला अनुरूप अर्थानुवाद करण्यामूळे संपूर्ण नव्या कराराच्या नैतिक अधिकाराच्या तत्त्वाला रद्दबातल केले जाते. मी ग्रेडेम यांच्या विवेचणाशी सहमत आहे.[२]

कर्तव्यांच्या या भागाचे पुनार्वलोकन करतांना आम्ही स्वतःला आठवण करून द्यावी की, केवळ आत्म्याने भरलेला विश्वासणाराच या कर्तव्यांना पूर्ण करू शकतो (५:१५-२०). पौलाने मूलतः इथे जे आवाहन केले ते हे आहे : स्व-आग्रही उद्धटपणोक्षा इतरांच्या अधीनतेत राहण्याची आवड प्रकट करणारी विनम्रता धारण करणे हे आहे.

ख्रिस्ती व्यक्तीने कसे चालावे ह्या पौलाच्या आज्ञेचे समापन येथे होते : एकतेत, पवित्रतेत, प्रीतीत, प्रकाशात व ज्ञानात (जगणे, ४:१-६:९).

३.२ आत्मिक युद्ध अध्याय ६:१०-२०

या पूर्वीच्या पाच भागांपेक्षा हा भाग वेगळा आहे हे दोन वास्तवांसरून प्रत्ययास येते. पौलाने याची तोंड ओळख वेगळ्या प्रकारे करून दिली आहे, आणि त्याने त्यामध्ये देवाच्या साधनसामग्रीवर भर दिला आहे. या अगोदर पौलाने ख्रिस्ताच्या शरीराच्या वाढीची आणि सबळीकरणाची आस व्यक्त केली होती(४:१२,१६). आता तो त्याची आवश्यकता स्पष्ट करत आहे. मंडळी तिच्या आत्मिक शत्रू विरूद्ध लढत आहे. आपण फक्ती चालत नाही, तर आपण एक युद्धही लढत आहोत.

> ''या दोन जबाबदाऱ्या, (एक बाजुला घर आणि काम, आणि दुसऱ्या बाजूला आत्मिक युद्ध) ह्या एकमेकांपेक्षा फारच निराळ्या आहेत. पति व पत्नी, आईवडील व मूले, धनी व दास ही दिसणारी, स्पर्श करू शकतो अशी माणसे आहेत, त्याच वेळी आपल्या विरूद्ध आलेल्या 'सत्ता व अधिकार' हे अदृश्य, स्पर्श न करता येणारे दुरात्मे आहेत.''[३]

> ''लवकर अथवा उशीरा प्रत्येकच विश्वासणाऱ्याला हे कळूनच येते की, ख्रिस्ती जीवन हे एक युद्धभुमि आहे, खेळाचे मैदान नव्हे; आणि ते जर प्रभुविरहीत आहे तर, ज्या शत्रुचा ते सामना करत आहेत तो - त्यांच्यापेक्षा खूपच बलवान आहे''[४]

---

[१] होएन्हर, इफीशीयन्स्, पान क्र. ८१६

[२] वेन ग्रुडम, ''शूड वी मूव्ह बीयाँड दी न्यु टेस्टामेंट टू अ बेअर एथिक'' जर्नल ऑफ द इव्हँजेलीकल थिऑलॉजिकल सोसाइटी ४७:२(जून २००४):२९९-३४६

[३] विलियम जे. वेब, स्लेव्हज् वूमन अॅण्ड होमोसेक्सूअल्स्.

[४] विर्सबी, २:५६

> ''अंतरीक्षातील झगडा किंवा दुष्ट शक्तींबरोबरचा सामना याचे चित्र या पुस्तकात दिलाच आहे परंतु येथे तो परमोच्च बिंदुला पाहोंचतो (१:१९-२३;२:१-७;५:७-१४,१७).''[१]

प्रेषितांची कृत्ये आणि इतर स्त्रोतांनुसार, इफिसमध्ये असाधारण प्रमाणात दुरात्म्याची कार्ये होती, आणि पौल तेथे सेवा करीत असतांना त्याने त्यांचा सामना केला होत (स्पष्टी. प्रेषि. १९:१३-२०).[२] त्यामूळे, इफिसकरांस पत्र लिहीताना त्याने या विषयाला हात घालणे हे संयुक्तीकच होते.

६:१० 'शेवटी' याचा अर्थ 'इतर सर्व गोष्टींसाठी', आणि हा शब्द, वाचकांनी काय करायचे, ते सांगतो. 'बलवान होत जा' हे ग्रीक भाषेतील अकार्यकारी किंवा मध्यम आज्ञार्थी अशी शब्दावली आहे. कदाचित त्याचा अर्थ 'तुम्हाला प्रभुने बलवान बनवावे असे होवू द्या' (अकार्यकारी) आणि 'प्रभूमध्ये स्वतःला बलवान करा' (मध्यम आज्ञार्थ; स्पष्टी. १ शमूवेल ३०:६). दोन्हीहि स्थितींमध्ये शक्ती पुरवणारा प्रभूच आहे. 'सामर्थ्य' हा जो विषय या पूर्वी या पत्रामध्ये नमूद केला, तोच येथे पुन्हा येतो (स्पष्टी. १:१९-२०;२:१; ३:१६-२१). या वचनामध्ये 'सामर्थ्या'साठी तीन वेगवेगळे शब्दा आहेत (सामर्थ्य, शक्ती, बल), हे सर्व शब्द वचन १:९ मध्ये आहेत, ते आपल्याला आढवण करून देतात की, आपल्या आत्मि युद्धामध्ये प्रभूचे 'सामार्थ्य' आपल्यासाठी उपलब्ध आहे.

> ''त्याच्या सामर्थ्याची शक्ती बलासाठी वापरण्यात आलेले हे दोन परिणामकारक शब्द आहेत. येथे कदाचित अर्थामध्ये तितकासा फरक नाही, परंतु ही शब्दरचना, दैवी सामर्थ्याच्या विश्वाणाऱ्यांमधील कार्यावर अधीक भर देते.''[३]

ही कदाचित बोलण्याची पद्धत असेल आणि तीचा अर्थ 'सामर्थ्यशाली शक्ती' असा आहे. दोन निरनिराळ्या स्वतंत्र संकल्पनांना, एक विशेष नाम आणि एक संकल्पना असे जोडण्याऐवजी 'आणि' जे जोडणाऱ्या एका क्लिष्ट संकल्पनेची अभीव्यक्ती म्हणजे *हेंडीयाडीस्* होय. या स्वरूपाचे दुसरे उदाहरण, ''तुमच्या विश्वासाचा यज्ञ व सेवा'' (फिली२:१७), ज्याचा अर्थ 'तुमच्या विश्वासाची समर्पित किंवा त्यागपुर्ण सेवा.' असा होतो.

६:११ 'प्रभूमध्ये बलवान असणे'' (व. १०), यासाठी, ख्रिस्ती व्यक्तीने 'धारण करता येणारी' (१ थेस्स. ५:८) 'देवाची संपूर्ण शस्त्रसामग्री' (ती देवापासूनची आहे) घ्यावी. तो विश्वासणाऱ्यांना ती सामग्री पुरवतो (यशया ११:५;५९:१७).

> ''या दोन्ही आज्ञा, देवाच्या वचनातील समतोल शिक्षण ज्यामधे स्पष्टपणे दिसते अशा उदाहरणापैकी एक आहे. काही ख्रिस्ती लोक फाजील आत्मविश्वासाने भरलेले असतात मग त्यांना असे वाटू लागते की प्रभूचे सामर्थ्य व त्याच्या शस्त्रसाम्रगीशिवायही ते स्वतःला सावरून घेवू शकतात. याउलट, इतर काही विश्वासणारे इतके विश्वासहीन असतात की, त्यांच्या जीवनातील आत्मिक विजयामध्ये ते कोणतेही योगदान करूच शकत नाही, असा ते

---

[१] बॉक, '' अ थिऑलाजी ..'' पान क्र. ३१८

[२] पाहा *द न्यू बायबल डिक्शनरी, १९६२* 'इफिसस्' द्वारा इ. एम. बी. ग्रीन

[३] मॉरीस, पान क्र. २०१

विचार करतात. दोघांचाही विचार चूक आहे. पौल येथे देवाकडून सक्षम केले जाणे आणि मानवी सहकार्य यांचे एक योग्य सहभाग असलेले चित्र उभे करतो.''[१]

आत्मिक युद्ध करण्यासाठी देवाने पुरवलेली ('शस्त्रसामग्री') साधने स्विकारण्याचा उद्देश हाच आहे की त्या व्यक्तीने सैतानाच्या ('टीकाव धरता यावा') हल्ल्यांपुढे उभे राहता यावे विशेषतः सुसज्ज व्हावे. या पत्राचा संदर्भ विचारात घेता, ख्रिस्ताच्या शरीरामध्ये फूट पाडावी असा सैतानाच सर्वात मुख्य उद्देश आहे. परंतु, पौलाने येथे जे म्हणत आहे ते निःसंशयपणे सैतानाच्या सर्वच उद्देशांविषयी आणि हल्ल्यांविषयी म्हटलेले आहे. हे (डावपेच) हल्ले अतिशय चाणाक्ष आणि योजना आखण्यात अनुभवी रण-नीतीकारा कडून येतात, आणि ते सर्व हल्ले फसवणारे असतात (व. ४:१४).

शास्त्रवचनांतील इतर लेखांवरून आपल्याला समजते की, आपल्याला देवापासून तोडुन दुर करण्याची परवानगी मिळाल्यामूळे आपल्यावर येणारे बहुतेक मोहपाश सैतानाच्याद्वारे आलेले असतात (ईयोब १-२). तो या जगाच्या व्यवस्थेचा आणि आपल्या देहाचा (पापमय स्वभावाचा) यासाठी त्याची साधणे म्हणून उपयोग करत असतो. तो स्वतः देखील आम्हावर हल्ले करू शकतो, तसेच त्याच्या पतन झालेल्या, द्वेषाने परीपूर्ण गूप्त दूतांद्वारेही होवू शकतात. आम्ही या हल्ल्यांचा सामना कसा करायचा याविषयी देवाने त्याच्या वचनामध्ये विशेष सूचना दिलेल्या आहेत.आम्ही सैतानाचा विरोध करायचा आहे (१ पेत्र ५:८-९), जगाच्या व्यवस्थेकडून येणाऱ्या मोहांपासून आम्हाला दूर पळायचे आहे (देहाची अभिलाषा, डोळ्यांची अभिलाषा आणि जीवनाचा अभिमान, १ योहान २:१५-१७; १ तीमथी ६:११), देहस्वभावाला नाकारणे (रोम ६:१२-१३; ७:१८-२४; ८:१३). मग आम्हावर आलेल्या मोहांचे उगमस्थान कोणते आहे हे आपणाला से कळणार ? सैतानाने नेहमीच वैयक्तीत हल्ले या उद्देशाने केले आहेत की देवाच्या प्रकट झालेलरू इच्छेच्या विरूद्ध लोकांना शंकाग्रस्त करावे, नाकार करावा, दुर्लक्ष करावे आणि आज्ञाउल्लंघन करावे(उत्पत्ती ३, मत्तय ४). जगाची व्यवस्था लोकांना हा विश्वास करायला शिकवते की त्यांना देवाची गरज नसुन त्याच्याशिवायही ते जीवन जगू शकतात (१ योहान २).

देहस्वभाव आम्हाला भूलवून असा विचार कारायला लावतो की, जीवनाच्या शाररीक आणि ऐहिक पातळीवर आपण समाधान आणि आनंद मिळवू शकतो (रोम ७).[२]

> ''शत्रुविषयी इत्थंभूत माहीती आणि त्याच्या शक्तीबलाविषयी एक संतुलित आदर या युद्धामधे विजय मिळविण्यासाठी आवश्यक असलेल्या प्राथमिक गोष्टी आहेत. याचप्रमाणे, जर आम्ही आपल्या आत्मिक शत्रुला कमी लेखू तर आम्ही देवाच्या शस्त्रसामग्रीकडे एक आवश्यकता म्हणून पाहणार नाही, आणि आम्ही युद्धामध्ये निशःस्त्र असे जावू, आपल्या कमकूवत शक्तीशिवाय इतर कोणतेही शस्त्र न घेता, आणि मग काही क्षणांतच आमचा लज्जास्पदरीतीने धुव्वा उडेल.''[३]

---

[१] स्टॉट, पान क. २६६

[२] पाहा जे. ड्वाईट पेंटेकॉस्ट, युवर ॲडवर्सरी द डेव्हील, आणि सी. एस. लुईस, 'द स्क्रूटेप लेटर्स', सैतानाच्या कुयुक्त्यांविषयी अधिक जाणून घेण्यासाठी हे वाचा

[३] स्टॉट, पान क्र. २६३

६:१२ आम्ही जर देवाच्या आज्ञांचे पालन करून सैतानाला अडवू इच्छितो, तर आम्ही एका मल्लयुद्धात आहोत. एक प्रौढ ख्रिस्ती होणे हे सोपे नाही तसेच ते आपोआपही घडत नाही. त्यासाठी सातत्याचे, चिकाटीचे प्रयत्न हवे असतात (फिलि. २:१२-१३). उत्तरोत्तर वाढत जाणाऱ्या शुद्धीकरणासाठी मानवी जबाबदारीचा हा एक भाग आहे.

हे 'मल्लयुद्ध' मुख्यतः शारीरिक पातळीवर लढले जात नाही, परंतु काही मोहपरीक्षांना नाकरण्यासाठी काही प्रमाणात शारीरिक कृतीही गरजेची असते. प्रामुख्याने, आत्मिक पातळीवर व अदृश्य शत्रुसोबत लढले जाणारे असे हे युद्ध आहे. हा शत्रु म्हणजे, सैतान व त्याचे सैन्य आणि त्याच्याद्वारे प्रेरित तत्त्वज्ञान व भावना होत कारण लोक त्यांचे अनुसरण करतात. सत्ता (अधिकार) व अधिपती ह्या केवळ वैचारिक रचना असून त्या देश आणि त्याच्या व्यवस्थेतील घटकामध्ये त्यांना दृश्य स्वरूप प्राप्त होते या विचाराल स्टॉट यांनी फेटाळून लावले आहे.[१]

काही विद्वान असे समजतात की, पौलाने स्वर्गीय दुतांच्या चार पातळ्यांविषयी येथे लिहीले आहे. कदाचित, या वचनामध्ये ज्या चार संज्ञा उपयोगात आल्या आहेत त्या चार वेगवेगळ्या शत्रुंना संबोधत नाहीत, तर ते त्या शत्रुच्या चार गुणधर्मांना प्रकट करतात 'सत्ता' हा शब्दा त्यांच्या अधिकाराला दर्शवितो, आणि 'अधिकार' हा शब्द त्यांच्या शक्तीला दर्शवितो. 'सध्याच्या काळोखातील जगाच्या अधिपतींबरोबर' किंवा 'या अंधकारमय जगातील शक्ती' या जगावरील त्यांच्या प्रभावाला दर्शवितात, 'आकाशातील दुरात्मे' किंवा दुष्टतेची शक्ती ही दुष्ट स्वभावाला दर्शविते. ते स्वर्गीय स्थानांमध्ये कार्यरत आहेत (१:३,२०; २:२६; ३:१०). सध्या सैतान आणि त्याच्या दुतांना देवाजवळ जाण्या-येण्याची मोकळीक आहे, याचा अर्थ हा की ते त्याच्यासोबत संभाषण करू शकतात परंतु याचा अर्थ, ते त्याच्या सहभागीतेत त्याच्या संगती राहतात असा होत नाही (ईयोब १-२).

काही विशिष्ट दुरात्म्यांना काही भौगोलिक व राजकीय प्रदेशांवर विशेष अधिकार आहेत ही संकल्पना दानिएलाच्या १०:१३ वचनातुन आली आहे, तेथे आम्ही असे वाचतो की पर्शीयाचा 'राजकुमार' (हीब्रू शब्दा सार, पर्शीयाचा प्रमुख,सेनापती किंवा अधिकारी) मुख्य दुतांपैकी एक मिखाएल याला आडवा आला. सर्व दुरात्म्यांना प्रदेशांवर अधिकार आहेत अथवा काही सर्व प्रदेशांवरच दुरात्मे अधिकारी म्हणून आहेत हे सांगणे अशक्य आहे कारण आपल्याकडे त्यासंदर्भात पुरेसे प्रकटीकरण नाही. हे स्पष्ट दिसते की, काही दुरात्म्यांना प्रादेशिक पातळीवर विशिष्ट कार्यवाही करण्याची जबाबदारी दिलेली आहे, परंतु त्या सर्वांनाच तशी जबाबदारी दिलेली आहे, हा निष्कर्ष अयोग्य आहे असे वाटते.

> ''नव्या करारात दुरात्म्याचा प्रादेशिक अधिकार आढळत कोठेही नाही. येशूने कधीही एखादा प्रादेशिक दुरात्मा घालवला नाही किंवा यरूशलेमेतील व नासरेथमधील विरोध त्याने असल्या कोणत्या दुरात्म्याशी जोडला नाही. पौलाने जेथे मंडळ्यांची स्थापना केली ती शहरे मूर्तिपूजक असुनही त्याने तेथील प्रादेशीक

[१] पाहा तसेच पान क्र. २६७-७५

आत्म्यांविषयी लिहीले नाही, व त्यांना कोणताही अधिकार असल्याचेही त्याने सांगितले नाही.''[1]

आधुनिक काळातील दुरात्मे घालविणाऱ्या सेवाकार्यांच्या बऱ्याच शिक्षणाला जॉन आर्मस्ट्रांग यांनी पवित्रशास्त्रातील वचनांच्या आधारे फेटाळून लावले आहे. त्यांनी असे लिहीलेः

''स्वतःच्या हक्कांसाठी लढणाऱ्या काही नागरी सेना वाढत आहेत आणि त्या स्वतःला शस्त्रास्त्रांनी सज्ज करत आहेत, अशा काळात मंडळी आत्मिक रीतीने एका वेगळ्या युद्धासाठी शस्त्रास्त्रांनी सुसज्ज आहे याचा पुर्णपणे विसर पडणे हे आश्चर्यकारक आहे. या सांस्कृतीक युद्धामध्ये, स्वर्गीय स्थानांवर असणाऱ्या अंधकारमय शक्तींविरूद्ध स्वतःचे प्राथमिक लढाई लढण्यापेक्षा मंडळी 'रक्त व मांस या सोबत' युद्ध करत आहे (इफिस ६:१२), मग आपण नवीन कराराचे शिक्षण विसरलो आहोत की काय अशी शंका निर्माण होणे साहजीकच आहे.''[2]

६:१३ हे वचन याआधी जे सांगितले आहे त्याचा सारांश देते. ख्रिस्ती व्यक्ती आपल्या लढ्यात विजयी झालेला आहे असे हे वचन सांगत नाही व हीच बाब वचन १४-१८ यावरून स्पष्टही होते. बहुदा विश्वासणाऱ्यांसमोर पुढे एक कठीण समस्या येणार असल्याचे वाटल्याने पौल येथे स्वतःची पुनरावृत्ती करत त्यांना आवाहन करतो की त्यांनी देवाचा पूरवठा तत्काळ घ्यावा (प्रतिकार करता यावा...टिकाव धरता यावा).

'वाईट दिवस' हे शब्द अशा सध्याच्या काळात, अशुद्ध आत्मे हल्ला करतात असा कोणताही एक दिवस, त्याचे वर्णन करीत असावा. एक अशीही संभावना अशी आहे की, भविष्यात एखादा दिवस असाही असेल तो इतर सर्व दिवसांपेक्षा अधिक वाइट असेल आणि तो प्रभुच्या दिवसासारखा असणार. ख्रिस्ती व्यक्तीसाठी मोह-परीक्षेचा प्रत्येक दिवस हा 'वाईट दिवस' आहे.

६:१४ ग्रीक भाषेत या पत्रात आलेले आठवे लांबलचक वाक्य येथून सुरू होते, आणि ते वाक्य वचन २० येथे संपते (१:३-१४, १५-२३, २:१-७; ३:१-१३, १४-१९; ४:१-७, ११-१६). या वाक्यातील महत्त्वाची क्रियापदे 'उभे राहा' (व. १४) आणि 'घ्या' (व. १७) ही आहेत. ती आज्ञार्थी आहेत, व त्यातून तातडी प्रदर्शीत होते (व.११,१३). वचन १४-१६ मध्ये आपण कसे उभे राहावे हे सांगणारे चार धातुसाधित विशेषणे आहेत.

यशयाने देवाला एक सैनिकाप्रमाणे वर्णन केले आहे (आणि विद्वानांनी त्याला 'दैवी योद्धा' असे म्हटले आहे. यशया ११:५; ४९:२; ५२:७; ५९:१७). कदाचित

[1] जेरी ब्रेशीयर्स, 'दी बॉडी ऑफ क्राईस्ट : प्रॉफेट, प्रीस्ट ऑर कींग' जर्नल ऑफ दी इव्हँजेलीकल थिऑलॉजीकल सोसायटी ३७:१(मार्च १९९४):१५. पाहा रॉबर्ट ए. गूएलिच, ''स्पिरीच्यअल वारफेअरः जीझस, पॉल अँड पेरेट्टी'' जर्नल ऑफ दी पेंटेकॉस्टल स्टडीज् १३:१(स्प्रींग १९९१):३३-६४.

[2] जॉन एच. आर्मस्ट्राँग, ''हाऊ शाल वी वेज अवर वॉरफेअर'' द कमींग इव्हँजेलीकल क्रायसेस पान क्र. २२७

पौलाच्या मनातही ह्या संज्ञा असतील, परंतु त्याने देवाच्या संरक्षणाचे वर्णन करण्यासाठी रोमी पायदळातील एका सैनिकाची रूपरेखा वापरली कारण ते त्यावेळेस संपूर्ण साम्राज्यामधे प्रत्येक सार्वजनिक जागी दिसत असत. कदाचित त्यांच्यापैकी एक सैनिक पौलावर नजरही ठेवत असावा (प्रेषित २८:१६). प्रत्येकालाच ते कसे दिसतात हे माहीत होते.

रोमी पायदळातील एक सैनिक ज्या क्रमाने या वस्तू घालत असेल त्याच क्रमात त्याने त्यांचे वर्णन केले आहे. तो पहील्याने आपल्या आखुड झग्याभोवती एक कमरबंद बांधत असे, आणि त्यामूळे त्याचे चिलखत व तरवारीची म्यान त्यामधे वागवता येत असे. 'सत्य' म्हणजे ख्रिस्ती व्यक्तीने देवाच्या प्रकट झालेल्या सत्यावर विश्वास ठेवला ते आणि ख्रिस्ती व्यक्तीची स्वतःची सत्यता विशेषतः त्याच्या जीवनशैलीमधून प्रकट होणारा खरेपणा होय. देवाचे 'पुर्ण' सत्य, (म्हणजे त्याचे वचन व त्याचे सामर्थ्य), जेव्हा ख्रिस्ती व्यक्तीच्या आत्मिक प्रामाणिकपणासोबत जोडले जाणे हेच सैतानाच्या विरूद्ध उभे राहण्यासाठी केवळ हा एकमेव आधार आहे (स्पष्टी. ४:२५).

'प्रामाणिक व शुद्ध सद्सद्विवेकाचा मनुष्य न भीता आपल्या शत्रुचा सामना करतो. तो कमरबंद तरवार धरून ठेवत असे. जो पर्यंत आपण सत्याचे अनुसरण करत नाही, तोपर्यंत आम्ही सत्याच्या वचनाचा उपयोग करू शकत नाही. एका विश्वासणाऱ्याच्या जीवनात एकाही खोटेपणाचा प्रवेश झाला तर सर्व काही विस्कटायला लागते. दाविद राजा बथशेबेविषयी जवळपास एक वर्षापर्यंत लबाडी करत होता, आणि काहीही नीट होत नव्हते.'[१]

'त्यावेळेस लोक आपल्या घरांमधे कमरबंद घालत नसत, पण जेव्हा त्यांना धावण्यासारखे एखादे काम करावे लागे किंवा एखादा सैनिक युद्धाची तयारी करत असे तेव्हा ते आपले सैल झगे गुडघ्याच्यावर घडी करून घेत असत आणि तो एका जागी घट्ट राहावा म्हणून त्याला एका कमरबंदाने बांधत असत...अश्याप्रकारे, कंबर कसणे म्हणजे एखाद्या अंगमेहनतीसाठी किंवा युद्धात सहभागी होण्यासाठी तयार होणे.'[२]

अश्याचप्रकारे, नीतिमान वर्तवणूक (वैयक्तीक नीतिमत्ता) येथे विचाराधीन आहे असे वाटते तसेच तारणाच्या वेळेस आपल्याला प्राप्त झालेली नीतिमत्ता याचाही येथे विचार केल्या जात आहे, या दोन्ही प्रकारच्या नीतिमत्त्वाला 'नीतिमत्त्वाचे उरस्त्राण' असे म्हटलेले आहे. हे 'उरस्त्राण' सैनिकाच्या शरीराला मानेपासून ते मांड्यांपर्यंत झाकत असे. ते सहसा कांस्य किंवा साखळ्यांनी बनलेले असे. त्याला मागची बाजूही असे परंतु त्याच्या समोरच्या भागावरून त्याला तसे नाव पडले होते.

६:१५ रोमी पायदळातील सैनिक आपल्या पायांमध्ये मजबुत पायतणे घालत असत आणि त्याच्या तळाला तीक्ष्ण व जाड असे खिळे लावलेले असत, त्यामूळे पायाची पकड मजबूत होत असे.[३] ख्रिस्ती व्यक्तीला ज्या 'सुवार्तेने' 'शांती' प्राप्त झाली आहे, ती त्याला मोह-परीक्षांच्या विरूद्ध खंबीरपणे उभे

---

[१] मॉरीस, पान क्र. २०५

[२] विर्सबी, पान क्र. २:५८

[३] जोसेफस, 'दी वॉर्स...'

राहण्यास सहाय्य करते. अश्याचप्रकारे, सुवार्ताही आम्हाला आपल्या शत्रुंच्या विरूद्ध पुढे चालण्यास सक्षम करते (स्पष्टी. यशया ५२:७). 'शांतीच्या सुवार्तेने लाभलेली सिद्धता' म्हणजे बहुदा ख्रिस्ती सैनिकाने ज्यावर विश्वास ठेवीला ती तारणाची व शांतीची सामर्थ्यशाली सुवार्ता जी त्याला हल्ल्याच्या वेळेस स्थिर उभे करते. आमचा सुवार्तेशी एवढा परीचय व्हायला हवा की, आम्ही ती इतरांनाही वाटली पाहीजे (१ पेत्र ३:१५). सुवार्तेवरची ही पकड आम्हाला आमच्या जागी भक्कमपणे उभे राहण्यसाठी आणि मोह-परीक्षा आल्यावर त्यातुन पुढे जाण्यासाठी मदत करील. 'शांतीची सुवार्ता' म्हणजे केवळ तारण कसे प्राप्त करावे हा संदेश नव्हे तर संपुर्ण ख्रिस्ती संदेश ज्याला आपण 'शुभवार्ता' म्हणतो.

> ''...समाजामधे सुवार्तेच्याद्वारे आलेली एकता प्रकट झाल्याने संरक्षण होते, ('शांतीच्या सुवार्तेने लाभलेली सिद्धता पायी चढवा' ६:१६ हे वचन २:११-१२ या वचनाकडे इशारा करते; ते वचन सुवार्ताप्रसारा विषयी सांगत नाही).''[1]

६:१६ रोमी सैनिकाची ढाल लाकडी होती, अग्निविरोधक बनवण्यासाठी तीला चामड्याने झाकलेले होते. ती आयाताकार होती, व जवळपास अडीच फूट रूंद व चार फूट उंच होती. या मोठ्या ढालीमूळे हा सैनिक आपल्या संपूर्ण शरीरराचे रक्षण करत असे.

''ज्या लढाईमध्ये जळते बाणांचा उपयोग केला जाणार असेल, त्याच्या आधी सैनिक आपली चामडी ढाल पाण्यात बुडवत असे त्यामूळे ते जळते बाण त्याला विझवता येत असत. रोमी शताधिपती या ढालींच्या मदतीने पुर्ण फळी झाकून टाकू शकत असे, पहील्या रांगेतील सैनिक आपल्या ढाली काठोकाठ एकमेकांना लावत असत आणि दुसऱ्या रांगेतील सैनिक त्यांच्या डोक्यावर आपल्या ढाली धरत असत. अशाप्रकारच्या विशिष्ट रचनेमूळे ते जळत्या बाणांच्या, दगडांच्या व भाल्यांच्याही आक्रमणाला अभेद्य असे होते.''[2]

> 'जसे अमेरिकन इंडीयन विषारी बाणांचा उपयोग करत असत त्याच प्रकारे हे बाण पेटवले जात असत जेणेकरून त्यामूळे शत्रूसैनिकाच्या कपडयांना किंवा तंबूला किंवा घराला आग लावता येत असे.'[3]

ख्रिस्ती व्यक्तीच्या आत्मिक जीवनामध्ये जो अशाप्रकारची सुरक्षा देतो, व ज्यामूळे दुष्टाचे सर्व जळते बाण विझवले जावू शकतात' तो 'विश्वास' दोन गोष्टींवरचा आहे : पहीला, देवाने जे काही प्रकट केले आहे त्यामध्ये विश्वास ठेवणे आणि दुसरा, आत्मिक हल्ल्याच्या वेळेस कृती करून तो भरवसा उपयोगात आणणे.

जे प्रथम तीन धातुविशेषणे कसे 'उभे' राहावे हे सांगतात ती ही आहेत : 'कसणे' (व.१४), धारण करणे (व.१४), चढवणे (व.१५). आणि चौथे विशेषण 'उचलणे' किंवा 'उचलून घेणे' (व.१६) हे आहे.

---

[1] बॉक, '' अ थिऑलॉजी..' पान क्र. ३१८

[2] दी एनइटी बायबल नोट ६:१८

[3] रॉबर्टसन, ४:५५१

६:१७ या लांबलचक वाक्यात महत्त्वाचे क्रियापद 'घेणे' किंवा 'स्विकारणे' (ग्री. डेक्झाथे) हे आहे. स्थिर उभे राहणे, धारण करणे आणि शस्त्रसामुग्रीच्या चार वस्तू धारण केल्यानंतरही आणखी दोन वस्तू आपल्याला स्विकारायच्या आहेत व त्या धारण करायच्या आहेत.

ख्रिस्ती लोकांना हे 'तारण' धारण करायचे आहे, त्यामूळे येथे ज्या तारणाचा किंवा सुटकेचा येथे विचार करण्यात येत आहे ते वर्तमान आणि भविष्यकाळात जेव्हा सैतान आपल्यावर हल्ला करतो त्यावेळेस बचावासाठी आहे (१ थेस्स. ५:८). आपल्याला आधीच दंडाज्ञेतून तारण मिळाले आहे. आणि आता आपल्याला हे वर्तमानाकाळातील तारण (सुटका) तेव्हा मिळेल तेव्हा आपण त्या तारणाला पुर्णपणे प्राप्त करू (शारीरिक सहभाग) जेव्हा आम्ही देवाच्या नावाच धावा करू व ते मागू (स्पष्टी. १:१५-२३; योएल २:३२; प्रेषित २:२१; रोम १०:१३).

हे तारण एका 'शिरस्त्राणा'सारखे आहे, कारण सुटका होण्यासाठी मानसिक निवडीची गरज आहे आणि ती म्हणजे स्वतःपेक्षा देवावर भरवसा ठेवणे आणि त्याचे आज्ञापालन करणे. देवावरील भरवसा आपले 'तारण' ठरते आणि जेव्हा आम्हावर हल्ले होत असतात तेव्हा आमच्या विचारांना ते सुरक्षित ठेवते.

रोमी पायदळाच्या सैनिकाजवळ एक आखूड व दोन्ही बाजूला धार असलेली तरवार असे. सैनिक आमोरासमोरच्या लढाईत या तरवारीचा उपयोग खुपसण्यासाठी व वार करण्यसाठी करत असे. पौलाने दिलेल्या शस्त्रांच्या यादीत हेच एकमेव वार करणारे शस्त्र आहे. पायदळ सैनिकाजवळ सहसा एक लांब भालाही असे, परंतु पौलाने त्याचा उल्लेख आपल्या उदाहरणामध्ये केला नाही. ख्रिस्ती व्यक्तीसाठी 'देवाचे वचन' हे एका तरवारीसारखे आहे. 'वचन' (ग्री. ऱ्हेमा), म्हणजे देवाच्या जीवंत वचन किंवा लिखित (ग्री. लोगोस) वचन नव्हे तर देवाचा आता बोललेला शब्द (ग्री. ऱ्हेमा) होय. हे वचने बहुदा आपल्या जीवनात आलेल्या नव्हे तर देवाचा आता बोललेला शब्द (ग्री. ऱ्हेमा) होय. हे वचने बहुदा

आपल्या जीवनात आलेल्या हल्ल्याला परतावून लावण्यासाठी देवाचे 'वचन' बोलणे किंवा म्हणणे असा अर्थ आहे. ते एक समर्पक वचन आहे, आणि ते एका विशिष्ट प्रसंगी ख्रिस्ती व्यक्तीकडून बोलले गेलेले किंवा उपयोगात आणलेले असते (मत्तय ४:४,६,१०).

> 'येशूने देवाच्या पवित्र शास्त्र वचनातून परीक्षकाला परतावून लावले, असेच ख्रिस्ती व्यक्तीही आत्म्याने प्रेरणा दिलेले वचन बोलतो तेव्हा सैतान पळून जातो.'[१]

पवित्र आत्मा आपल्याला दोन्ही गोष्टी देतो, 'शब्द (ऱ्हेमा)' आणि आम्ही त्या शब्दांचा उपयोग करतांना तो त्यांना प्रबल करतो (यशया ४९:२).

६:१८ प्रार्थना आणि तत्परता (ग्रीक भाषेमध्ये येथे दोन क्रियाविशेषणे आहेत), हे शब्द आम्ही आपल्या वर्तमान तारणाला कसे प्राप्त करावे आणि आमच्या परीक्षांच्या अनुरूप कोणते वचन वापरावे हे सांगतात. आम्ही निरंतर प्रार्थनेत राहावे, आत्मिक युद्धाच्या तयारीत राहावे, आणि जेव्हा आम्ही आमच्या

---

[१] जॉन ॲलन ए. दी इपिस्टल टू दी इफिशीयन्स्, पान क्र. १३८

शत्रुशी लढाई करतो तेव्हाही प्रार्थनेत राहावे (मार्क १४:३४-३८; कलस्सै ४:२). आत्मा आम्हासाठी प्रार्थना करतो (रोम ८:२६) आणि जसे तो इतर कार्यांसाठी आम्हाला सक्षम करतो तसेच आम्हाला प्रार्थना करण्यासाठीही तो समर्थ करतो.

'आपल्या कष्टांना मनुष्य अगदी सहजतेने देवाकडे नेण्यापेक्षा सोबतच्या मनुष्यांकडे नेतो.'[१]

'प्रार्थने'ची व्याख्या सहसा, देवासोबत संभाषण, अशी केली जाते, आणि 'विनंती' म्हणजे विशेषतः आमच्या मागण्या असे समजले जाते. या वचनात पहीला भाग 'ह्या' शब्दाच्या आधी आला आहेः 'सर्व प्रसंगी आत्म्याच्या प्रेरणेने प्रार्थना करा.' आपल्या स्वतःच्या गरजांसाठी प्रार्थना करणे यासोबतच आम्ही 'चांगल्या सैनिकाप्रमाणे' आमच्या सोबतीच्या सैनिकांच्या गरजांकडे तत्परतेने लक्ष द्यावे, म्हणजे 'सर्व पवित्र जनांच्या' कडे लक्ष द्यावे. आम्ही त्यांना पडू देवू नये तर त्यांच्यासाठी तत्परतेने प्रार्थना करावी. प्रार्थना करण्याची किती गरज आहे हे पौलाने येथे चार वेळेस 'सर्व' हा शब्द वापरला आहे यावरून आपल्याला लक्षात येईल (१ तिमथी २:१).

'प्रार्थना हे एक असे इंजिन आहे जे प्रत्येक विश्वासणारा वापरू शकतो आणि ते नरकाच्या कोणत्याही सज्ज केलेल्या तोफेखान्यापेक्षाही प्रभावी आहे.'[२]

'...अणुयुद्ध स्वयंचलीत बदुंकींनीही जिंकता येत नाही, तसेच सैतानासोबतचे युद्धही मानवी शक्तीने जिंकता येत नाही.'[३]

डोना रेनहार्ड यांनी असे सुचविले आहे की, पौलाच्या इफिसकरांस पत्रतील मुद्यांवरून हे लक्षात येते की, आत्मिक युद्ध ही केवळ वैयक्तीत बाब नव्हे तर मंडळीतील शरीरिक जीवनावरही प्रभाव पाडणारे आहे.[४]

'सैतान थरथर कापतो, जेव्हा सर्वात अशक्त पवित्र जनाला तो गुडघ्यावर आलेले पाहतो'[१५]

६:१९-२० आपल्या वाचकांकडून प्रार्थनेचे पाठबळ मिळण्याची त्याला स्वतःला किती नितांत गरज आहे, याची पौलाला जाणीव झाली. आणि ख्रिस्ताचा एक राजदूत बंधनात असावा हे विसंगत वाटते. तो स्वर्गीय ठीकाणांमध्ये होता परंतु तो पृथ्वीवर कैदेतही होता. जेव्हा तो कैसर निरो याच्यासमोर हजर होणार होता तेव्हा आत्मिक शत्रूंसोबत त्याचा सामना होणार होता. जबाब देतांना त्याला 'शब्द' आणि 'धैर्य' यांची जोड हवी होती. 'शब्द' म्हणजे त्याच्या संभाषणामध्ये स्पष्टता असा अर्थ असावा, आणि 'धैर्य' म्हणजे निर्भिडतेने बोलता येणे. त्याच्या सर्वच सेवाकार्यामध्ये त्याला शब्दा आणि उघडपणे व स्पष्ट बोलण्याची गरज होती, परंतु विशेषतः सम्राटाच्या दरबारात तो जो बचाव करणार होता

[१] फॉल्कीज् पान क्र. १७८
[२] सिम्पसन, पान क्र. १५३
[३] होएन्हर, इफीशीयन्स् पान क्र. ८५९.
[४] डोना बी. रेनहार्ड, '' इफिशीयन्स् ६:१०-१८: अ कॉल टू पर्सनल पाइटी ऑर अनादर वे ऑफ डीस्क्राइबींग युनियन विथ क्राइस्ट' जर्नल ऑफ थिऑलॉजीकल सोसायटी ४८:३(सप्टेंबर २००५): ५२१-३२
[५] अज्ञात व्यक्तीद्वारे,

तेथे त्याला त्याची सर्वात जास्त गरज होती (प्रेषित २८:३०-३१). प्रेषितांच्या कृत्यामध्ये वेगवेगळे लोक 'धैर्या'ने बोलल्याचे नऊ संदर्भ आहेत (प्रेषित ४:१३; ९:२७-२९, १४:३; १८:२६; १९:८; १३:४६) आणि नवीन करारात इतरत्रही काही ठीकाणी आहेत (१ करींथ ३:१२).

> 'धैर्यासाठी जो शब्द वापरण्यात आला आहे तो दोन वेगवेगळे शब्द, 'सर्व' आणि 'भाषण' यापासून तयार झाला आहे. एखादा व्यक्ती अगदी निर्धास्त असतो आणि त्याचे शब्द अगदी मोकळेपणाने वाहतात असा त्याचा अर्थ होतो. अश्याप्रकारे त्याचा अर्थ 'मोकळे बोलणे', किंवा 'उघडपणे बोलणे' असा होवू शकतो. जेव्हा एक व्यक्ती अशा प्रकारे बोलतो, तो किंवा ती थोडीही घाबरलेली नसते तेव्हा 'धैर्याने' बोलले जाते.''[१]

> ''येथे हे लक्षात घेण्यासारखे आहे की पौलाने त्यांच्या सुरक्षिततेसाठी किंवा सांत्वन मिळावे यासाठी नव्हे तर त्याची साक्ष व सेवाकार्य प्रभावी व्हावे यासाठी प्रार्थना करावयास सांगितले.''[२]

रोमी लोक ख्रिस्ती विश्वासाला यहुदीमतांपैकी एक पंथ समजत असत म्हणून 'सुवार्तेचे रहस्याच्या' (म्हणजे, देवाने येशू ख्रिस्ताद्वारे तारण देणे) बचावात बोलणे गरजेचे होते (प्रेषित १८:१२-१७). यहुदी त्या रहस्याकडे एक पाखंडी धर्म समजत होते (प्रेषित २१:२७-२८).

काही काळा अगोदर, एक रविवारच्या सकाळच्या उपासना सभेत, एका स्त्रीने अशी साक्ष दिली की, ती जेव्हा तीचे कुटूंब आमच्या शहरात राहत होते तेव्हा तीने तीच्या घराच्या शेजारी राहणाऱ्या व्यक्तीला सुवार्ता सांगितली, तो अंमली पदार्थांच्या आहारी गेलेला होता आणि सुवार्ता ऐकण्यात त्याला कोणतीही आवड नव्हती. काही वर्षांनंतर, जेव्हा तीचे कुटूंब पुन्हा एका जवळच्या शहरात राहण्यासाठी आले तेव्हा शेजारच्या स्त्रीने तीला फोन केला आणि आपल्या घरी बोलावून घेतले. त्या व्यसनांच्या आहारी गेलेल्या व्यक्तीला केथीने ख्रिस्ताकडे आणले. धैर्य अनेकदा प्रभावी वाटत नाही परंतु कधीकधी जे बी पेरल्या गेले आहे त्याला रूजायला वेळ लागतो.

४. समारोप अध्याय ६:२१-२४

सम्राट निरोसमोर आपल्याला सुवार्तेच्या समर्थनात लवकरच बोलायचे आहे, याची पौलाला आठवण झाली आणि तो पुन्हा वर्तमान काळात आला. त्याच्या वाचकांना जे मंडळीचे रहस्य त्याला उकलून सांगायचे होते, तेही समाप्त झाले होते. त्याने त्यांच्या पाचारणाला अनुसरून त्यांची योग्य वर्तणूक कशी असावी, हेही समजाऊन सांगितले होते. आता फक्त त्याची वैयक्तीक माहीती आणि त्यांच्यावर देवाचे आशिर्वाद यावे म्हणून त्यांच्यासाठी प्रार्थना हेच केवळ करायचे राहीले होते.

---

[१] मॉरीस पान क्र. २११

[२] विर्सबी, २:६

६:२१-२२ 'तुखिक' (म्हणजे, 'संधी') हे पत्र सोबत घेऊन इफिसास गेला. तुखिकाविषयी व त्याला इफिसास पाठविण्याविषयी पौलाने जे काह लिहीले ते कलस्सै ४:७-८ याच्याशी मिळतेजूळते आहे.

इफिसातील ख्रिस्ती लोकांना पौलाविषयी अधिक माहीती द्यावी आणि त्यांचे 'समाधान' करावे व त्यांना प्रोत्साहन द्यावे हे तुखिकाचे ध्येय होते. (प्रेषित २०:४; कलस्सै ४:७; तीत ३:१२; १ तीमथी ४:१२).

६:२३ 'शांती' 'प्रीती' 'विश्वास' हे ख्रिस्ती जीवनातील महत्त्वाचे सामाजिक गूण आहेत. पौलाने इफिसकरांस यहुदी परराष्ट्रीय सबंधांमध्ये सुधारणा होण्यासाठी 'शांती' आवश्यक होती, असे सांगितले (व. २:१४-१६; व. ३:१५,१९; व. ४:३). आणि आपसातील 'प्रीती' ही शांतीसाठी महत्त्वाचा दूवा होती (व. १:१५; व. ३:१७-१८; व. ४:२,१६) आणि आपसातील प्रीती ही एकाच 'विश्वासावर' अवलंबून होती (व. १:१५; व. ३:१७; व. ४:५; गलती ५:६). या तीनही आवश्यक गुणधर्मांचा मुळ स्त्रोत याठीकाणी अगदी परिपूर्ण समानतेमध्ये असलेला देव आणि येशू ख्रिस्त होय.

६:२४ प्रेषिताने या पत्राची सुरूवात देवाच्या कृपेचा उल्लेख करून केला तसाच समारोप करतांनाही तो कृपेचा उल्लेख येथे करत आहे (व. १:२). ख्रिस्ती व्यक्तीच्या पाचारणासाठी आणि मंडळीच्या निर्मीतीसाठी देवाची दया ही महत्त्वाची गोष्ट होती. तसेख ख्रिस्ती व्यक्तीच्या वर्तणूकीसाठीही ती अतिशय महत्त्वाची बाब आहे (व. १:७; व. २:५,७-८; व. ३:२८; व. ४:७). जे येशू ख्रिस्तावर शुद्ध प्रीती करतात व ज्यांच्या मनात कोणताही गुप्त हेतू नाही त्यांच्यावर देवाची कृपा असावी, अशी आशा पौलाने व्यक्ती केली (१ करींथ १६:२२). देवाने संपुर्ण शुद्धतेने आपल्यावर कृपा केली आहे म्हणून आपणही आपली प्रीती पुर्ण शुद्धतेने त्याच्यावर ओतावी.

"शेवटी इफिसकरांस पत्र हे देवाने मंडळीला ख्रिस्तामधील आशिर्वादांना अनुभवन्यासाठी सामर्थ्याने कसे सुसज्ज केले, देवाचा आदर करण्यासाठी व दुष्ट शक्तींना विरोध करण्यासाठी तसेच ज्यामधे कोणाच्याही ओळखीसंबंधाने (यहुदी किंवा परराष्ट्रीय) प्रभाव पडणार नाही असा नवा समाज देवाने निर्माण केला. आता ते एका नव्या, समेट झालेल्या समाजाचे भाग आहेत, या समेटामध्ये फक्त देवच नाही तर एक दुसऱ्यांचाही सहभाग आहे. या नव्या पवित्र समाजाची सक्षमता ही गौरविलेल्या ख्रिस्ताने आपल्या लोकांसाठी केलेल्या पुरवठ्याच्याद्वारे मूळावलेली आहे. विश्वासणारे स्वर्गातून वितरीत होणाऱ्या फायद्यांमध्ये सहभागी होत आहेत म्हणून त्यांना आता आशा आहे. मंडळीचे सदस्य जरी येशूला या पृथ्वीवर प्रकाश म्हणून त्याचे प्रतिनिधीत्त्व करण्यासाठी पुर्णपणे सज्ज केलेले आहेत तरीही ते असे स्वर्गीय नागरीक आहेत जे ख्रिस्तासंगती स्वर्गीय नागरीकत्त्वासाठी उठवलेले व बसवलेले आहेत. देव सर्व गोष्टींचे ख्रिस्तामध्ये अंतिम विलीनीकरण होईल अशी पावले उचलत आहे.

परिशिष्ट

दुरात्म्ये काढण्याच्या बाबतीत काही परिस्थीतीजन्य सुचना याठीकाणी मी करत आहे.

तुम्ही दुष्ट आत्म्याच्या उपस्थितीत आहात हे तुम्हाला कसे कळेल. जेव्हा लोक अगदी विचित्रपणे वागू लागतात तेव्हा दुरात्मे उपस्थित असू शकतात. उदाहरणार्थ, त्यांच्या आवाजाशिवाय एखाद्या वेगळ्याच आवाजात ते बोलत असतील, त्यांच्या डोळ्यांची हालचाल काहीतरी वेगळी असेल, त्यांचे वागणे त्यांच्यादृष्टीने विचित्र असेल किंवा जर त्यांच्यामध्ये अचानक भयंकर शक्ती येत असेल तर दुरात्मे असू शकतात.

दुरात्म्यांचा सामना करतांना मी आपल्या मुखाने येशूने सैतानावर मिळवीलेला विजय व त्याचे सैतानावरील सामर्थ्य यांची घोषणा करतो आणि जर गरज भासली तर येशू ख्रिस्ताच्या नावात त्या दुरात्म्यांना मी निघून जाण्याची आज्ञा देतो. ज्या मिशनरींचा मी सन्मान करतो त्यांनीही मला सांगितले आहे की हे नक्कीच कार्य करते. परंतु कधीकधी यासाठी धैर्य व खूप प्रार्थना यांची गरज पडते.

जे लोक अंमली पदार्थांच्या आहारी गेलेले असतात ते दुरात्म्यांसाठी आपल्या जीवनाची द्वारे उघडतात असे दिसते. त्याचप्रकारे दारू, रॉक गाणी ऐकणारे, टॅरोट कार्ड खेळणारे किंवा औजा बोर्ड हा खेळही दुरात्म्यांसाठी द्वार उघडण्यासारखे आहे.

बायबल मधून आपण हे सिद्ध करू शकत नाही की तारण झालेल्या व्यक्तीमध्ये दुरात्मा असू शकतो. बायबल याविषयी बोलत नाही. परंतु, दुरात्मे काही ख्रिस्ती व्यक्तींना भयंकर पछाडतात. या विषयावर बोलतांना, मी येथे पछाडलेला या शब्दाच्या ऐवजी त्रासलेला हा शब्दप्रयोग करतो. पवित्र आत्मा ख्रिस्ती व्यक्तीत वस्ती करतो म्हणून दुरात्मा त्या व्यक्तीला पछाडू शकतो हा माझा विश्वास नाही (१ योहान ४:४). परंतु, ख्रिस्ती व्यक्ती दुरात्म्याने एवाढा अधिक प्रमाणात नियंत्रीत होवू शकतो की, तो पछाडलेला आहे असे वाटू शकते.

सैतानासोबत आपण कसे बोलले पाहीजे यासंदर्भात यहुदा ९ हे वचन उपयोगी आहेः ''आद्यदेवदूत मीखाएल ह्याने जेव्हा मोशेच्या शरीरसंबंधाने सैतानाला विरोध करून त्याच्याशी घातला, तेव्हा त्याला दोषी ठरवून त्याची निंदा करण्यास तो धजला नाही, तर 'प्रभु तुला धमकावो' एवढेच तो म्हणाला.'' आम्ही सैतानाच्या शक्तीचा व आमचा विरोधी शत्रू या नात्याने त्याचा आदर करावर परंतु त्याच्या शक्तीच्या विचारांनी आम्ही घाबरून जावू नये, कारण ' जो जगामध्ये आहे त्यापेक्षा जो आम्हामध्ये आहे तो मोठा आहे'(१ योहान ४:४) ख्रिस्ती बडबड ही अशा वेळी करू नये कारण यावेळेस तीचा बहुधा गोंधळ म्हणूनच भर पडते.

काही लोक आत्मिक जगताविषयी इतरांपेक्षा अधिक संवेदनशील असतात असे वाटते. तसेच काही लोक सैतानाच्या हल्ल्यांना इतरांपेक्षा अधिक बळी पडतात हेही खरे आहे. उदा. डॉ. लुईस चॅफेर असे म्हणाले, जेव्हा ते सिस्टेमॅटिक थिऑलॉजी मधील दुरात्म्यांवरील भाग लिहीत होते तेव्हा त्यांना असाधारण अशा विरोधाला तोंड द्यावे लागले होते. माझे एक पाळक जेव्हा आत्मिक युद्ध याविषयावर उपदेशांची मालिका

देत होते तेव्हा त्यांनाही अशाच प्रकारचा अनुभव आला. परंतु मला कधीही अशाप्रकारचा अनुभव आला नाही.

यातील फरक समजावून घेण्यापेक्षाही अधिक महत्त्वाचे हे आहे की, आपण स्वतः स्थिर उभे राहावे आणि इतरांनाही स्थिर उभे राहण्यात सहकार्य करावे(व.११). पौल स्वतःदेखील आपल्या आत्मिक युद्धविषयी आपल्याला बरेच काही सांगू शकला असता परंतु त्याऐवजी त्याने आपल्याला इफिस ६ हा अध्याय दिला आहे, आणि त्याचप्रकारचे बायबलमधील इतर भाग आहेत ते प्रत्येक ख्रिस्ती व्यक्तीला जे माहीती असायला हवे ते सांगतात.

आत्मिक युद्धविषयी ही काही पुस्तक आहेत जी तुम्ही वाचू शकता.

अॅलेक्स कोन्या	अ बिब्लीकल पर्सपेक्टीव्ह
रे स्टेडमॅन	स्पिरीच्युअल वारफेअर
नील टी अँडरसन	दि बाँडेज ब्रेकर
टीम वॉर्नर	स्पिरीच्युअल वॉरफेअर
सी. फ्रेड डीकासन	डेमन पझेशन अँड दि ख्रिश्चन लाईफ
मार्क बुबेक	३ पुस्तकांचा संच
एड मर्फी	आत्मिक युद्धवरील १६ मालिकांची ध्वनिमुद्रिका
फ्रांसेस फ्रांगापाने	द थ्री बॅटलग्राऊंडस्

गहन रहस्य

Bibliography

Abbot, T. K. *A Critical and Exegetical Commentary on the Epistles to the Ephesians and to the Colossians.* International Critical Commentary series. Edinburgh: T. & T. Clark, 1897.

Aldrich, Roy L. "The Gift of God." *Bibliotheca Sacra* 122:487 (July-September 1965):248-53.

Alford, Henry. *The Greek Testament.* 4 vols. New ed. Cambridge: Deighton, Bell, and Co., 1880.

Allen, John A. *The Epistle to the Ephesians.* London: SCM Press, 1959.

Allis, Oswald T. *Prophecy and the Church.* Philadelphia: Presbyterian and Reformed Publishing Co., 1945.

Armstrong, John H. "How Shall We Wage Our Warfare?" In *The Coming Evangelical Crisis,* pp. 227-41. Edited by John H. Armstrong. Chicago: Moody Press, 1996.

Bailey, Mark L., and Thomas L. Constable. *The New Testament Explorer.* Nashville: Word Publishing Co., 1999. Reprinted as *Nelson's New Testament Survey.* Nashville: Thomas Nelson Publishers, 1999.

Barclay, William. *The Letters to the Galatians and Ephesians.* Daily Study Bible series. 2nd ed. and reprint ed. Edinburgh: Saint Andrew Press, 1962.

Basinger, David, and Randall Basinger. *Predestination and Free Will.* Downer's Grove, Ill.: InterVarsity Press, 1986.

Baxter, J. Sidlow. *Explore the Book.* 6 vols. London: Marshall, Morgan & Scott, 1965.

Bedale, Stephen. "The Meaning of *kephale* in the Pauline Epistles." *Journal of Theological Studies* NS5 (1954):211-15.

Berding, Kenneth. "Confusing Word and Concept in 'Spiritual Gifts': Have We Forgotten James Barr's Exhortations?" *Journal of the Evangelical Theological Society* 43:1 (March 2000):37-51.

Blaising, Craig A. "Dispensations in Biblical Theology." In *Progressive Dispensationalism,* pp. 106-27. By Craig A. Blaising and Darrell L. Bock. Wheaton: Victor Books, 1993.

_____. "The Extent and Varieties of Dispensationalism." In *Progressive Dispensationalism,* pp. 9-56. By Craig A. Blaising and Darrell L. Bock. Wheaton: Victor Books, 1993.

Bock, Darrell L. "'The New Man' as Community in Colossians and Ephesians." In *Integrity of Heart, Skillfulness of Hands,* pp. 157-67. Edited by Charles H. Dyer and Roy B. Zuck. Grand Rapids: Baker Book House, 1994.

_____. "A Theology of Paul's Prison Epistles." In *A Biblical Theology of the New Testament,* pp. 299-331. Edited by Roy B. Zuck. Chicago: Moody Press, 1994.

Boyd, Gregory A. *God of the Possible.* Grand Rapids: Baker Book House, 2000.

Breshears, Gerry. "The Body of Christ: Prophet, Priest, or King?" *Journal of the Evangelical Theological Society* 37:1 (March 1994):3-26.

Buswell, J. Oliver. *A Systematic Theology of the Christian Religion*. 2 Vols. Grand Rapids: Zondervan Publishing House, 1962.

Calvin, John. *Institutes of the Christian Religion*. The Library of Christian Classics series, volumes 20 and 21. Edited by John T. McNeill. Translated by Ford Lewis Battles. Philadelphia: Westminster Press, 1960.

Carson, Donald A., and Douglas J. Moo. *An Introduction to the New Testament*. 2ⁿᵈ ed. Grand Rapids: Zondervan, 2005.

Chafer, Lewis Sperry. *The Ephesian Letter*. Findlay, Ohio: Dunham Publishing Co., 1935. Reprint ed. Grand Rapids: Zondervan Publishing House, 1965.

_____. *He that Is Spiritual*. Findlay, Ohio: Dunham Publishing Co., 1918.

_____. *Systematic Theology*. 8 vols. Dallas: Dallas Seminary Press, 1948.

Chapman, Gary D. *The Five Love Languages: How to Express Heartfelt Commitment to Your Mate*. Chicago: Northfield Publishers, 1995.

Constable, Thomas L. *Talking to God: What the Bible Teaches about Prayer*. Grand Rapids: Baker Book House, 1995; reprint ed., Eugene, Oreg.: Wipf & Stock Publishers, 2005.

Conybeare, William John, and John Saul Howson. *The Life and Epistles of St. Paul*. London: n.p., 1851; New ed. Grand Rapids: Wm. B. Eerdmans Publishing Co., 1964.

Crawford, Leslie James. "Ephesians 1:3-4 and the Nature of Election." *The Master's Seminary Journal* 11:1 (Spring 2000):75-91.

Dahms, John V. "The Subordination of the Son." *Journal of the Evangelical Theological Society* 37:3 (September 1994):351-64.

Darby, John Nelson. *Synopsis of the Books of the Bible*. 5 vols. Revised ed. New York: Loizeaux Brothers Publishers, 1942.

Derickson, Gary W. "The New Testament Church as a Mystery." *Bibliotheca Sacra* 166:664 (October-December 2009):436-45.

Dictionary of the Apostolic Church. Edited by James Hastings. 1915 ed. S. v. "Ephesians, Epistle to the," by L. W. Grensted.

Dictionary of the Bible. Edited by James Hastings. 1910 ed. S. v. "Ephesians, Epistle to," by W. Lock.

Dillow, Joseph C. *The Reign of the Servant Kings*. Miami Springs, Fla.: Schoettle Publishing Co., 1992.

Eadie, John. *Commentary on the Epistle to the Ephesians*. Edinburgh: T. & T. Clark, 1883; reprint ed. Minneapolis: James and Klock, 1977.

Eaton, Michael A. *No Condemnation: A New Theology of Assurance*. Downers Grove, Ill.: Inter-Varsity Press, 1995.

Edersheim, Alfred. *Sketches of Jewish Social Life in the Days of Christ*. Reprint ed. Grand Rapids: Wm. B. Eerdmans Publishing Co., 1974.

Eggerichs, Emerson. *Love and Respect*. Brentwood, Tenn.: Integrity Publishers, 2004.

Family Life Conference. Little Rock, Ark.: Family Ministry, 1990.

Findlay, G. G. *The Epistle of Paul to the Ephesians*. The Expositor's Bible series. London: Hodder & Stoughton, 1892.

Fong, Bruce W. "Addressing the Issue of Racial Reconciliation According to the Principle of Eph 2:11-22." *Journal of the Evangelical Theological Society* 38:4 (December 1995):565-80.

Foulkes, Francis. *The Epistle of Paul to the Ephesians*. Tyndale New Testament Commentaries series. Grand Rapids: Wm. B. Eerdmans Publishing Co., 1963.

Fruchtenbaum, Arnold G. "Israel and the Church." In *Issues in Dispensationalism*, pp. 113-30. Edited by Wesley R. Willis and John R. Master. Chicago: Moody Press, 1994.

Frye, Mollie Ann. "How to Honor Your Parents When They've Hurt You." *Psychology for Living* 28:6 (June 1986):12-14.

Fung, Ronald Y. K. "The Nature of the Ministry according to Paul." *Evangelical Quarterly* 54 (1982):129-46.

Gaebelein, Arno C. *The Annotated Bible*. 4 vols. Reprint ed. Chicago: Moody Press, and New York: Loizeaux Brothers, Inc., 1970.

Gibson, Jack J. "Ephesians 5:21-33 and the Lack of Marital Unity in the Roman Empire." *Bibliotheca Sacra* 168:670 (April-June 2011):162-77.

Gleason, Randall. "B. B. Warfield and Lewis S. Chafer on Sanctification." *Journal of the Evangelical Theological Society* 40:2 (June 1997):241-56.

Glenn, Donald R. "Psalm 8 and Hebrews 2: A Case Study in Biblical Hermeneutics and Biblical Theology." In *Walvoord: A Tribute*, pp. 39-51. Edited by Donald K. Campbell. Chicago: Moody Press, 1982.

Gombis, Timothy G. "A Radically New Humanity: The Function of the *Haustafel* in Ephesians." *Journal of the Evangelical Theological Society* 48:2 (June 2005):317-30.

Goodspeed, E. J. *The Key to Ephesians*. Chicago: University of Chicago Press, 1956.

Gordon, T. David. "'Equipping' Ministry in Ephesians 4." *Journal of the Evangelical Theological Society* 37:1 (March 1994):69-78.

Grant, T. C. *Browsings in Ephesians*. New York: Loizeaux Brothers, Bible Truth Depot, n. d.

A Greek-English Lexicon of the New Testament. By C. G. Wilke. Revised by C. L. Wilibald Grimm. Translated, revised and enlarged by Joseph Henry Thayer, 1889.

Gromacki, Robert Glenn. *Salvation is Forever*. Chicago: Moody Press, 1973.

Grudem, Wayne. "Does *kephale* ('Head') Mean 'Source' or 'Authority Over' in Greek Literature? A survey of 2,336 Examples." *Trinity Journal* 6NS (1985):38-59.

_____ "The Meaning of *kephale*: A Response to Recent Studies." *Trinity Journal* 11NS (1990):3-72.

_____. "The Meaning of *kephale* ('head'): An Evaluation of New Evidence, Real and Alleged." *Journal of the Evangelical Theological Society* 44:1 (March 2001):25-65.

_____. "Should We Move Beyond the New Testament to a Better Ethic?" *Journal of the Evangelical Theological Society* 47:2 (June 2004):299-346.

Guelich, Robert A. "Spiritual Warfare: Jesus, Paul and Peretti." *Journal of Pentecostal Studies* 13:1 (Spring 1991):33-64.

Guthrie, Donald. *New Testament Introduction*. 3 vols. 2nd ed. London: Tyndale Press, 1966.

Guthrie, Steven R. "Singing, in the Body and in the Spirit." *Journal of the Evangelical Theological Society* 46:4 (December 2003):633-46.

Harless, Hal. "The Cessation of the Mosaic Covenant." *Bibliotheca Sacra* 160:639 (July-September 2003):349-66.

Harley, Willard F., Jr. *His Needs, Her Needs: Building an Affair-proof Marriage*. Grand Rapids: Fleming H. Revell, 1994.

Harris, W. Hall, III. "The Ascent and Descent of Christ in Ephesians 4:9-10." *Bibliotheca Sacra* 151:602 (April-June 1994):198-214.

_____. "'The Heavenlies' Reconsidered: *Ouranos* and *Epouranios* in Ephesians." *Bibliotheca Sacra* 148:589 (January-March 1991):72-89.

Harrison, Norman B. *His Very Own*. Chicago: The Bible Institute Colportage Association, 1930.

Hendriksen, William. *New Testament Commentary: Exposition of Galatians and Exposition of Ephesians*. Reprint ed. Grand Rapids: Baker Book House, 1979.

Hoch, Carl B., Jr. "The New Man in Ephesians 2." In *Dispensationalism, Israel and the Church: The Search for Definition*, pp. 98-126. Edited by Craig A. Blaising and Darrell L. Bock. Grand Rapids: Zondervan Publishing House, 1992.

Hodges, Zane C. *Absolutely Free! A Biblical Reply to Lordship Salvation*. Dallas: Redencion Viva, and Grand Rapids: Zondervan Publishing House, Academie Books, 1989.

_____. *The Gospel Under Siege*. Dallas: Redencion Viva, 1981.

_____. *Grace in Eclipse*. Dallas: Redencion Viva, 1985.

Hoehner, Harold W. "Ephesians." In *The Bible Knowledge Commentary: New Testament*, pp. 613-45. Edited by John F. Walvoord and Roy B. Zuck. Wheaton: Scripture Press Publications, Victor Books, 1983.

_____. *Ephesians: An Exegetical Commentery*. Grand Rapids: Baker Book House, Baker Academic, 2002.

Hurley, James B. *Man and Woman in Biblical Perspective*. Contemporary Evangelical Perspectives series. Grand Rapids: Zondervan Publishing House, 1981.

International Standard Bible Encyclopaedia. Edited by James Orr. 1957 ed. S. v. "Ephesians, Epistle to the," by Charles Smith Lewis.

Ironside, Harry A. *In the Heavenlies*. New York: Loizeaux Brothers, n. d.

Jamieson, Robert, A. R. Fausset, and David Brown. *Commentary Practical and Explanatory on the Whole Bible*. Revised and reprinted ed. Grand Rapids: Zondervan Publishing House, 1970.

Johnson, John E. "The Old Testament Offices as Paradigm for Pastoral Identity." *Bibliotheca Sacra* 152:606 (April-June 1995):182-200.

Josephus, Flavius. *The Works of Flavius Josephus*. Translated by William Whiston. London: T. Nelson and Sons, 1866; reprint ed. Peabody, Mass.: Hendrickson Publishers, 1988.

Kidner, Derek. *Psalms 1—72*. Tyndale Old Testament Commentaries series. Leicester and Downers Grove, Ill.: InterVarsity Press, 1973.

Köstenberger, Andreas J. "What Does It Mean to Be Filled with the Spirit? A Biblical Investigation." *Journal of the Evangelical Theological Society* 40:2 (June 1997):229-40.

Kummel, Werner Georg. *Introduction to the New Testament*. Translated by Howard Clark Kee. Revised ed. Nashville: Abingdon Press, 1975.

Lange, John Peter, ed. *Commentary on the Holy Scriptures*. 12 vols. Reprint ed. Grand Rapids: Zondervan Publishing House, 1960. Vol. 11: *Galatians-Hebrews*, by Otto Schmoller, Karl Braune, C. A. Auberlen, C. J. Riggenback, J. J. Van Oosterzee, and Carl Bernhard Moll. Translated by C. C. Starbuck, M. B. Riddle, Horatio B. Hackett, John Lillie, E. A. Washburn, E. Harwood, George E. Day, and A. C. Kendrick.

Lenski, Richard C. H. *The Interpretation of St. Paul's Epistles to the Galatians to the Ephesians and to the Philippians*. Reprint ed. Minneapolis: Augsburg Publishing House, 1961.

Lewis, Clive Staples. *The Screwtape Letters*. Reprint ed. New York: Macmillan, 1959.

Lincoln, Andrew T. *Ephesians*. Word Biblical Commentary series. Dallas: Word Books, 1990.

López, René A. "Is Faith a Gift from God or a Human Exercise?" *Bibliotheca Sacra* 164:655 (July-September 2007):259-76.

_____. "Paul's Vice List in Ephesians 5:3-5." *Bibliotheca Sacra* 169:674 (April-June 2012):203-18.

_____. "A Study of Pauline Passages on Inheriting the Kingdom." *Bibliotheca Sacra* 168:672 (October-December 2011):443-59.

_____. "A Study of Pauline Passages with Vice Lists." *Bibliotheca Sacra* 168:671 (July-September 2011):301-16.

MacArthur, John F., Jr. *Faith Works: The Gospel According to the Apostles*. Dallas: Word Publishing, 1993.

Mackay, John A. *God's Order: The Ephesian Letter and this Present Time*. New York: Nisbet and Macmillan, 1953.

Mare, W. Harold. "Paul's Mystery in Ephesians 3." *Bulletin of the Evangelical Theological Society* 8:2 (Spring 1965):77-84.

Martin, Alfred. "The Epistle to the Ephesians." In *The Wycliffe Bible Commentary*, pp. 1301-17. Edited by Charles F. Pfeiffer and Everett F. Harrison. Chicago: Moody Press, 1962.

Marxsen, Willi. *Introduction to the New Testament*. Philadelphia: Fortress Press, 1968.

Matzat, Don. *Christ-Esteem*. Eugene, Oreg.: Harvest House Publishers, 1990.

McNeile, A. H. *An Introduction to the Study of the New Testament*. 2nd ed. Revised by C. S. C. Williams. Oxford: Clarendon Press, 1965.

Morgan, G. Campbell. *Living Messages of the Books of the Bible*. 2 vols. New York: Fleming H. Revell Co., 1912.

Morris, Leon. *Expository Reflections on the Letter to the Ephesians*. Grand Rapids: Baker Book House, 1994.

Munro, John. "Prayer to a Sovereign God." *Interest* 56:2 (February 1990):20-21.

Nebeker, Gary L. "Is Faith a Gift of God? Ephesians 2:8 Reconsidered." *Grace Evangelical Society News* 4:7 (July 1989):1, 4.

Nee, Watchman. *Sit. Walk. Stand*. 2nd British ed. London: Witness and Testimony Publishers, 1959.

The New Bible Dictionary. 1962 ed. S.v. "Ephesus," by E. M. B. Green.

The NET (New English Translation) Bible. First beta printing. Spokane, Wash.: Biblical Studies Press, 2001.

The New Scofield Reference Bible. Edited by Frank E. Gaebelein, William Culbertson, et al. New York: Oxford University Press, 1967.

Patterson, Richard D. "Metaphors of Marriage as Expressions of Divine-Human Relations." *Journal of the Evangelical Theological Society* 51:4 (December 2008):689-702.

Payne, J. Barton. *The Imminent Appearing of Christ*. Grand Rapids: Wm. B. Eerdmans Publishing Co., 1962.

Pentecost, J. Dwight. *Things to Come*. Findlay, Ohio: Dunham Publishing Co., 1958.

_____. *Thy Kingdom Come*. Wheaton: Scripture Press Publications, Victor Books, 1990.

_____. *Your Adversary the Devil*. Grand Rapids: Zondervan Publishing House, 1969.

Peretti, Frank E. *Piercing the Darkness*. Westchester, Ill.: Crossway Books, 1989.

_____. *Prophet*. Wheaton: Crossway Books, 1992.

_____. *This Present Darkness*. Westchester, Ill.: Crossway Books, 1986.

Pope, W. B. *The Prayers of St. Paul*. London: Charles H. Kelly, 1897.

Reinhard, Donna B. "Ephesians 6:10-18: A Call to Personal Piety or Another Way of Describing Union with Christ?" *Journal of the Evangelical Theological Society* 48:3 (September 2005):521-32.

Robertson, Archibald Thomas. *Word Pictures in the New Testament*. 6 vols. Nashville: Broadman Press, 1931.

Robinson, J. Armitage. *St. Paul's Epistle to the Ephesians*. London: Macmillan and Co., Ltd., 1903.

Rogers, Cleon L., Jr. "The Davidic Covenant in Acts-Revelation." *Bibliotheca Sacra* 151:601 (January-March 1994):71-84.

Ross, Allen P. "Psalms." In *The Bible Knowledge Commentary: Old Testament*, pp. 779-899. Edited by John F. Walvoord and Roy B. Zuck. Wheaton: Scripture Press Publications, Victor Books, 1985.

Ryrie, Charles Caldwell. *Dispensationalism*. Chicago: Moody Press, 1995.

_____. *Dispensationalism Today*. Chicago: Moody Press, 1965.

_____. "The Mystery in Ephesians 3." *Bibliotheca Sacra* 123:489 (January-March 1966):24-31.

_____. *So Great Salvation*. Wheaton: Scripture Press Publications, Victor Books, 1989.

Salmond, S. D. F. "The Epistle to the Ephesians." in *The Expositor's Greek Testament*, pp. 203-395. 5 vols. Edited by W. Robertson Nicoll. London: Hodder and Stoughton, 1910.

Saucy, Robert L. "The Church as the Mystery of God." In *Dispensationalism, Israel and the Church: The Search for Definition*, pp. 127-55. Edited by Craig A. Blaising and Darrell L. Bock. Grand Rapids: Zondervan Publishing House, 1992.

Simpson, E. K. *Commentary on the Epistle to the Ephesians.* In *Commentary on the Epistle to the Ephesians and to the Colossians* by E. K. Simpson and F. F. Bruce. New International Commentary on the New Testament series. Grand Rapids: Wm. B. Eerdmans Publishing Co., 1968.

Stam, Cornelius R. *Acts Dispensationally Considered.* 4 vols. Chicago: Berean Bible Society, 1954.

Stifler, James M. *The Epistle to the Romans.* Chicago: Moody Press, 1960.

Stott, John R. W. *The Message of Ephesians.* The Bible Speaks Today series. Reprint ed. Leicester, England, and Downers Grove, Ill.: InterVarsity Press, 1979.

Strauss, Richard L. "Like Christ: An Exposition of Ephesians 4:13." *Bibliotheca Sacra* 143:571 (July-September 1986):260-65.

Taylor, Richard A. "The Use of Psalm 68:18 in Ephesians 4:8 in Light of the Ancient Versions." *Bibliotheca Sacra* 148:591 (July-September 1991):319-36.

Thiessen, Henry Clarence. *Introduction to the New Testament.* Grand Rapids: Wm. B. Eerdmans Publishing Co., 1962.

Trench, Richard Chenevix. *Synonyms of the New Testament.* Revised ed. London: James Clarke & Co., Ltd., 1961.

Trobisch, Walter. *All a Man Can Be & What a Woman Should Know.* Downers Grove, Ill.: InterVarsity Press, 1983.

Van Ryn, August. *Ephesians: The Glory of His Grace.* 2nd ed. Neptune, N.J.: Loizeaux Brothers, 1963.

von Posick, J. A. *Light in Our Dwellings.* London: G. Morrish, n. d.

Wallace, Daniel B. "*Orgizesthe* in Ephesians 4:26: Command or Condition?" *Criswell Theological Review* 3 (1989):352-72.

Walvoord, John F. *The Millennial Kingdom.* Findlay, Ohio: Dunham Publishing Co., 1959.

Webb, William J. Slaves, Women & Homosexuals. Downers Grove, Ill.: InterVarsity Press, 2001.

Wedderburn, A. J. M. "Some Observations on Paul's Use of the Phrases 'In Christ' and 'With Christ'." *Journal for the Study of the New Testament* 25 (October 1985):83-97.

Westcott, Brooks Foss. *Saint Paul's Epistle to the Ephesians.* Reprint ed. Minneapolis: Klock & Klock, 1978.

Wiersbe, Warren W. *The Bible Exposition Commentary*. 2 vols. Wheaton: Scripture Press, Victor Books, 1989.

Wood, A. Skevington. "Ephesians." In *Ephesians-Philemon*. Vol. 11 of *The Expositor's Bible Commentary*. 12 vols. Edited by Frank E. Gaebelein and J. D. Douglas. Grand Rapids: Zondervan Publishing House, 1978.

Woodcock, Eldon. "The Filling of the Holy Spirit." *Bibliotheca Sacra* 157:625 (January-March 2000):68-87.

_____. "The Seal of the Holy Spirit." *Bibliotheca Sacra* 155:618 (April-June 1998):139-63.

Wuest, Kenneth S. *Word Studies in the New Testament*. 4 vols. Reprint ed. Grand Rapids: Wm. B. Eerdmans Publishing Co., 1966.

Yoder, John Howard. *The Politics of Jesus*. Grand Rapids: Wm. B. Eerdmans Publishing Co., 1972.

www.ingramcontent.com/pod-product-compliance
Lightning Source LLC
Chambersburg PA
CBHW060517030426
42337CB00015B/1928
* 9 7 8 0 9 8 8 3 9 6 8 3 8 *